ഗ്രീൻ ബുക്സ്

ഒരു മതനിരപേക്ഷവാദിയുടെ സ്വതന്ത്രചിന്തകൾ

ഹമീദ് ചേന്നമംഗലൂർ

അധ്യാപകൻ, എഴുത്തുകാരൻ, സാമൂഹ്യപ്രവർത്തകൻ. 1948 ജൂണിൽ കോഴിക്കോട് ജില്ലയിലെ ചേന്നമംഗലൂരിൽ ജനനം. ഇംഗ്ലീഷിൽ മാസ്റ്റർ ബിരുദം. കേരളത്തിലെ വിവിധ ഗവൺമെന്റ് കോളേജുകളിൽ ഇംഗ്ലീഷ് അധ്യാപകനായും കോഴിക്കോട്ടെ പ്രീ-എക്സാമിനേഷൻ ട്രെയിനിങ് സെന്ററിൽ പ്രിൻസിപ്പലായും സേവനമനുഷ്ഠിച്ചിട്ടുണ്ട്.

പ്രധാന കൃതികൾ: *മതേതര വിചാരം, പീഡനത്തിന്റെ വഴികൾ, വർഗ്ഗീയ മനോഭാവത്തിന്റെ വേരുകൾ, ന്യൂനപക്ഷ രാഷ്ട്രീയം, വ്യക്തിനിയമ വിചിന്തനം, ഭാരതവത്കരണത്തിന്റെ വ്യാകരണം, പർദ്ദയുടെ മനഃശാസ്ത്രം, മതം രാഷ്ട്രീയം ജനാധിപത്യം, ഭീകരതയുടെ ദൈവശാസ്ത്രം, തെരഞ്ഞെടുത്ത ലേഖനങ്ങൾ, അധിനിവേശത്തിന്റെ അറേബ്യൻ മുഖം.*
ഇന്ത്യൻ യൂത്ത് അസോസിയേഷന്റെ 'ബെസ്റ്റ് പബ്ലിക് ഒബ്സർവർ' പുരസ്കാരം ലഭിച്ചിട്ടുണ്ട്.

വിലാസം: ചേന്നമംഗലൂർ പോസ്റ്റ്, മുക്കം, കോഴിക്കോട് - 673 602.

ഒരു മതനിരപേക്ഷവാദിയുടെ സ്വതന്ത്രചിന്തകൾ

ഹമീദ് ചേന്നമംഗലൂർ

ഗ്രീൻ ബുക്സ്

green books private limited
little road, ayyanthole, thrissur- 680 003
ph: 0487-2361038
website: www.greenbooksindia.com
e-mail: info@greenbooksindia.com

(malayalam)
oru mathanirapekshavadiyute swathanthrachinthakal
(article)
by
hameed chennamangaloor

first published february 2007
reprinted october 2013
copyright reserved

cover design : godfreydas
cover painting : gulam mohamed sheikh

branches:
thrissur 0487-2422515
palakkad 0491-2546162
kannur 0497-2763038

isbn : 81-8423-061-3

no part of this publication may be reproduced, or transmitted in any form or by any means, without prior written permission of the publisher

GBPL/161/2007/X002

മുഖക്കുറി

സംഘർഷഭരിതമായ ലോകത്തിലെ മുസൽമാന്റെ ഭൂപടത്തെ കേന്ദ്രമാക്കിയാണ് ഹമീദ് ചേന്നമംഗലൂരിന്റെ മതനിരപേക്ഷ ചിന്തകൾ രൂപംകൊള്ളുന്നത്. സാമ്രാജ്യത്വ അധിനിവേശങ്ങളെയും മതസങ്കുചിതത്വത്തെയും തിരസ്ക്കരിച്ചുകൊണ്ട് ഹമീദ് യഥാർത്ഥ മതനിരപേക്ഷതയുടെ വക്താവായി മാറുന്നു. സോഷ്യൽ, ഡെമോക്രാറ്റിക്, സെക്യുലർ എന്നിങ്ങനെ വിശേഷിപ്പിക്കപ്പെടുന്ന ഒരു മിഥ്യയിൽ നിന്നുകൊണ്ട് ഒരു മതനിരപേക്ഷവാദിക്ക് എത്രത്തോളം സ്വതന്ത്രമായി ചിന്തിക്കാനാവും എന്നാണ് ഹമീദിന്റെ ലേഖനങ്ങൾ ആശങ്കപ്പെടുന്നത്.

എഴുതപ്പെട്ടതും എഴുതപ്പെടാത്തതും സമാന്തരമായി എഴുതപ്പെട്ടതുമായ ചരിത്രസത്യങ്ങളെ വിശകലനം ചെയ്തും കണ്ടെടുത്തും ഹമീദ് വെളിപ്പെടുത്തുന്നത് മതം, ജാതി, വർഗം, വർണം, വംശം, പ്രദേശം, ഭാഷ എന്നീ വ്യത്യാസങ്ങൾക്കതീതമായി ചിന്തിക്കണമെന്നു തന്നെയാണ്. സ്വന്തം സമുദായത്തിൽനിന്നും വെല്ലുവിളികൾ നേരിടുന്ന ഇന്ത്യൻ മുസൽമാന്റെ ധർമ്മസങ്കടങ്ങൾ അദ്ദേഹം നമുക്കു കാണിച്ചുതരുന്നു. അതോടൊപ്പം അവനിലെ അപകടകാരിയായ മതമൗലികവാദിയേയും തുറന്നുകാട്ടാൻ അദ്ദേഹം മടിക്കുന്നില്ല. ഈ കാലഘട്ടത്തിലെ നമ്മുടെ സാമൂഹിക രാഷ്ട്രീയ ബോധങ്ങളെ പരിപോഷിപ്പിക്കുന്ന ഒരു കൃതിയാണിത്.

കൃഷ്ണദാസ്
മാനേജിങ് എഡിറ്റർ

കൃതജ്ഞത

ഗ്രീൻബുക്സിന്റെ സാരഥിയായ ശ്രീ. കൃഷ്ണദാസിന്റെ സ്നേഹപൂർണ്ണമായ പ്രേരണയും നിർബന്ധവുമാണ് ഈ സമാഹാരത്തിനു പിന്നിൽ പ്രവർത്തിച്ച മുഖ്യ ഘടകങ്ങളിലൊന്ന്. അദ്ദേഹത്തോടും ഈ പുസ്തകത്തിന്റെ പ്രസാധനവുമായി ബന്ധപ്പെട്ട് പ്രവർത്തിച്ച ഗ്രീൻബുക്സിലെ എല്ലാ സുഹൃത്തുക്കളോടും എനിക്കുള്ള കൃതജ്ഞത ഞാനിവിടെ രേഖപ്പെടുത്തുന്നു. സാംസ്കാരിക കേരളത്തിലെ നിറസാന്നിധ്യവും നമ്മുടെ വിചാര-വിശ്ലേഷണ മണ്ഡലങ്ങളിലെ സൂര്യതേജസ്സുമായ ഡോ. സുകുമാർ അഴീക്കോട് ഈ സമാഹാരത്തിന് അവതാരിക എഴുതിയിരിക്കുന്നത്. കൃത്യാന്തര ബാഹുല്യങ്ങൾക്കിടയിലും അതിനു സമയം കണ്ടെത്തുകയും യഥാസമയം അവതാരിക തയ്യാറാക്കുകയും ചെയ്ത അദ്ദേഹത്തോടുള്ള കടപ്പാട് നിസ്സീമമാണ്. അദ്ദേഹത്തെ ഞാൻ ആദരപൂർവം സ്മരിക്കുന്നു. ഈ പുസ്തകത്തിലൂടെ കടന്നുപോകുന്ന മാന്യ വായനക്കാരോട് ഹൃദയം നിറഞ്ഞ നന്ദി പ്രകാശിപ്പിക്കുവാൻ കൂടി ഈ അവസരം ഞാൻ ഉപയോഗപ്പെടുത്തട്ടെ.

ഗ്രന്ഥകർത്താവ്

ഉള്ളടക്കം

അവതാരിക 09
സുകുമാർ അഴീക്കോട്

ചരിത്രം വില്ലനാകുമ്പോൾ 13
വർഗീയതയുടെ വേരുകൾ 27
മതനിരപേക്ഷ മനോഭാവം എത്ര അകലെ 35
മുസ്ലിം വിയോജനവാദത്തിന്റെ ഉത്പത്തി 43
മതമൗലികവാദികൾ ഉത്പാദിപ്പിക്കുന്ന മനോഭാവം 56
പൗരോഹിത്യത്തിന്റെ മാർക്സിസ നിരാസം 65
ധാർമികതയുടെ അടിവേരുകൾ 72
ചരിത്രത്തിനു മതമില്ല 78
സ്ത്രീവിരുദ്ധ സ്ത്രീസംഘങ്ങൾ 81
കുറ്റവും അശിക്ഷയും 87
ലിബറലിസം പിൻവാങ്ങുകയാണോ? 92
ഭീകരവാദം: ഉത്പാദനവും ഉന്മൂലനവും 96
വിഭജനം ഒഴിവാക്കാമായിരുന്നില്ലേ? 102
മാനവിക വിരുദ്ധ ദൈവിക വ്യവസ്ഥ 108
മുസ്ലിം ഭീകരത? 115
ഇരവാദത്തിലെ മാർക്സിസ്റ്റ് വിരുദ്ധത 120
ബഹുസ്വരത തകർക്കുന്ന മൗലികവാദികൾ 128
സംസ്കാരം ഒറ്റപ്പെട്ട തുരുത്തല്ല 134
ആത്മനിഷ്ഠ മതനിരപേക്ഷതയിലേക്ക് ഉയരുക 140
മതനിരപേക്ഷതയുടെ വേലിയിറക്കം 148
സദ്ദാമിന്റെ വിധി 152

അവതാരിക
സുകുമാർ അഴീക്കോട്

ഏറെ അറിയപ്പെടുന്ന ഒരു എഴുത്തുകാരനാണ് ശ്രീ. ഹമീദ് ചേന്നമംഗലൂർ. കഴിഞ്ഞ മൂന്നു പതിറ്റാണ്ടായി അദ്ദേഹം സോദ്ദേശ്യമായും നിരന്തരമായും നമ്മുടെ ആനുകാലിക പത്രങ്ങളിൽ എഴുതിക്കൊണ്ടിരിക്കുന്ന ലേഖനങ്ങൾ ഇപ്പോൾ ശക്തിമത്തായ ഒരു പ്രബന്ധപ്രവാഹമായിത്തീർന്നിട്ടുണ്ട്. ഒരു ദിശയിലൂടെ ഒരേ ലക്ഷ്യത്തിലേയ്ക്കു സഞ്ചരിക്കുന്ന എഴുത്താണ് അദ്ദേഹത്തിന്റേത്. സ്വാതന്ത്ര്യം നേടിക്കഴിഞ്ഞ ഇന്ത്യയുടെ അഭ്യുദയത്തെ തടസ്സപ്പെടുത്തുന്ന ഏറ്റവും പ്രബലമായ പ്രതിബന്ധത്തെ തിരിച്ചറിഞ്ഞ് അതിന്റെ ആവിർഭാവത്തെയും വളർച്ചയെയും പ്രകോപനഹേതുക്കളെയും വേർതിരിച്ചു പഠിക്കുന്ന പ്രബന്ധങ്ങളാണ് അദ്ദേഹത്തിന്റെ മിക്ക രചനകളും. അങ്ങനെ ഹമീദ് ചേന്നമംഗലൂരിന് കേരളത്തിലെ ശ്രദ്ധേയനായ രാഷ്ട്രീയ ലേഖകരുടെ മുൻനിരയിൽ ഇപ്പോൾ നിലയുറപ്പിക്കാൻ കഴിഞ്ഞിരിക്കുന്നു.

തിരഞ്ഞെടുത്ത തന്റെ ലേഖനങ്ങളെ യഥാസമയം ഗ്രന്ഥരൂപത്തിൽ അദ്ദേഹം പ്രകാശിപ്പിക്കുന്നതുകൊണ്ട് രാഷ്ട്രീയവിദ്യാർത്ഥികൾക്ക് അവ വീണ്ടും വായിക്കുന്നതിനും പഠിക്കുന്നതിനും എളുപ്പമായിരിക്കുന്നു. ഇതിനു മുമ്പ് പ്രസിദ്ധീകരിക്കപ്പെട്ട 'ശരിഅത്ത്-മിഥ്യയും യാഥാർത്ഥ്യവും,' 'മതേതര വിചാരം,' 'പീഡനത്തിന്റെ വഴികൾ,' 'ന്യൂനപക്ഷരാഷ്ട്രീയം' മുതലായ കൃതികൾക്കു തികച്ചും അനുരൂപമായ അനുബന്ധമാണ് ഇപ്പോൾ പ്രകാശിപ്പിക്കുന്ന 'ഒരു മതനിരപേക്ഷവാദിയുടെ സ്വതന്ത്രചിന്തകൾ' എന്ന ഈ പുസ്തകം. ഗ്രന്ഥകാരന്റെ തൂലികയെ ചലിപ്പിക്കുന്ന വിഷയങ്ങളെയെല്ലാം ആറ്റിക്കുറുക്കിയെടുത്താൽ അതിനെ മതേതരത്വം എന്നു വിളിക്കാം. ഇന്ത്യയുടെ ദേശീയത എന്ന ചന്ദനമരത്തിന്മേൽ കുറെക്കാലമായി ചുരുണ്ടുകൂടി വസിക്കുന്ന ഒരു കാളസർപ്പമാണ് ഗ്രന്ഥകാരന് വർഗ്ഗീയത. ശരീഅത്ത് വിവാദം കത്തിപ്പടർന്നപ്പോൾ കേരളത്തിലെ മുസ്ലിങ്ങൾക്ക് അപായഭയം കൂടാതെ അനുസരിക്കാവുന്ന ഒരു ചിന്താഗതി ഇവിടെ പ്രചരിപ്പിക്കാൻ ഈ ലേഖകൻ മറ്റാരേക്കാൾ മുമ്പിലായിരുന്നു എന്നു മറക്കാറായിട്ടില്ല. മതമായാലും രാഷ്ട്രീയമായാലും ചേന്നമംഗലൂരിന്റെ സമബുദ്ധി

ഒരിക്കലും നഷ്ടപ്പെടുന്നില്ല. വികാരക്ഷുബ്ധമല്ലാത്ത തെളിഞ്ഞ മനസ്സോടെ ഇന്ത്യയെയും ഹിന്ദുത്വത്തെയും ഇസ്ലാമിനെയും ഉലയ്ക്കുന്ന എല്ലാ പ്രശ്നങ്ങളെയും പറ്റി നല്ലൊരധ്യാപകന്റെ ശാസ്ത്രീയനിഷ്ഠ കൈവിടാതെ ചിന്തിക്കാൻ ഗ്രന്ഥകാരനു സാധിക്കുന്നു.

ഇരുപത് ഉപന്യാസങ്ങളുടെ സമാഹാരമാണ് ഈ കൃതി. ഇവയിലൂടെ കടന്നുപോകുന്ന ആർക്കും മതനിരപേക്ഷമായ ഒരു ഭാരതീയ മനസ്സിനെ സദാ സ്വപ്നം കാണുന്ന ഒരു എഴുത്തുകാരൻ അവയിൽ നിന്ന് അവതരിച്ചു വരുന്നതു കാണാതിരിക്കാനാവില്ല. തീവ്രതയിലേക്കു വീണുമുങ്ങാത്ത പ്രശാന്തമായ ഒരു മനോഭാവമാണ് ഗ്രന്ഥകാരന്റെ മതനിരപേക്ഷ മനോഭാവം. സ്വാതന്ത്ര്യം നേടി അർദ്ധശതാബ്ദം പിന്നിട്ടിട്ടും അത് എത്രയോ അകലെ കിടക്കുന്നല്ലോ എന്നതാണ് അദ്ദേഹത്തിന്റെ ആകുലത. 'മതനിരപേക്ഷ മനോഭാവം എത്ര അകലെ?' എന്നൊരു ലേഖനമുണ്ട് ഇതിൽ. അതിലെ ഒരു വാക്യം ഇതു സംബന്ധിച്ചുള്ള നമ്മുടെ ലാഭചേതങ്ങളെ തുലാസിൽവച്ച് തൂക്കിക്കാണിക്കുന്നുണ്ട്. 'ഭരണഘടനയിലൂടെ രാഷ്ട്രത്തെ മതനിരപേക്ഷമാക്കുകയേ നാം ചെയ്തുള്ളൂ. സമൂഹത്തെ മതനിരപേക്ഷമാക്കാനുള്ള ഫലപ്രദമായ നടപടികളൊന്നും നാം കൈക്കൊള്ളുകയുണ്ടായില്ല'. നേട്ടം ഏട്ടിൽ; കോട്ടം നാട്ടിലെങ്ങും.

ഈ ക്രൂരമായ വൈരുദ്ധ്യത്തിന്റെ കാരണങ്ങൾ പരതുന്നവയാണ് ഇതിലെ എല്ലാ പ്രബന്ധങ്ങളും. പണ്ട് നടന്നുവെന്നു പറയപ്പെടുന്ന ഹിന്ദുവിരുദ്ധമായ ഇസ്ലാമിന്റെ കൊള്ളയടികളെ ഉണ്ടാക്കിയും പെരുപ്പിച്ചും വർണ്ണിക്കുന്ന ഹൈന്ദവചരിത്രകാരന്മാർ, ഹിന്ദുവിനോടടുക്കുന്നതിലും ഭേദം ബ്രിട്ടീഷുകാരുടെ നീതിബോധത്തിൽ വിശ്വാസമർപ്പിക്കുകയാണെന്നു കണ്ടുപിടിച്ച പത്തൊമ്പതാം നൂറ്റാണ്ടിലെ ഇസ്ലാം ബുദ്ധിജീവികൾ, സ്വാതന്ത്ര്യം നേടുന്നതിനു മുമ്പ് ഇന്ത്യയിൽ നടന്ന ബ്രിട്ടീഷ് അനുനയപരിപാടികൾ പരാജയപ്പെടുന്നതിനു വഴി തെളിയിച്ച ദേശീയ നേതൃത്വം, പൗരോഹിത്യപ്രധാനമായ മതത്തിന്റെ പ്രായോഗികസ്വഭാവത്തെ മുൻനിരയിൽ എഴുന്നള്ളിച്ചതുകൊണ്ട് അകന്നുപോയ ഇന്ത്യയിലെ പ്രധാന സമുദായങ്ങളുടെ നേതൃത്വങ്ങൾ, ഇന്ത്യയുടെ നെടുംതൂണുകളിലൊന്നായ നീതിന്യായ വ്യവസ്ഥയുടെ ദൗർബല്യവും വൈകല്യവും, ഇന്ത്യയിൽ സ്വാതന്ത്ര്യ സമ്പാദനത്തിനടുത്തകാലത്ത് ശക്തിമത്തായിരുന്ന പുരോഗമനാത്മകമായ പ്രതികരണത്തിന്റെ ക്ഷയം, പുരോഗമനപ്രസ്ഥാനങ്ങൾ പൊക്കിനടക്കുന്ന സൈദ്ധാന്തിക വ്യതിയാനങ്ങൾ ഇങ്ങനെ മതനിരപേക്ഷത നേരിടേണ്ടിവന്ന പ്രതികൂല സാഹചര്യങ്ങളെ ധൈഷണികമായ പാടവത്തോടെ ലേഖകൻ അപഗ്രഥിച്ചു കാണിച്ചിട്ടുണ്ട്. ഇവിടെ

എടുത്തുപറഞ്ഞ ഈ ഏഴു പ്രതിബന്ധങ്ങളെ മറികടക്കാൻ ഇന്ന് ഒരിടത്തുനിന്നും കാര്യമായ പ്രവർത്തനങ്ങളൊന്നും നടന്നുകാണുന്നില്ല. നാം ഇനിയും വളരെക്കാലം ഭരണഘടന കൊണ്ട് തൃപ്തിയടയേണ്ടി വരുമെന്നു തോന്നുന്നു.

ഹിന്ദുചായ എന്നും മുസ്ലിംചായയെന്നും വളരെക്കാലം, വടക്കേ ഇന്ത്യയിൽ വിശേഷിച്ചും, പരക്കെ നിലനിന്നുപോന്ന പാനീയ വിഭജനം സാധാരണ കച്ചവടക്കാർ നടത്തിയ തോന്ന്യാസമാണെന്ന് നമുക്കു വേണമെങ്കിൽ പറഞ്ഞുനില്ക്കാം. പക്ഷേ ഇവിടെ ഹിന്ദു ചരിത്രവും മുസ്ലിം ചരിത്രവുമുണ്ടെന്നും ഹിന്ദുക്കൾക്കെതിരെ മുസ്ലിങ്ങൾ ഇന്ത്യയിൽ പണ്ടു നടത്തിയ അക്രമങ്ങൾക്ക് അവർ ഇന്ന് പ്രായശ്ചിത്തം ചെയ്യണമെന്നും അതിസൗമ്യമായി വാദിച്ച നമ്മുടെ ചരിത്രപ്രൊഫസർ മാരെ നാം എന്തുചെയ്യണം? അവരുടെ വാദങ്ങളുടെ പൊള്ളത്തരത്തെ തുറന്നു കാട്ടാൻ ഇതിലെ ഒന്നാമത്തെ ലേഖനത്തിനു കഴിഞ്ഞിട്ടുണ്ട്. 'വർഗ്ഗീയതയുടെ വേരുകൾ,' 'മുസ്ലിം വിയോജനവാദത്തിന്റെ ഉത്പത്തി' എന്നിവ വളരെ വെളിച്ചം വിതറുന്ന പ്രബന്ധങ്ങളാണ്. മാർക്സിസ്റ്റ് ചിന്താഗതി ഇന്ത്യയിലെ വർഗ്ഗീയതയെ എങ്ങനെ നോക്കി വ്യാഖ്യാനി ക്കുന്നുവെന്നു വെളിപ്പെടുത്തുന്ന ലേഖനങ്ങൾ വായിക്കാൻ രസം കൊടുക്കും. ഒരുപാടു വിളംബരം ചെയ്യപ്പെട്ട മുസ്ലിം ഭീകരത ഉണ്ടോ? ഉണ്ടെങ്കിൽ അതിന്റെ ഹേതുക്കൾ ഏവ?, വ്യാപ്തി എത്രത്തോളം എന്നീ ചോദ്യങ്ങളെ ബുദ്ധിപൂർവ്വമായും ശാസ്ത്രീയത വെടിയാതെയും വിവരിക്കുന്ന ലേഖനങ്ങളും ഇതിൽ ഉൾപ്പെടുത്തിയിട്ടുണ്ട്. ഈ ദുഷ്പ്രവണതകളെ തടയാനും പുതിയ ഒരു ജീവിതം തുടങ്ങാനും രംഗത്തിറങ്ങുന്ന ഒരു നേതാവോ പ്രസ്ഥാനമോ ഇന്നില്ലല്ലോ എന്ന ദുഃഖം ഇതിലെ എല്ലാ അപഗ്രഥനങ്ങൾക്കും യുക്തിവാദങ്ങൾക്കും അടിയിൽ കിടക്കുന്നത് നമ്മെ അസ്വസ്ഥരാക്കുന്നുണ്ട്.

വളരെ കാലിക സാംഗത്യമുള്ള ഒരു പരന്ന പുസ്തകമാണ് ഇത്. വളച്ചു കെട്ടില്ലാത്ത, പ്രസന്നവും ലളിതവുമായ ഇതിലെ രചനാശൈലിയെ ക്കുറിച്ച് ചിന്തിക്കാതെ നമ്മെ നേരെ എഴുത്തുകാരന്റെ ചിന്തയുടെ അടുത്തേക്കു കൊണ്ടുപോകുന്ന ഹമീദ് ചേന്നമംഗലൂരിന്റെ സ്വരം മലയാളത്തിൽ ഏതു വായനക്കാരനും കേട്ടാലറിയും. ഒട്ടും പതറാതെ നമ്മുടെ കലുഷമായ രാഷ്ട്രീയരംഗത്തിലെ ഇരുളകറ്റുന്ന ഒരു ശക്തിയായി തുടരാൻ എന്റെ സുഹൃത്തിന് മേലിലും കഴിയട്ടെ എന്ന് ആശംസിച്ചുകൊള്ളുന്നു.

തൃശൂർ
3.3.2007

ചരിത്രം വില്ലനാകുമ്പോൾ

പന്ത്രണ്ടു വർഷം മുമ്പ്, 1974-ൽ, രാജസ്ഥാൻ സർവ്വകലാശാലയിലെ തലമുതിർന്ന മൂന്നു പ്രഫസർമാർ പരസ്യമായി ഒരു ആവശ്യമുന്നയിച്ചു. മതാന്ധതയുടെ പേരിൽ തങ്ങളുടെ പൂർവ്വപിതാക്കൻമാർ നടത്തിയ കൊള്ള യ്ക്കും കൊള്ളിവെപ്പിനും പ്രായശ്ചിത്തമെന്നോണം മുസ്ലിങ്ങൾ സോമനാഥ ക്ഷേത്രത്തിന്റെ ഭാഗികമായ പുനർനിർമ്മാണത്തിനെങ്കിലും ആവശ്യമായ പണം ഐച്ഛിക സംഭാവനയിലൂടെ ശേഖരിക്കണം എന്നതായിരുന്നു പ്രസ്തുത ആവശ്യം. ഈ ആവശ്യം മുന്നോട്ടുവച്ച പ്രഫസർമാരിൽ ഒരാൾ ജി സി പാണ്ഡെ എന്ന ചരിത്രകാരനായിരുന്നു.

ചരിത്രകാരനായ പാണ്ഡെയ്ക്ക് ഇത്തരം ഒരാവശ്യമുന്നയിക്കാൻ എവിടെ നിന്നു പ്രചോദനം ലഭിച്ചു? ഈ ചോദ്യംതന്നെ തീർത്തും അസംബന്ധ മാണെന്നു വിലയിരുത്തിയേക്കാവുന്ന ചരിത്രവിദ്യാർത്ഥികളും ഗവേഷകരും ഇവിടെ ഉണ്ടായെന്നിരിക്കും. അതിന് അവരെ കുറ്റം പറയേണ്ട കാര്യമില്ല. കാരണം പാണ്ഡെയെപ്പോലെ അവരും ഇന്ത്യാചരിത്രപഠനത്തിൽനിന്ന് അവശ്യമായും ഗ്രഹിച്ചിരിക്കുക മധ്യകാല ഭാരതത്തിൽ ഭരണം നടത്തിയ മുസ്ലിംഭരണാധികാരികളെ ഭരിച്ച ഒരേയൊരു വികാരം അന്ധമായ ഹിന്ദു വിരോധം മാത്രമായിരുന്നു എന്നാവും. ഹിന്ദുമതത്തിനും ഹിന്ദുമതാനുയായി കൾക്കും നേരെ 'മുസ്ലിം ആക്രമണകാരികൾ' നടത്തിയ ക്രൂരമായ കയ്യേറ്റ ത്തിന്റെ ഭീകര ചിത്രങ്ങൾ അവരുടെ ഹൃദയങ്ങളിൽ പതിഞ്ഞിരിക്കും. വേറൊരു വിധത്തിൽ പറഞ്ഞാൽ, ചരിത്രപഠനം അവരുടെ മനസ്സിൽ കൊളുത്തി വച്ചിട്ടുള്ളത് ഇന്ത്യൻ സമൂഹത്തിന്റെ അനുക്രമ വികാസത്തിലേക്കു വെളിച്ചം ചൊരിയുന്ന വിളക്കല്ല അന്യസമുദായത്തിനുനേരെയുള്ള പകയുടെയും വിദ്വേഷത്തിന്റേയും തീപ്പന്തമാകുന്നു.

മാതൃരാജ്യത്തിന്റെ ചരിത്രം പഠിക്കുന്ന അധ്യേതാക്കളിൽ അന്യമത ദ്വേഷവും വർഗീയതയും വളർന്നുകാണാനല്ല നാമാഗ്രഹിക്കുന്നത്. നമ്മുടെ പൂർവ്വികരുടെ സാമൂഹിക ജീവിതത്തെക്കുറിച്ചുള്ള സമഗ്രമായ ബോധവും ഇന്നലെയിൽനിന്ന് ഇന്നിലേക്കുള്ള രാജ്യത്തിന്റെ പ്രയാണത്തെ സംബന്ധിച്ച

വസ്തുനിഷ്ഠമായ അറിവും വിദ്യാർത്ഥികൾക്കു പ്രദാനം ചെയ്യുക എന്ന താണ് നമ്മുടെ ലക്ഷ്യം; അഥവാ അതായിരിക്കണം നമ്മുടെ ലക്ഷ്യം. പക്ഷേ ദൗർഭാഗ്യവശാൽ ഈ ലക്ഷ്യം സഫലീകരിക്കുന്നതിൽ നമ്മുടെ ചരിത്ര പഠനം പരാജയപ്പെട്ടിരിക്കുന്നു.

വ്യത്യസ്ത കാരണങ്ങളാൽ നമ്മുടെ ചരിത്രകാരന്മാരിൽ പലരും ചരിത്ര ത്തിനു നൽകിപ്പോന്നത് വർഗീയമായ വ്യാഖ്യാനമാണ്. രാജ്യത്ത് ഇന്നു പടർന്നു നിൽക്കുന്ന വർഗീയ-സാമുദായിക പ്രത്യയശാസ്ത്രങ്ങളുടെ അടിസ്ഥാനമായി വർത്തിക്കുന്നത് ചരിത്രത്തിന്റെ ഈ വികല വ്യാഖ്യാന മത്രെ. ഹിന്ദു വർഗീയതയും മുസ്ലിം വർഗീയതയും, വ്യത്യസ്ത അളവിലാ കാമെങ്കിലും, ചരിത്രത്തെ തങ്ങളുടെ വളർച്ചയ്ക്കുവേണ്ടി പ്രയോജന പ്പെടുത്തിപ്പോന്നിട്ടുണ്ട്.

ഇന്ത്യയിൽ മുസ്ലിങ്ങൾ ന്യൂനപക്ഷമായതുകൊണ്ട് മുസ്ലിം വർഗീയ വാദികൾ 'ഹിന്ദുമേധാവിത്വം' എന്ന ഭീഷണിയാണ് പലപ്പോഴും വർഗീയത യ്ക്കുള്ള വളമായി ഉപയോഗിച്ചുപോന്നത്. ന്യൂനപക്ഷം എന്ന നിലയ്ക്ക് മുസ്ലിങ്ങൾക്കുണ്ടാകാവുന്ന ഭീതിയും ആശങ്കയുമാണ് മിക്കപ്പോഴും അവരുടെ മൂലധനം. ഭൂരിപക്ഷത്തിൽ പെടുന്ന ഹൈന്ദവ വർഗീയവാദി കൾക്കു 'ഭയാശങ്കകളെ' ഉപയോഗപ്പെടുത്തുക സാധ്യമല്ല. അവരുടെ മുമ്പിൽ തുറന്നുകിടക്കുന്ന ഒരേയൊരു വഴിയേ ഉള്ളൂ – 'മഹത്തായ ഭൂതകാല'ത്തെ ക്കുറിച്ചും തുടർന്നുണ്ടായ 'അധഃപതന'ത്തെക്കുറിച്ചും അനുയായികളെ നിരന്തരം ബോധവാന്മാരാക്കുക. അതിനാകട്ടെ ചരിത്രത്തെ ആശ്രയിക്കാതെ നിവൃത്തിയില്ല. ഇതിനർത്ഥം മുസ്ലിം വർഗീയവാദികൾ വർഗീയതയുടെ പ്രചാരണത്തിനു ചരിത്രത്തെ ആശ്രയിച്ചിട്ടില്ല എന്നല്ല. ഇന്ത്യാചരിത്രത്തിൽ ഒരു സമുദായം എന്ന നിലയ്ക്കു തങ്ങൾ വഹിച്ച സവിശേഷ പങ്കിനെ ആസ്പദ മാക്കി മുസ്ലിങ്ങൾക്കു പ്രത്യേക അവകാശങ്ങളും പദവിയും ആവശ്യപ്പെട്ട പ്പോൾ അവരും ചരിത്രത്തെ വർഗീയമായി സമീപിക്കുകയാണ് ചെയ്തത്.

ഉറപ്പിച്ചു പറയാവുന്ന ഒരു കാര്യമുണ്ട്: നമ്മുടെ വിദ്യാലയങ്ങളിൽ നടന്നു പോരുന്ന ഇന്ത്യാചരിത്രപഠനം സങ്കുചിത സാമുദായിക ചിന്തകൾ അങ്കുരിപ്പി ക്കുന്നതിലും പോഷിപ്പിക്കുന്നതിലും സാരമായ പങ്കുവഹിച്ചിട്ടുണ്ട്. ഇന്ത്യൻ ജനതയെ മതത്തിന്റെ പേരിൽ ഭിന്നിപ്പിക്കുവാൻ വിദ്യാഭ്യാസത്തെ ഉപയോഗ പ്പെടുത്താം എന്നു കണ്ട ബ്രിട്ടീഷുകാർ തന്നെയാണ് ഈ പാതകത്തിനു പിന്നിൽ പ്രവർത്തിച്ച ആദ്യത്തെ കറുത്ത ശക്തി. ഇന്ത്യയുടെ വളച്ചൊടി ക്കപ്പെട്ട ചരിത്രം തലമുറകളിലൂടെ ഊർന്നിറങ്ങിപ്പോന്നപ്പോൾ അതിന് ഒരുതരം ആധികാരികതപോലും കൈവന്നു. മധ്യകാല ഇന്ത്യയിൽ ഹിന്ദു ക്കളും മുസ്ലിങ്ങളും മതത്തിന്റെ പേരിൽ പരസ്പരം പോരടിച്ചുകൊണ്ടേ യിരുന്നു എന്ന ധാരണ വേരുറച്ചു. കറകളഞ്ഞ ദേശീയവാദികൾപോലും ഒരുപക്ഷേ സ്വയമറിയാതെ ഒരു വലിയ പരിധിവരെ ചരിത്രത്തിന്റെ വർഗീയ വ്യാഖ്യാനം സ്വാംശീകരിച്ചു എന്നതാണ് വസ്തുത.

ചരിത്രത്തിന്റെ സാമുദായിക വ്യാഖ്യാനത്തിനു പ്രചാരം നൽകുന്നതിൽ ചരിത്രഗ്രന്ഥങ്ങൾക്കു പുറമെ കഥകളും കവിതകളും നാടകങ്ങളും ആനുകാലികങ്ങളും അവയുടേതായ പങ്കു വഹിച്ചിട്ടുണ്ട്. ജനഹൃദയങ്ങളിൽ വക്രീകരിക്കപ്പെട്ട ചരിത്രത്തിനു സ്ഥിരപ്രതിഷ്ഠ നേടിക്കൊടുത്ത മറ്റൊരു ഘടകം വർഗീയതയുടെ പ്രത്യയശാസ്ത്രകാരന്മാരായി രംഗത്തു വന്ന പല വ്യക്തികളുടേയും പ്രസംഗങ്ങളും ലേഖനങ്ങളുമാണ്. ഉദാഹരണങ്ങൾ വേണമെങ്കിൽ വി ഡി സവർക്കറുടെയും എം എസ് ഗോൾവാൾക്കറുടെയും സെഡ് എ സുലേരിയുടെയും എം എ ജിന്നയുടെയും പ്രസംഗങ്ങളും പ്രബന്ധങ്ങളും പരിശോധിച്ചാൽ മതിയാവും.

സ്വാതന്ത്ര്യലബ്ധിക്കുശേഷം ഇന്ത്യയുടെ വിവിധ ഭാഗങ്ങളിൽ പല സന്ദർഭങ്ങളിലായി ഹിന്ദു-മുസ്ലിം സംഘട്ടനങ്ങൾ നടക്കുകയുണ്ടായി. ഇപ്പോഴും അതു തുടരുന്നു. ഈ സാമുദായിക കലാപങ്ങൾക്കു വഴിമരുന്നിട്ട ഘടകങ്ങൾ പലതുണ്ടാവാം. പക്ഷേ അവ ഓരോന്നും എടുത്തു പരിശോധിക്കുകയാണെങ്കിൽ പശ്ചാത്തലത്തിലെ സ്ഥിരം വില്ലനായി നാം കണ്ടെത്തുക നമ്മുടെ ചരിത്രപുസ്തകങ്ങളെയാണ്. കാൺപൂർ കലാപത്തെക്കുറിച്ച് അന്വേഷിച്ച കമ്മീഷൻ സമർപ്പിച്ച റിപ്പോർട്ടിന്റെ ആമുഖത്തിൽ നമ്മുടെ വിദ്യാലയങ്ങളിൽ പഠിപ്പിച്ചുവരുന്ന മധ്യകാല ചരിത്രത്തെ പ്രതിക്കൂട്ടിൽ നിറുത്തിയിട്ടുണ്ട്, ഇരു സമുദായങ്ങളെയും പരസ്പരം അകറ്റുന്നതിൽ ചരിത്ര പഠനം കാര്യമായ പങ്കുവഹിക്കുന്നു എന്നു നിരീക്ഷിച്ച കമ്മീഷൻ ഇപ്രകാരം അഭിപ്രായപ്പെടുകയുണ്ടായി:

"ഭൂതകാലത്തെ കൂടുതൽ ശരിയായ പരിപ്രേക്ഷ്യത്തിൽ നോക്കിക്കാണാൻ ജനങ്ങൾ തയ്യാറാകുന്നില്ലെങ്കിൽ പരസ്പരവിശ്വാസവും സൗഹൃദപൂർണമായ ബന്ധങ്ങളും പുനഃസ്ഥാപിക്കുവാനും നിലവിലുള്ള അഭിപ്രായഭിന്നതയ്ക്കും തെറ്റിദ്ധാരണകൾക്കും സ്ഥിരമായ പരിഹാരം കണ്ടെത്താനും കഴിയുക പ്രയാസമെന്നല്ല, ഏറക്കുറെ അസാദ്ധ്യം തന്നെയായിരിക്കും എന്നാണ് ഞങ്ങൾക്കു തോന്നുന്നത്. അതുകൊണ്ട് ഞങ്ങളുടെ അഭിപ്രായത്തിൽ പ്രശ്നത്തിന്റെ യഥാർത്ഥ പരിഹാരത്തിനു സ്വീകരിക്കേണ്ട പ്രഥമവും അനിവാര്യവുമായ നടപടി ചരിത്രത്തെക്കുറിച്ചുള്ള വികല ധാരണകൾ നീക്കുവാനുള്ള ശ്രമമാണ്."

വിദ്യാലയങ്ങളിൽ പഠിപ്പിക്കുന്ന ചരിത്രം പഠിതാക്കളുടെ ബോധമണ്ഡലങ്ങളിൽ വർഗീയതയുടെ വിത്തുകളാണ് പാകുന്നതെങ്കിൽ, വിദ്യാഭ്യാസം വ്യാപകമാവുക എന്നതിനർത്ഥം വർഗീയത വ്യാപകമാവുക എന്നായിരിക്കും. പ്രാക് സ്വാതന്ത്ര്യ കാലഘട്ടത്തിലുണ്ടായിരുന്നതിനേക്കാൾ അനേകമടങ്ങ് വിദ്യാലയങ്ങൾ ഇന്നു രാജ്യത്തുണ്ട്. നഗരപ്രദേശങ്ങളിൽനിന്ന് ഉൾനാടുകളിലേക്കുവരെ ഹൈസ്ക്കൂളുകളും കോളേജുകളും കടന്നുചെന്നിരിക്കുന്നു. അതുകൊണ്ടുതന്നെ നമ്മുടെ യുവതലമുറ 1947-നു മുമ്പുണ്ടായിരുന്ന

യുവതലമുറയെ അപേക്ഷിച്ച് കൂടുതൽ വർഗീയ മനോഭാവത്തിന് അടിപ്പെട്ടിട്ടുണ്ട്. വിദ്യാർത്ഥി - യുവജനങ്ങൾക്കിടയിൽ കിളിർത്തു പൊങ്ങുന്ന വ്യത്യസ്ത വർഗീയ വിദ്യാർത്ഥി-യുവജന സംഘടനകൾ അതിന്റെ തെളിവാകുന്നു.

ഹിന്ദു വർഗീയവാദികളും മുസ്ലിം വർഗീയവാദികളും പരസ്പര വിദ്വേഷത്തിൽ ഊന്നുന്നവരും അപരസമുദായമാണ് എല്ലാ കുഴപ്പങ്ങൾക്കും പിന്നിൽ എന്ന് നിരന്തരം പ്രഖ്യാപിക്കുന്നവരുമാണെങ്കിലും രണ്ടുകൂട്ടരും ചരിത്രത്തിന്റെ വർഗീയ വ്യാഖ്യാനം സ്വാംശീകരിക്കുന്നത് ഒരേ സ്രോതസ്സിൽ നിന്നാണ് എന്നതത്രെ രസകരമായ വസ്തുത. ഇന്ത്യയെക്കുറിച്ച്, ചില നിക്ഷിപ്ത താല്പര്യങ്ങൾ മുൻനിർത്തി ബ്രിട്ടീഷ് സാമ്രാജ്യത്വ ചരിത്രകാരന്മാർ എഴുതിവച്ച ചരിത്രഗ്രന്ഥങ്ങളാണ് ഇരു വിഭാഗവും ഒരുപോലെ അവലംബിക്കുന്നത്. ബിപിൻചന്ദ്ര ചൂണ്ടിക്കാണിച്ചതുപോലെ ഇന്ത്യാചരിത്രരചന നടത്തുമ്പോൾ ബ്രിട്ടീഷ് സാമ്രാജ്യത്വ ചരിത്രകാരന്മാർക്കു ചില ഗൂഢലക്ഷ്യങ്ങളുണ്ടായിരുന്നു. അവർ മൂന്നു കാര്യങ്ങൾ വായനക്കാരുടെ മുമ്പിൽ അവതരിപ്പിക്കാൻ ശ്രമിച്ചു.

1. ഇന്ത്യയിൽ എക്കാലത്തും ഭരണം നടത്തിയത് ക്രൂരന്മാരായ ഏകാധിപതികളാണ്. അതുകൊണ്ട് ബ്രിട്ടീഷുകാരും ഇത്തിരി ഏകാധിപത്യ മനോഭാവം കാണിച്ചാൽ അതിൽ തെറ്റൊന്നുമില്ല. മുൻഭരണങ്ങളെ അപേക്ഷിച്ച് അതു കൂടുതൽ നീതിപൂർവവും സഹാനുഭൂതിപരവുമാണ്. എല്ലാറ്റിലും പുറമെ, ബ്രിട്ടീഷുകാർക്കു മുമ്പു നാടുഭരിച്ച മുസ്ലിങ്ങളും വിദേശികൾ തന്നെയായിരുന്നു. ഇന്ത്യയിൽ വിദേശഭരണം ആദ്യമായി കൊണ്ടുവന്നതു ബ്രിട്ടീഷുകാരല്ല; നിലവിലുള്ള പ്രാകൃതവും മനുഷ്യത്വഹീനവുമായ വിദേശഭരണത്തിന്റെ സ്ഥാനത്ത് പരിഷ്കൃതവും മനുഷ്യത്വപൂർണവുമായ വിദേശഭരണം സ്ഥാപിക്കുകയാണ് ബ്രിട്ടീഷുകാർ ചെയ്തത്.

2. മുസ്ലിങ്ങൾ ഹിന്ദുക്കളെ നിർദ്ദയം മർദ്ദിക്കുകയും പീഡിപ്പിക്കുകയും ചെയ്തിരുന്നു. ഈ ക്രൂരതയിൽനിന്ന് ഹിന്ദുക്കളെ മോചിപ്പിച്ചത് ബ്രിട്ടീഷുകാരാണ്. അതുകൊണ്ട് ഹിന്ദുക്കൾ ബ്രിട്ടീഷുകാരോടു കടപ്പെട്ടിരിക്കുന്നു. ബ്രിട്ടീഷ് ഭരണത്തിനു പൂർണ പിൻതുണ നൽകേണ്ടത് അവരുടെ ബാധ്യതയത്രെ.

3. ഹിന്ദുക്കളും മുസ്ലിങ്ങളും എന്നും പരസ്പരം വാളോങ്ങിയേ നിന്നിട്ടുള്ളു. ഒരു മൂന്നാം കക്ഷിയുടെ- ബ്രിട്ടീഷുകാരുടെ- അഭാവത്തിൽ അവർക്കു സമാധാനപരമായ ജീവിതം നയിക്കാനാവില്ല.

ഇന്ത്യയുടെ മധ്യകാലചരിത്രം എഴുതിയ എച്ച്. എം. എലിയറ്റ് എന്ന ബ്രിട്ടീഷ് ചരിത്രകാരൻ തന്റെ ഉദ്ദേശ്യം മറച്ചുപിടിച്ചില്ല. 'ബ്രീട്ടിഷ് ഭരണത്തിന്റെ വൻ പ്രയോജനത്തെക്കുറിച്ച് ഇന്ത്യക്കാരെ ബോധവൽക്കരിക്കാനും വളർന്നുവരുന്ന ദേശീയ ബുദ്ധിജീവികൾ പ്രാക് ബ്രിട്ടീഷ് ഇന്ത്യയെ

സംബന്ധിച്ച യാഥാർത്ഥ്യം ഗ്രഹിക്കാനും അതുവഴി ബ്രിട്ടീഷ് സാമ്രാജ്യത്വത്തിനെതിരെ അവർ തുടങ്ങിവച്ച വിമർശനം അവസാനിപ്പിക്കാനും' വേണ്ടിയാണ് താൻ ഇന്ത്യാ ചരിത്രരചന നടത്തുന്നതെന്ന് അദ്ദേഹം തുറന്നടിക്കുകയുണ്ടായി.

ബ്രിട്ടീഷുകാർ തന്ത്രപൂർവ്വം ഒരുക്കിവച്ച കെണിയിൽ ഹിന്ദുക്കളും മുസ്ലിങ്ങളും എളുപ്പത്തിൽ ചെന്നുചാടി. ഇരുവിഭാഗവും താന്താങ്ങളുടെ സമുദായത്തിൽ ഭീതിയും അരക്ഷിതബോധവും വിയോജന മനോഭാവവും പരസമുദായദ്വേഷവും സൃഷ്ടിക്കാനുതകുന്ന രൂപത്തിൽ ഭൂതകാല ചരിത്രത്തെ വ്യാഖ്യാനിക്കുന്നതിൽ വ്യാപൃതരായി. ദേശീയവാദികളായ ചരിത്രകാരന്മാർപോലും ഈ ദൗർബല്യത്തിനു വിധേയരാകാതിരുന്നില്ല. സാമുദായിക വാദികൾ തങ്ങൾക്ക് ആവശ്യമായ രൂപത്തിൽ ചരിത്രത്തെ വളച്ചൊടിക്കുമ്പോൾ അതിനെതിരിൽ ചരിത്രത്തിന്റെ ശാസ്ത്രീയ വ്യാഖ്യാനം ജനസമക്ഷം സമർപ്പിക്കുന്നതിൽ ദേശീയവാദികൾ പരാജയമടഞ്ഞു എന്നു തന്നെ വേണം പറയുക.

തുടക്കത്തിൽ സൂചിപ്പിച്ചതുപോലെ ഹൈന്ദവ സാമുദായിക വാദത്തിന്റെ വക്താക്കൾക്ക് 'വിനിഷ്ടമായ മഹത്തായ ഭൂതകാല'ത്തിലേക്ക് ജനശ്രദ്ധ തിരിച്ചുകൊണ്ടു മാത്രമേ സമുദായാംഗങ്ങളിൽ വർഗീയ വികാരം അങ്കുരിപ്പിക്കാൻ കഴിയുമായിരുന്നുള്ളൂ. മുസ്ലിം രാജാക്കന്മാർ നാടുഭരിച്ച മധ്യകാല ഘട്ടം അധഃപതനത്തിന്റെ കാലഘട്ടമാണെന്നു പറയണമെങ്കിൽ അതിനു മുമ്പുണ്ടായിരുന്ന കാലഘട്ടം ഐശ്വര്യത്തിന്റെയും ധന്യതയുടെയും കാലഘട്ടമായിരുന്നുവെന്നു സ്ഥാപിച്ചേതീരൂ. അതിനു പാകത്തിൽ ഇന്ത്യയുടെ പ്രാചീന ചരിത്രത്തെ നോക്കിക്കാണുന്ന ഒരു രീതി പതിനെട്ടാം ശതകത്തിന്റെ അന്ത്യപാദത്തിൽ റോയൽ ഏഷ്യാറ്റിക് സൊസൈറ്റിയുടെ സ്ഥാപനത്തോടെ ഇവിടെ ശക്തി പ്രാപിച്ചു കഴിഞ്ഞിരുന്നു.

ഇന്ത്യയുടെ പൗരാണിക പാരമ്പര്യവുമായി ബന്ധപ്പെട്ട കൃതികളിലേക്കു വിദേശികളായ പണ്ഡിതന്മാരുടെയും ശ്രദ്ധ തിരിഞ്ഞു. പില്ക്കാലത്ത് ഇൻഡോളജിസ്റ്റുകൾ എന്നോ ഓറിയന്റലിസ്റ്റുകൾ എന്നോ വിശേഷിപ്പിക്കപ്പെട്ട ഈ പണ്ഡിതന്മാരിൽ സംസ്കൃതഭാഷ വശമാക്കിയവർ ആര്യഭാഷ സംസാരിക്കുന്ന ജനതയുടെ സംസ്കാരത്തിന്റെ ആരാധകർ തന്നെയായി മാറി. അവർ സംസ്കൃത-ഗ്രീക്കു സംസ്കാരങ്ങൾക്ക് ഒരു പൊതുപൈതൃകമാണുള്ളതെന്ന സിദ്ധാന്തം ആവിഷ്കരിക്കുകയും ഇന്ത്യയിലെ ആര്യൻ സംസ്കാരത്തെയും യൂറോപ്പിലെ ഗ്രീക്കു സംസ്കാരത്തെയും പരസ്പരം ബന്ധപ്പെടുത്തുകയും ചെയ്തു. ഇന്ത്യയിലെ വേദകാലഘട്ടത്തെ വാനോളം വാഴ്ത്താനും അവർ മറന്നില്ല.

യാഥാസ്ഥിതിക ഹിന്ദുവീക്ഷണത്തോട് അങ്ങേയറ്റം പൊരുത്തപ്പെടുന്ന ഈ ചിന്താധാര പില്ക്കാലത്തു പിന്തുടർന്ന ഭാരതീയ ചരിത്രകാരന്മാർ,

പ്രാചീന ഇന്ത്യൻ സംസ്കാരത്തെ മഹത്ത്വവത്കരിക്കുവാൻ ഇൻഡോളജിസ്റ്റുകളെ പ്രേരിപ്പിച്ച ചേതോവികാരമെന്തെന്ന് ആരായുവാൻ മിനക്കെടുകയുണ്ടായില്ലെന്നു റൊമീള ഥാപ്പർ ന്യായമായി ആരോപിച്ചിട്ടുണ്ട്. പ്രാക്തന ഇന്ത്യൻ സംസ്കാരത്തിൽ ആവേശംകൊണ്ട ഇൻഡോളജിസ്റ്റുകളിൽ മിക്കവരും സ്വസമൂഹത്തിൽനിന്ന് അന്യവത്കരിക്കപ്പെട്ടവരായിരുന്നു. വ്യവസായവൽക്കരണത്തെത്തുടർന്നു യൂറോപ്പിൽ പ്രകടമായിക്കൊണ്ടിരുന്ന അഭൂതപൂർവ്വമായ പരിവർത്തനങ്ങൾ ഉൾക്കൊള്ളാൻ അവർക്കു സാധിച്ചതേയില്ല. തന്മൂലം മറ്റിടങ്ങളിൽ വിശിഷ്യാ പൗരാണിക പൗരസ്ത്യ സംസ്കാരങ്ങളിൽ കാല്പനിക സ്വർഗം കണ്ടെത്താൻ അവർ ശ്രമിച്ചു.

ഇത്തരം ഒരു കാല്പനികസ്വർഗം നെയ്തെടുക്കുമ്പോൾ അവർ പ്രധാനമായും ഊന്നിയത് പൗരാണിക ഇന്ത്യൻ സംസ്കാരത്തിന്റെ ആത്മീയ സ്വഭാവത്തിലാണ്. തൽഫലമായാണ് പ്രാചീനഭാരതീയർ ആത്മീയവും ദാർശനികവുമായ അന്വേഷണങ്ങളിൽ സദാ വ്യാപൃതരായിരുന്നുവെന്നും ദൈനംദിന ജീവിതവുമായി ബന്ധപ്പെട്ട ലൗകികകാര്യങ്ങളിൽ അവർ നിശ്ശേഷം വിമുഖരായിരുന്നുവെന്നുമുള്ള ധാരണ ആഴത്തിൽ വേരൂന്നിയത്. ഈ ധാരണയിലെ ശരിയും തെറ്റും ചികഞ്ഞു നോക്കുവാൻ തുടക്കത്തിൽ ആരും ശ്രമിച്ചതേയില്ല.

യാഥാർത്ഥ്യത്തെക്കാളേറെ മിഥ്യകളാണ് ഇന്ത്യൻ ആത്മീയതയുടെ പേരിൽ സംപ്രേക്ഷണം ചെയ്യപ്പെട്ടത്. പലരെ സംബന്ധിച്ചിടത്തോളവും ആത്മീയത എന്നാൽ ധ്യാനമഗ്നമായ നിലനില്പ് എന്നാണ് അർഥം. പ്രാചീന ഇന്ത്യയിലെ ജനങ്ങൾ ധ്യാനത്തിലും ആദ്ധ്യാത്മിക ജ്ഞാനാന്വേഷണത്തിലും മുഴുകിക്കഴിഞ്ഞു എന്നാണ് മൊത്തത്തിൽ പ്രചരിപ്പിക്കപ്പെട്ടത്. ഉത്പാദനപ്രവർത്തനങ്ങളുമായി ബന്ധപ്പെടേണ്ടിയിരുന്നില്ലാത്ത ഒരു ചെറിയ ന്യൂനപക്ഷത്തിനു ധ്യാനത്തിൽ മുഴുകിയിരിക്കാൻ വേണ്ടത്ര ഒഴിവുസമയം ലഭിച്ചിരുന്നതുകൊണ്ട് അവരിൽ ചിലർ ഭക്തിയും ധ്യാനവും വ്രതവുമായി കഴിഞ്ഞുകൂടിയിരിക്കാം. പക്ഷേ സമൂഹത്തിലെ ഭൂരിപക്ഷത്തിന്റെ കാര്യത്തിൽ മറിച്ചായിരുന്നു സ്ഥിതി. ഋഷിയാവാനും തപോവനങ്ങളിൽ കഴിഞ്ഞുകൂടാനും അവർക്കു സമയം ലഭിച്ചിരുന്നില്ല.

ഇവിടെ ഓർത്തിരിക്കേണ്ട മറ്റൊരു കാര്യംകൂടിയുണ്ട്. പൗരാണിക ഭാരതീയസമൂഹം എത്രത്തോളം ആത്മീയമായിരുന്നോ അത്രത്തോളംതന്നെ ആത്മീയമായിരുന്നു പൗരാണിക ഗ്രീക്ക്-അറബി-ചൈനീസ് സംസ്കാരങ്ങളും. ആ രാജ്യങ്ങളിൽനിന്ന് ഇന്ത്യയിൽ വന്ന പൗരാണിക സന്ദർശകർ ആരും ഇന്ത്യയിലെ ആത്മീയതയെക്കുറിച്ചു വിശേഷവിധിയായി യാതൊന്നും രേഖപ്പെടുത്തിയിട്ടില്ല എന്ന് റൊമീളാ ഥാപ്പർ ചൂണ്ടിക്കാണിച്ചിട്ടുണ്ട്. തങ്ങളുടെ രാജ്യങ്ങളിൽനിന്നു ഭിന്നമായ വിധത്തിൽ ആത്മീയതയുടെ അതിപ്രസരം ഇവിടെയുണ്ടായിരുന്നുവെങ്കിൽ സഞ്ചാരികൾ അതു തീർച്ചയായും

രേഖപ്പെടുത്തുമായിരുന്നു. തന്നെയുമല്ല, പൗരാണിക ഹൈന്ദവ വീക്ഷണ മനുസരിച്ച് പുരുഷാർഥങ്ങൾ ധർമ്മം, അർഥം, കാമം, മോക്ഷം എന്നിവ യത്രേ. മനുഷ്യജീവിതത്തിന്റെ ഈ നാലു ലക്ഷ്യങ്ങളിൽ അവസാനത്തേതു മാത്രമേ ശുദ്ധ ആത്മീയതയുമായി ബന്ധപ്പെട്ടുകിടക്കുന്നുള്ളു. അർഥ (സമ്പത്ത്)വും കാമ (ലൈംഗികസുഖം)വും അവ രണ്ടും നേടുന്നതിനു സഹായകമായി നിലനില്ക്കേണ്ട ധർമ്മ(നിയമങ്ങൾ)വും തികച്ചും ഭൗതിക മാണ്.

ചരിത്രത്തെ വർഗീയാടിസ്ഥാനത്തിൽ സമീപിച്ചവർ പ്രാചീന ഇന്ത്യൻ സമൂഹത്തിലെ ഭിന്നവിഭാഗങ്ങൾക്കിടയിൽ നിലനിന്ന സംഘർഷം മൂടി വയ്ക്കാൻ ശ്രമിച്ചതായി കാണാം. അതേ അവസരത്തിൽ മധ്യകാല ഇന്ത്യ യിൽ ഹിന്ദുക്കളും മുസ്ലിങ്ങളും തമ്മിൽ രൂക്ഷമായ സംഘർഷം അടിക്കടി ഉണ്ടായിക്കൊണ്ടിരുന്നു എന്നു കാണിക്കാൻ അവർ പ്രത്യേക താത്പര്യം കാണിച്ചതായി കണ്ടെത്താനാവും.

റൊമീളാ ഥാപ്പർ വ്യക്തമാക്കിയതുപോലെ, സിംഹാസനത്തിനുവേണ്ടി യുള്ള കടിപിടി, കൊല, യുദ്ധം തുടങ്ങിയ കാര്യങ്ങളെക്കുറിച്ചു ലഭിച്ചിട്ടുള്ള തെളിവുകളിൽനിന്ന് പ്രാചീന ഇന്ത്യയിൽ രാഷ്ട്രീയസംഘർഷങ്ങൾ നിലനിന്നു പോന്നു എന്നു സ്പഷ്ടമാണ്. വിവിധ ജനവിഭാഗങ്ങൾക്കിടയിൽ സംഘട്ടന ങ്ങൾ നടന്നിരുന്നില്ലെങ്കിൽ അശോക ചക്രവർത്തി സഹിഷ്ണുതയുടെ ആവശ്യകതയെക്കുറിച്ച് ആവർത്തിച്ചാവർത്തിച്ച് ഉദ്ബോധനം നടത്തേണ്ട തില്ലായിരുന്നു. ബ്രാഹ്മണരും ചാർവ്വാകരും തമ്മിൽ അഭിപ്രായസമന്വയ മുണ്ടായിരുന്നുവെങ്കിൽ ബ്രാഹ്മണരുടെ ദർശനസാഹിത്യത്തിൽനിന്ന് ചാർവ്വാകരെക്കുറിച്ചുള്ള പരാമർശങ്ങൾ നീക്കം ചെയ്യപ്പെടുകയില്ലായിരുന്നു.

മധ്യകാലഘട്ടത്തിൽ മതത്തെ മുൻനിർത്തി ഹിന്ദുക്കളും മുസ്ലിങ്ങളും തമ്മിൽ സംഘട്ടനങ്ങളിൽ ഏർപ്പെട്ടിരുന്നു എന്ന വാദം എത്രത്തോളം സ്വീകാര്യമാണ്? ഒരു മതസമുദായം എന്ന നിലയിൽ മുസ്ലിങ്ങൾ ഏകോദര സഹോദരങ്ങളെപ്പോലെ വർത്തിച്ചുവെന്നും അവർ 'ശത്രുസമുദായ'മായ ഹിന്ദുക്കളോടു മാത്രം സംഘട്ടനങ്ങളിലേർപ്പെട്ടുവെന്നുമാണല്ലോ ഈ വാദത്തിന്റെ പിന്നിലുള്ള ധ്വനി. എന്നാൽ ഡൽഹി സുൽത്താൻമാർ തൊട്ട് മുഗൾ ചക്രവർത്തിമാർ വരെയുള്ളവരുടെ ചരിത്രം പരിശോധിക്കുമ്പോൾ മറ്റൊരു യഥാർത്ഥ്യത്തിലാണ് നാം ചെന്നുമുട്ടുന്നത്. ചെങ്കോലിന്റെയും കിരീടത്തിന്റെയും പേരിൽ മുസ്ലിം കൊട്ടാരങ്ങളിൽ പിതൃഹത്യയും ഭ്രാതൃഹത്യയും ഏറക്കുറെ നിത്യസംഭവങ്ങളായിരുന്നു. മുഗൾ ചക്രവർത്തി ഷാജഹാൻ സിംഹാസനത്തിലേറിയത് സ്വസഹോദരന്മാരായ ഖുസ്രു വിനെയും ഷാഹ്രിയാറെയും വധിച്ചു കൊണ്ടാണ്. ഷാജഹാന്റെ മൂന്നാ മത്തെ പുത്രൻ ഔറംഗസീബ് തന്റെ രണ്ടു സഹോദരൻമാരെ കൊലപ്പെടു ത്തുകയും മൂന്നാമനെ കാരാഗൃഹത്തിലടയ്ക്കുകയും സ്വന്തം പിതാവിനെ

മരണംവരെ ആഗ്രാകോട്ടയിൽ ശുദ്ധജലം പോലും നിഷേധിച്ചുകൊണ്ടു തടവിലിടുകയും ചെയ്തുകൊണ്ടാണ് ശിരസ്സിൽ കിരീടമണിഞ്ഞത്. ഇസ്‌ലാം എന്നതായിരുന്നില്ല, 'താഖത് യാ തഖ്താ' (കിരീടം അല്ലെങ്കിൽ ശവകുടീരം) എന്നതായിരുന്നു അവരുടെ മുദ്രാവാക്യം.

മധ്യകാല ഇന്ത്യയിൽ മുസ്‌ലിം ഭരണവർഗത്തിനിടയിൽ നിലനിന്ന വൈരുദ്ധ്യങ്ങളും സംഘർഷങ്ങളും മറച്ചുപിടിക്കുകയും ആ കാലഘട്ടത്തെ അനന്തമായ ഹിന്ദു-മുസ്‌ലിം സ്പർദ്ധയുടെ കാലഘട്ടമായി ചിത്രീകരിക്കുകയും ചെയ്യുവാനുള്ള ശ്രമമാണ് വർഗീയവാദികളുടെ ഭാഗത്തുനിന്നുണ്ടായിട്ടുള്ളത്. അവരുടെ കാഴ്ചപ്പാടിൽ, പരസ്പരം സംലയിക്കാതെ എന്നും വേർതിരിഞ്ഞുനിന്ന രണ്ടു ശത്രുസമുദായങ്ങളത്രേ ഹിന്ദുക്കളും മുസ്‌ലിങ്ങളും. അവർ തികച്ചും വ്യതിരിക്തമായ രണ്ടു സംസ്ക്കാരങ്ങൾക്കു പ്രതിനിധീഭവിച്ചു. ഭൂമിശാസ്ത്രപരമായ ഘടകങ്ങളിൽ നിന്ന് ഉൽഭൂതമാകുന്ന സാംസ്കാരിക പൊരുത്തം പോലും ഈ രണ്ടു സമുദായങ്ങൾക്കിടയിൽ നിലനിന്നതായി വർഗീയവാദികൾ അംഗീകരിക്കുന്നില്ല.

ഹിന്ദുക്കളുടേതിൽനിന്നു തീർത്തും വേർതിരിഞ്ഞുനിന്ന ഒരു രാഷ്ട്രീയ-സാംസ്കാരിക അസ്തിത്വം ഇസ്ലാം മതം മുസ്‌ലിങ്ങൾക്കു പ്രദാനം ചെയ്യുന്നു എന്ന നിലപാടാണ് മുസ്ലിം വർഗീയവാദികൾ സ്വീകരിച്ചത്. അതുകൊണ്ടു തന്നെ ഒരു സാംസ്കാരിക സംലയനത്തിനുള്ള സാധ്യതപോലും അവർ തള്ളിക്കളഞ്ഞു. ശരിഅത്ത് വിവാദത്തിന്റെ പശ്ചാത്തലത്തിൽ മുസ്‌ലിം മൗലികവാദികൾ ചെയ്തതുപോലെ, 1940-കളിൽ ജിന്നയും മുസ്‌ലിങ്ങളുടെ സാംസ്കാരിക വ്യതിരിക്തതയിലാണ് ശക്തിയായി ഊന്നിയത്. ഹിന്ദു-മുസ്‌ലിം ഐക്യം അസാധ്യമാണെന്ന നിലപാട് ജിന്നയെപ്പോലുള്ളവർ ഉയർത്തിപ്പിടിച്ചപ്പോൾ ഇപ്പുറത്ത് സവർക്കറും ഗോൾവാൾക്കറും സമാന മനസ്കരും 'മുഹമ്മദ് ഗസ്നിയുടെ കാലം തൊട്ടു തുടങ്ങിയ അറുതിയില്ലാത്ത സ്പർദ്ധ'യുടെ ഭീകരചിത്രം അനാവരണം ചെയ്യുകയായിരുന്നു.

ഹിന്ദു-മുസ്‌ലിം സംഘർഷത്തിന് കടുംചായം നൽകാനുള്ള തിരക്കിൽ, ബിപിൻചന്ദ്ര വ്യക്തമാക്കിയതുപോലെ, ഇന്ത്യയിലെ മധ്യകാല മുസ്‌ലിം രാജ ഭരണത്തെ വിദേശഭരണമായി ഹിന്ദുവർഗീയവാദികൾ മുദ്രകുത്തി. ഒരു വൈദേശികമതം പിൻതുടരുന്നു എന്നതായിരുന്നു മുസ്‌ലിങ്ങളെ വിദേശികളായി കാണാൻ പ്രേരിപ്പിച്ച ഘടകം. പഞ്ചാബിലേയോ കാശ്മീരിലേയോ ഇന്ത്യയിലെ മറ്റേതെങ്കിലും പ്രദേശത്തേയോ ഹിന്ദുക്കൾ ഇസ്ലാം സ്വീകരിച്ചു കഴിഞ്ഞാൽ അവരും വിദേശികളായാണ് പരിഗണിക്കപ്പെട്ടത്. ഒരാൾ ഇന്ത്യക്കാരനായി പരിഗണിക്കപ്പെടണമെങ്കിൽ അയാൾ ഇന്ത്യയിൽ ജനിച്ചു വളർന്നാൽമാത്രം പോരാ, ഇന്ത്യയിൽ പിറന്ന ഒരു മതത്തിൽ വിശ്വസിക്കുകയും വേണം എന്നാണിതിനർത്ഥം. ഭാരതീയതയെ അഥവാ ദേശീയതയെ മതവുമായി കൂട്ടിക്കുഴച്ച് വൈദേശിക ഉത്പത്തിയുള്ള മതങ്ങൾ പിൻതുടരുന്ന

മുസ്‌ലിങ്ങൾ, ക്രൈസ്തവർ, പാർസികൾ എന്നിവരെ അഭാരതീയരായി ചിത്രീകരിക്കാൻ ഇതു സഹായകമായി. 'ഹിന്ദുത്വ'യിൽ സവർക്കറും 'നാം അഥവാ നമ്മുടെ രാഷ്ട്രത്തിന്റെ നിർവചന'ത്തിൽ ഗോൾവാൾക്കറും അവതരിപ്പിക്കുന്നത് ഈ കാഴ്ചപ്പാടത്രെ. അവരുടെ അഭിപ്രായത്തിൽ ഭാരതീയ ഉത്പത്തിയുള്ള മതം പിൻതുടരുന്നവനാണ് ഭാരതീയൻ അഥവാ ഹിന്ദു. അയാൾക്കു മാത്രമേ ഇന്ത്യയെ 'പുണ്യഭൂമി'യായി കാണാൻ കഴിയൂ. മുസ്‌ലിങ്ങൾ മുസ്‌ലിങ്ങളായി തുടരുന്നു എന്നത് അവർക്കു ഭാരതീയ സമൂഹത്തിൽ സംലയിക്കാൻ സാധിക്കുകയില്ല എന്നും അവരിപ്പോഴും വിദേശികളായി ത്തന്നെ തുടരുന്നു എന്നുമാണ് കാണിക്കുന്നത്.

മേല്പറഞ്ഞ നിഗമനത്തിൽ നിന്നു കടുകിട മാറാൻ കഴിയാതെ പോയതു കൊണ്ടാണ് സവർക്കർക്കും ഗോൾവാൾക്കർക്കും ഇന്ത്യൻ മുസ്‌ലിങ്ങളെ അഭാരതീയരായി ചിത്രീകരിക്കേണ്ടിവന്നത്. മുസ്‌ലിങ്ങൾ ഇന്ത്യയെ തങ്ങളുടെ മാതൃഗേഹമായി കാണുന്നില്ലെന്നു ഗോൾവാൾക്കറും മുസ്‌ലിങ്ങളെ സംബന്ധി ച്ചിടത്തോളം ഇന്ത്യ 'വെറും ഒരു താത്ക്കാലിക വാസസ്ഥല'മാണെന്നു സവർക്കറും കുറ്റപ്പെടുത്തിയത് ഇത്തരുണത്തിൽ ഓർക്കാവുന്നതാണ്.

മുസ്‌ലിങ്ങളെ വിദേശികളായി മുദ്രകുത്തുന്ന സാമ്രാജ്യത്വ ചരിത്രകാരന്മാരുടെയും ഹിന്ദുവർഗീയവാദികളുടെയും സമീപനം മുസ്‌ലിം വർഗീയവാദികൾക്കു സഹായകമായി ഭവിച്ചു. ഒരു സമുദായം എന്ന നിലയ്ക്കു തങ്ങളുടെ വ്യതിരിക്തത അനിഷേധ്യമാണെന്നു പ്രഖ്യാപിക്കാൻ അത് അവർക്ക് അവസരം നൽകി. മുസ്‌ലിങ്ങൾ ഇന്ത്യക്കാരല്ല എന്നല്ല, അവർ ഇന്ത്യയിലെ ഹിന്ദുക്കളിൽനിന്ന് സാമൂഹികമായും സാംസ്കാരികമായും വിഭിന്നത പുലർത്തുന്ന ഒരു പ്രത്യേക വിഭാഗമാണെന്നാണ് മുസ്‌ലിം സാമുദായിക വാദികൾ സാവേശം പ്രചരിപ്പിച്ചത്. ദ്വിരാഷ്ട്രവാദത്തിന് അടിത്തറയായി വർത്തിച്ചത് ഈ നിലപാടത്രേ.

വർഗീയതയുടെ പ്രത്യയശാസ്ത്രകാരന്മാർ മധ്യകാല ഇന്ത്യാചരിത്രത്തെ വ്യാഖ്യാനിക്കുമ്പോൾ ഊന്നൽ നൽകിയത് പ്രധാനമായി രണ്ടു കാര്യങ്ങളിലാണ്. മധ്യകാല ഇന്ത്യയിൽ മുസ്‌ലിങ്ങൾ ഭരണവർഗവും ഹിന്ദുക്കൾ ഭരണീയരുമായിരുന്നു എന്നതാണ് ഒന്ന്. രണ്ടാമത്തേത് ഈ കാലഘട്ടത്തിൽ മുസ്‌ലിങ്ങൾ മതവിശ്വാസത്തിന്റെ പേരിൽ ഹിന്ദുക്കളെ ക്രൂരമായി പീഡിപ്പിച്ചു എന്നതും.

മധ്യകാല ഇന്ത്യയിൽ മുസ്‌ലിങ്ങൾ ഭരണവർഗവും ഹിന്ദുക്കൾ ഭരണീയരുമായിരുന്നു എന്ന വാദത്തിൽ എത്രത്തോളം കഴമ്പുണ്ട്? നഗരങ്ങളിലും ഗ്രാമങ്ങളിലുമുള്ള പട്ടിണിപ്പാവങ്ങളായ മുസ്‌ലിം ജനസാമാന്യം ഉൾപ്പെടെയുള്ള എല്ലാ മുസ്‌ലിങ്ങളും ഭരണവർഗത്തിന്റെ ഭാഗവും ഹിന്ദുരാജാക്കൻമാരും പ്രഭുക്കൻമാരും സമീന്ദാർമാരും ഉദ്യോഗസ്ഥന്മാരും ഉൾപ്പെടെയുള്ള

മുഴുവൻ ഹിന്ദുക്കളും ഭരണീയരുമായിരുന്നു എന്നാണ് ഈ വാദത്തിന്റെ അർത്ഥം. യാഥാർത്ഥ്യമെന്താണ്? ഇരു സമുദായത്തിന്റെയും ഉപരിശ്രേണി യിലുള്ളവർ ഭരണ വർഗത്തിന്റെ ഭാഗവും അധോശ്രേണിയിലുള്ളവർ ഭരണീയരുമായിരുന്നു. അധോശ്രേണിയിലുള്ള ഹിന്ദുക്കളും മുസ്ലിങ്ങളും ഉപരിശ്രേണിയിലുള്ള ഹിന്ദു-മുസ്ലിം മേലാളൻമാരാൽ ഒരുപോലെ ചൂഷണം ചെയ്യപ്പെട്ടിരുന്നു. മുസ്ലിം ആധിപത്യം നിലനിന്നിടത്ത് ഹിന്ദുക്കൾക്കിട യിലെ ഉപരിവർഗം ഭരണവർഗത്തിന്റെ ഭാഗമായിരുന്നു എന്നതിന്റെ തെളിവു കളാണ് മുഗൾ സൈന്യാധിപൻമാരായിരുന്ന രാജാ ജയസിംഗും രാജാ മാൻസിംഗും. അതുപോലെ അമുസ്ലിം ആധിപത്യം നിലനിന്നിടത്ത് മുസ്ലിം ഉപരിവർഗം ഭരണവർഗത്തിൽനിന്നു പുറന്തള്ളപ്പെട്ടിരുന്നില്ല എന്നതിന്റെ തെളിവുകളാണ് റാണാ പ്രതാപന്റെ സൈനികമേധാവിയായിരുന്ന ഹക്കീം ഖാൻ സൂറും ശിവാജിയുടെ നാവികമേധാവിയായിരുന്ന ഇബ്രാഹിം ഗാർഡിയും.

മുസ്ലിങ്ങൾ ഭരണവർഗമായിരുന്നു എന്ന വാദം മുസ്ലിം വർഗീയ വാദികൾ വ്യാപകമായി ഉപയോഗിച്ചിട്ടുണ്ട്. ഏഴു നൂറ്റാണ്ടോളം ഇൻഡ്യ ഭരിച്ചത് മുസ്ലിങ്ങളാണെന്നും ബ്രിട്ടീഷുകാർ മുസ്ലിങ്ങളിൽനിന്നാണ് ഇൻഡ്യ പിടിച്ചെടുത്തതെന്നും അതുകൊണ്ട് ഇൻഡ്യയുടെ ഭരണം മുസ്ലി ങ്ങളെ തിരിച്ചേല്പിക്കുകയാണ് ബ്രിട്ടീഷുകാരുടെ ധാർമികബാധ്യതയെന്നും 1941-42 കാലത്ത് ജിന്ന പ്രസംഗിച്ചപ്പോൾ മുസ്ലിം ഭരണവർഗവാദം അദ്ദേഹ ത്തിന്റെ കൈകളിൽ ഒരായുധമായി മാറുകയായിരുന്നു. ഇപ്പുറത്ത് സവർക്കർ 'ഹിന്ദുരാഷ്ട്രദർശനി'ൽ മുസ്ലിംഭരണത്തെ 'ഹിന്ദുരാഷ്ട്രത്തിന്റെ മരണ വാറണ്ട്' ആയാണ് വിലയിരുത്തിയത്. അതായത്, മധ്യകാല ഇൻഡ്യയിൽ മുസ്ലിങ്ങൾ ഭരണവർഗമായിരുന്നു എന്ന വാദം മുസ്ലിം വർഗീയവാദി കളുടെ കൈകളിലെന്നപോലെ ഹിന്ദു വർഗീയവാദികളുടെ കൈകളിലും മൂർച്ചയേറിയ ഒരായുധമായി പരിണമിച്ചു.

മുസ്ലിം ഭരണവർഗവാദം ഒരുക്കിക്കൊടുത്ത തണലിലിരുന്ന് 'മുസ്ലി ങ്ങളുടെ നഷ്ടപ്പെട്ട മാഹാത്മ്യം' എന്ന മിഥ്യ പടുത്തുയർത്തുവാൻ മുസ്ലിം വർഗീയവാദികൾ ശ്രമിച്ചതായി കാണാം. ഇസ്ലാമിന്റെയും മുസ്ലിങ്ങളു ടെയും ശ്രേയസ്സിന്റെ കാലമായി മധ്യകാലഘട്ടത്തെ അവർ ചിത്രീകരി ക്കുകയും 'പഴയ ഓർമ്മകളി'ൽനിന്ന് ആവേശം ഉൾക്കൊള്ളാൻ അവർ ശ്രമിക്കുകയും ചെയ്തു. ഹിന്ദുവർഗീയവാദികളാകട്ടെ ഭരണീയർ എന്ന നിലയ്ക്കു ഹിന്ദുക്കളനുഭവിച്ച ദുരിതങ്ങളിൽ അടിവര ചാർത്താനും മധ്യകാല ഘട്ടത്തെ ഇന്ത്യാ ചരിത്രത്തിലെ രക്തരൂക്ഷിത കാലഘട്ടമായി വിലയിരുത്താനുമാണ് തുനിഞ്ഞത്. 'വിദേശികളായ മുസ്ലിങ്ങൾ' മതഭ്രാന്തു നിമിത്തം 'സ്വദേശികളായ ഹിന്ദുക്ക'ളെ നിഷ്കരുണം പീഡിപ്പിക്കാൻ ഏതേതെല്ലാം മുറകൾ സ്വീകരിച്ചു എന്നു ചികഞ്ഞുകണ്ടെത്തുന്നതിൽ അവർ അത്യന്തം ഉത്സുകരായി.

മധ്യകാല ഭരണത്തിനുനേരെ സാമ്രാജ്യത്വചരിത്രകാരൻമാർ കൈ ക്കൊണ്ട അതേ സമീപനം - അത് മുസ്ലിങ്ങളുടെ മർദ്ദനഭരണമായിരുന്നു

എന്ന സമീപനം - വിമർശനരഹിതമായി ഹിന്ദു വർഗീയവാദികൾ സ്വീകരിച്ചു. ഹിന്ദുക്കൾ നിരന്തരം പീഡിപ്പിക്കപ്പെട്ടതിന്റെയും അവരുടെ ക്ഷേത്രങ്ങൾ കൊള്ളയടിക്കപ്പെട്ടതിന്റെയും അവർ നിർബന്ധ മതപരിവർത്തനത്തിനു വിധേയമാക്കപ്പെട്ടതിന്റെയും വർണനകൾ മാത്രമായി ചുരുങ്ങി മധ്യകാല ഇന്ത്യാചരിത്രം. മുസ്‌ലിങ്ങളെ 'വധോത്സുക സംഘ'ങ്ങളും 'കടൽ കൊള്ളക്കാ'രും 'നമ്മുടെ പഴയ കടുത്ത ശത്രു'ക്കളും 'നശീകരണ ശക്തി'കളുമായി വിശേഷിപ്പിക്കാൻ ഗോൾവാൾക്കർക്കു രണ്ടുവട്ടം ആലോചിക്കേണ്ടിവന്നില്ല. 1938-ൽ 'ഹിന്ദുമഹാസഭയുടെയും ഹിന്ദുസംഘടനാ പ്രസ്ഥാനത്തിന്റെയും ചരിത്രവും പ്രവർത്തനവും' അവലോകനം ചെയ്തുകൊണ്ട് എഴുതിയ കൂട്ടത്തിൽ ഇന്ദ്രപ്രകാശ് മധ്യകാലഘട്ടത്തെ വിലയിരുത്തിയതു നോക്കൂ:

"വിദേശ ഭരണത്തിന്റേതായ ഈ കാലഘട്ടത്തിലെ ഹിന്ദുസ്ഥാന്റെ ചരിത്രം വധിക്കപ്പെട്ട ഹിന്ദുക്കളുടേയും അസഹിഷ്ണുതാപരമായ നടപടികളുടേയും തകർക്കപ്പെട്ട ക്ഷേത്രങ്ങളുടേയും നിർബന്ധ മതപരിവർത്തനം, വിവാഹം എന്നിവയുടേയും കൊലപാതകങ്ങളുടേയും കൂട്ടഹത്യകളുടേയും മർദ്ദക ഭരണാധികാരികളുടെ കാമ-മദ്യ പേക്കൂത്തുകളുടെയും ചരിത്രമാണ്."

മേല്പറഞ്ഞ ആരോപണങ്ങൾ എത്രത്തോളം ശരിയാണ്? ഇന്ദ്രപ്രകാശ് പറയുന്നതുപോലെ മധ്യകാലഘട്ടം ഹിന്ദുപീഡനത്തിന്റെ കാലഘട്ടമായിരുന്നുവോ? ഒരു മതസമുദായം എന്ന നിലയ്ക്ക് ഹിന്ദുക്കളെ ദ്രോഹിക്കുന്നതിൽ മുസ്‌ലിം ഭരണാധികാരികൾ പ്രത്യേകം ശ്രദ്ധിച്ചിരുന്നുവോ? മതപരമായ പരിഗണനകൾ എന്നതിലേറെ സാമ്പത്തിക-രാഷ്ട്രീയ പരിഗണനകളായിരുന്നില്ലേ അവരെ ഭരിച്ചിരുന്നത്? 'ഇന്ത്യയുടെ മധ്യകാല ചരിത്രവും വർഗീയതയും' എന്ന പ്രബന്ധത്തിൽ ഹർബൻസ്മുഖിയ ഈ വിഷയം അപഗ്രഥന വിധേയമാക്കുന്നുണ്ട്.

തുർക്കികൾ ഇന്ത്യയിൽ ഭരണം സ്ഥാപിച്ച രീതിയിലേക്കു കണ്ണോടിച്ചു നോക്കൂ. അവർ വൻതോതിൽ ഹിന്ദുക്കളെ കശാപ്പുചെയ്തുകൊണ്ടല്ല, മറിച്ചു ഹിന്ദുക്കളുടെ സഹായസഹകരണങ്ങൾ ഉറപ്പുവരുത്തിക്കൊണ്ടാണ് തങ്ങളുടെ ഭരണം സ്ഥാപിച്ചത്. മികച്ച സൈനിക ഘടനയും യുദ്ധതന്ത്രങ്ങളും കൈമുതലായുണ്ടായിരുന്നു തുർക്കികൾക്ക്. അവ ഉപയോഗിച്ച് ഹിന്ദു-ഭരണാധികാരികളെ പരാജയപ്പെടുത്തിയ അവർ ചക്രവർത്തിമാർക്കു നേരെ താഴെയുള്ള രാജ, റാണ, സമീന്ദാർ, ചൗധരി തുടങ്ങിയ ഹിന്ദുഭരണാധികാരി വർഗവുമായി രാജിയാവുകയാണുണ്ടായത്, ഇക്കൂട്ടർ തുർക്കികൾക്കു നിശ്ചിത കപ്പം പ്രതിവർഷം കൊടുത്തുകൊള്ളണമെന്ന നിബന്ധന മാത്രമേ ഉണ്ടായിരുന്നുള്ളു. എന്നുവച്ചാൽ ഭരണത്തിന്റെ ഉത്തുംഗശ്രേണിയിലൊഴിച്ച് മറ്റെല്ലാ ശ്രേണികളിലും ഹിന്ദുക്കളുടെ ആധിപത്യം തുടരുക തന്നെയാണ് ചെയ്തത്. ഹിന്ദുക്കൾ ഫലത്തിൽ തുർക്കികൾക്കുവേണ്ടി ഭരണം നടത്തിക്കൊടുക്കുകയായിരുന്നു എന്നതാണ് യാഥാർത്ഥ്യം.

തുർക്കികൾ നടത്തിയ ആക്രമണത്തിനെതിരിൽ ജനകീയമായ ചെറുത്തുനില്പ് ഉണ്ടായില്ലെന്നതു ശ്രദ്ധിക്കപ്പെടേണ്ട വസ്തുതയാണ്. പിന്നീടു നടന്ന മുഗൾ ആക്രമണത്തിനെതിരിലും ജനകീയ ചെറുത്തുനില്പ് പൊങ്ങിവന്നില്ല. ഇതു സൂചിപ്പിക്കുന്നത് നിലവിലുള്ള ഭരണാധികാരികൾക്കുവേണ്ടി പോരാടാൻ ജനങ്ങൾക്കു പ്രചോദനം നൽകുന്ന യാതൊന്നും അന്നത്തെ രാഷ്ട്രീയ-സാമ്പത്തിക സംവിധാനത്തിൽ ഉണ്ടായിരുന്നില്ല എന്നാണ്.

തുർക്കികൾ രാജസ്ഥാൻ ആക്രമിച്ചപ്പോൾ അവിടെ ഭരണം നടത്തിയിരുന്നത് രജപുത്രരാണ്. അവരുടെ പൂർവ്വികർ തുർക്കികളുടെ അതേ നാട്ടുകാർ തന്നെയായിരുന്നതുകൊണ്ട് ഭരണീയരെ സംബന്ധിച്ചിടത്തോളം രണ്ടുകൂട്ടരും ഏറക്കുറെ ഒരു പോലെയായിരുന്നു. രജപുത്രരായ തങ്ങളുടെ യജമാനൻമാരിൽ കണ്ടതിലേറെ ദോഷങ്ങൾ തുർക്കികളിൽ അവർക്കു കാണാൻ കഴിഞ്ഞില്ല. ഉപരിശ്രേണിയിലല്ലാതെ ഇതര രാഷ്ട്രീയ- സാമൂഹ്യ മണ്ഡലങ്ങളിൽ തുർക്കികൾ യാതൊരു മാറ്റവും വരുത്തിയില്ല എന്നതും ജനകീയമായ ചെറുത്തുനില്പിനുള്ള സാധ്യതകൾ ഇല്ലാതാക്കി.

അതായത്, സംഘർഷങ്ങളും വൈരുദ്ധ്യങ്ങളും നിലനിന്നത് ഭരണവർഗതലത്തിൽ മാത്രമാണ്. തുർക്കികളായാലും മുഗളരായാലും ജനസാമാന്യത്തോടല്ല, നേരെ മറിച്ച് നിലവിലുണ്ടായിരുന്ന ഭരണാധികാരികളോടാണ് ഏറ്റുമുട്ടിയത്. ആക്രമണകാരികളും ആക്രമണത്തിനു വിധേയരായ ഭരണാധികാരികളും രാജ്യത്തിന്റെ പൊതുനന്മയല്ല, താന്താങ്ങളുടെ അധികാര ഭദ്രതയാണ് ലക്ഷ്യം വെച്ചത്. ബാബർ മുഗൾ സാമ്രാജ്യത്തിന് അടിത്തറ പാകുമ്പോൾ ജനനന്മയല്ല തന്റെ അധികാര സ്ഥാപനമാണ് മുമ്പിൽ കണ്ടത്. തികച്ചും അതേ രീതിയിൽ റാണാപ്രതാപസിംഹൻ മുഗളർക്കെതിരിൽ ധീരമായി പോരാടുമ്പോൾ ഇന്ത്യയോ രജപുത്താനയോ തന്റെ ജനതയോ ആയിരുന്നില്ല അദ്ദേഹത്തിന്റെ കൺമുമ്പിൽ; അദ്ദേഹം പോരാടിയത് തന്റെ വരുതിയിലുള്ള ഭൂപ്രദേശത്തു തന്റെ അധികാരം നിലനിർത്താനായിരുന്നു.

ഈ പശ്ചാത്തലത്തിലാണ് മധ്യകാല ഇന്ത്യയിൽ ഭരണം നടത്തിയ മുസ്‌ലിം ഭരണാധികാരികൾക്കെതിരെ വിശേഷിച്ചും അക്കാലത്തിവിടെ ജീവിച്ച മുസ്‌ലിങ്ങൾക്കെതിരെ പൊതുവെയും ഉന്നയിക്കപ്പെടുന്ന നിർബന്ധ മതപരിവർത്തനം തുടങ്ങിയ ആരോപണങ്ങൾ പരിശോധിക്കപ്പെടേണ്ടത്.

ഹിന്ദുക്കളെ വൻതോതിൽ ഇസ്ലാമിലേക്കു മതപരിവർത്തനം നടത്തുന്നതിൽ സ്റ്റേറ്റ് മുഴുകിയിരുന്നുവെന്നു സൂചിപ്പിക്കുന്ന തെളിവുകൾ ഒന്നുമില്ലെന്ന് ഹർബൻസ് മുഖിയ തറപ്പിച്ചു പറയുന്നു. രാഷ്ട്രീയപ്രാധാന്യമുള്ള വ്യക്തികളെയോ കുടുംബങ്ങളെയോ മതപരിവർത്തനം ചെയ്യിക്കുന്നതിൽ മാത്രമേ സ്റ്റേറ്റിനു താല്പര്യമുണ്ടായിരുന്നുള്ളൂ. അതിന്റെ പിന്നിലുള്ള പ്രചോദനമാകട്ടെ മതപരമായിരുന്നില്ല, പൂർണമായും രാഷ്ട്രീയമായിരുന്നു.

ഹിന്ദുക്കളുടെമേൽ 'ജിസിയ' എന്ന പ്രത്യേക നികുതി ചുമത്തിയത് അവരെ ഇസ്ലാമിലേക്കു തെളിച്ചുകൊണ്ടുപോകുന്നതിന് വേണ്ടിയായിരുന്നു എന്നു വാദിക്കുന്നവരുണ്ട്. പക്ഷേ, ഹിന്ദു മുസ്ലിമാകുന്നതുകൊണ്ട് നികുതിയിൽ നിന്ന് ഒഴിവാകുന്നില്ല എന്നതാണ് യാഥാർത്ഥ്യം. ഹിന്ദുക്കൾ ജിസിയ നൽകുന്നുവെങ്കിൽ മുസ്ലിങ്ങൾ സക്കാത്തു നൽകണം. സക്കാത്ത് എന്നതു മുസ്ലിങ്ങൾമാത്രം നൽകേണ്ട നിർബന്ധ നികുതിയാണ്.

ജിസിയ ഒരു മതനികുതിതന്നെയാണെന്ന് വാദത്തിനുവേണ്ടി സമ്മതിച്ചാൽതന്നെ മറ്റൊരു ചോദ്യം ഉയർന്നുവരും. ഒരു നിസ്സാര തുക ലാഭിക്കാൻ വേണ്ടി ഹിന്ദുക്കൾ തങ്ങളുടെ പരമ്പരാഗത മതം ഉപേക്ഷിക്കുമോ? മതം കൈവെടിഞ്ഞാൽതന്നെ അവർക്കു ലാഭമുണ്ടാകുന്ന പ്രശ്നമില്ല. മുസ്ലിങ്ങൾ എന്നനിലയ്ക്ക് അവർ സക്കാത്ത് എന്ന നികുതി ഒടുക്കിയേ മതിയാവൂ. അപ്പോൾ മറ്റൊരു വാദം ഉന്നയിക്കപ്പെട്ടേക്കാം. ജിസിയ സക്കാത്തിനേക്കാൾ കൂടുതലായിരുന്നു എന്നതാണത്, അങ്ങനെയാണെങ്കിൽത്തന്നെ സ്റ്റേറ്റിന്റെ വിഭവശേഷി വർധിപ്പിക്കാൻ കണ്ടെത്തിയ അനേകം നടപടികളിൽ ഒന്നു മാത്രമായിരുന്നു അതെന്നു കരുതുന്നതല്ലേ കൂടുതൽ യുക്തിസഹം?

ഇസ്ലാമികവത്കരണത്തിന്റെ ഭാഗമായി ക്ഷേത്രങ്ങൾ നശിപ്പിച്ചു എന്ന വാദം ഇതിലേറെ ബാലിശമാണ്. ഹിന്ദുക്കളെ ഇസ്ലാമിലേക്ക് ആകർഷിക്കുക എന്നതാണ് ഉദ്ദേശ്യമെങ്കിൽ അതിനേതായാലും ക്ഷേത്രധ്വംസനം ഉപകരിക്കില്ല. ഒരു ജനവിഭാഗത്തിന്റെ ഹൃദയം കവരുന്നതിന് അവരുടെ ആരാധനാലയങ്ങൾ തല്ലിത്തകർക്കുകയാണ് ഫലപ്രദമായ മാർഗമെന്ന് ആരും കരുതില്ലല്ലോ. ഇതിൽനിന്ന് ഒരൊറ്റ നിഗമനത്തിലേ നമുക്ക് എത്തിച്ചേരാനാവൂ: ക്ഷേത്രധ്വംസനങ്ങൾ തുടർച്ചയായി ഉണ്ടായെങ്കിൽ ഹിന്ദുക്കളുടെ മതപരിവർത്തനം എന്നതായിരുന്നില്ല മറ്റെന്തോ ആയിരുന്നു അവയുടെ പിന്നിലെ താത്പര്യം.

ആ താത്പര്യം എന്തായിരുന്നുവെന്നു കണ്ടെത്തണമെങ്കിൽ ക്ഷേത്രധ്വംസനത്തിന്റെ സ്വഭാവത്തിലേക്കു കണ്ണോടിക്കണം. ധ്വംസിക്കപ്പെട്ട ക്ഷേത്രങ്ങളത്രയും ശത്രുവിന്റെ ഭൂപ്രദേശത്തുള്ള ക്ഷേത്രങ്ങളാണ്. ഇതിന് അപവാദങ്ങൾ ഇല്ലെന്നില്ല. സ്റ്റേറ്റിന് എതിരായ ഉപജാപങ്ങളുടെ കേന്ദ്രങ്ങളായി ക്ഷേത്രങ്ങൾ മാറുമ്പോൾ- ഓപ്പറേഷൻ ബ്ലൂസ്റ്റാറിന്റെയും ഓപ്പറേഷൻ വുഡ്റോസിന്റേയും കാര്യത്തിലെന്നപോലെ- സ്വന്തം ഭരണാതിർത്തിയിലുള്ള ക്ഷേത്രങ്ങൾ തന്നെ മുസ്ലിം ഭരണാധികാരികൾ ആക്രമിച്ചിട്ടുണ്ട്. ശത്രുപ്രദേശങ്ങളിലുള്ള ക്ഷേത്രങ്ങൾ തകർക്കുക എന്നതായിരുന്നു പക്ഷേ, പൊതുനിയമം. അവ്വിധത്തിലുള്ള ക്ഷേത്രധ്വംസനം രാജാവ് ശത്രു രാജ്യത്തെ കീഴടക്കിയതിന്റെ പ്രതീകം മാത്രമായിരുന്നു. മതപരമായ വികാരങ്ങളുടെ പേരിലല്ല തികച്ചും രാഷ്ട്രീയമായ വികാരങ്ങളുടെ പേരിലാണ് ക്ഷേത്രധ്വംസനങ്ങൾ നടന്നതെന്നർത്ഥം. ഇമ്മട്ടിൽ ക്ഷേത്രധ്വംസനം നടത്തിയ ഹിന്ദുരാജാക്കന്മാർ നമ്മുടെ ചരിത്രത്തിലുണ്ട്. ഗുജറാത്ത് ആക്രമിച്ച ശുഭത്

വർമൻ (AD 1193-1210) ഉദാഹരണമാണ്. ഗുജറാത്ത് ആക്രമണാനന്തരം അദ്ദേഹം ദാഭോയിലേയും കാംബേയിലേയും ജൈനക്ഷേത്രങ്ങൾ തകർക്കുകയുണ്ടായി. കാശ്മീരിലെ ഹർഷൻ സംഘടിതമായി ക്ഷേത്രക്കൊള്ളകൾ നടത്തിയിരുന്നു. തന്റെ ഖജനാവ്, സമ്പന്നമാക്കുകയായിരുന്നു ഹർഷന്റെ ലക്ഷ്യം.

മതപരിവർത്തനം തീരെ നടന്നിട്ടില്ല എന്നല്ല ഇപ്പറഞ്ഞതിനർത്ഥം. രാഷ്ട്രീയ പ്രാധാന്യമുള്ള വ്യക്തികളേയും കുടുംബങ്ങളേയും മാറ്റിനിറുത്തിയാൽ, ബഹുജനതലത്തിൽ മതപരിവർത്തനം സ്വമേധയാ ആയിരുന്നുവെന്നതാണ് സത്യം. മധ്യകാലഘട്ടത്തിലെ മതപരിവർത്തനം ഊതിവീർപ്പിക്കുന്ന യാഥാസ്ഥിതിക ചരിത്രകാരന്മാർ ബുദ്ധമതം പ്രചരിപ്പിക്കുന്നതിനും ഹിന്ദുക്കളെ ബുദ്ധമതത്തിലേക്കു പരിവർത്തനം ചെയ്യിക്കുന്നതിനും രാഷ്ട്രയന്ത്രങ്ങളെത്തന്നെ ഉപയോഗപ്പെടുത്തിയ അശോക ചക്രവർത്തിയെ മതപരിവർത്തന ശ്രമങ്ങളുടെ പേരിൽ കുറ്റപ്പെടുത്താറില്ല എന്ന കാര്യം ഇവിടെ ഓർക്കേണ്ടതാണ്.

മുസ്ലിങ്ങൾ നടത്തിയ 'ഹിന്ദുപീഡന'ത്തിന്റെ വിവരണങ്ങളിൽനിന്നു ഹൈന്ദവ മനസ്സിലേക്കു വർഗീയ വിഷം ഊർന്നിറങ്ങുമെന്നു പറയേണ്ടതില്ല. ലാലാ ലജ്പത്റായ് തന്റെ ആത്മകഥയിൽ ഇക്കാര്യം സൂചിപ്പിക്കുന്നുണ്ട്:

"അക്കാലത്ത് 'വക്കിയത്ത് ഹിന്ദ്'എന്ന പേരിൽ ഒരു ഇന്ത്യാചരിത്ര പുസ്തകം സർക്കാർ വിദ്യാലയങ്ങളിൽ പഠിപ്പിച്ചിരുന്നു. മുസ്ലിങ്ങൾ ഹിന്ദുക്കളെ ക്രൂരമായി മർദ്ദിച്ചു എന്ന തോന്നൽ ആ പുസ്തകം എന്നിൽ ഉളവാക്കി. ആദ്യകാല പഠനത്തിന്റെ ഫലമായി ഇസ്ലാമിനുനേരെ ഞാൻ പുലർത്തിപ്പോന്ന ആദരവ് ക്രമേണ വിദ്വേഷമായി മാറി - വക്കിയത്ത് ഹിന്ദിന്റെ പഠനത്തിലൂടെ."

ബ്രിട്ടീഷ് സാമ്രാജ്യത്വ ചരിത്രകാരന്മാർ തങ്ങളുടെ രാഷ്ട്രീയ താത്പര്യങ്ങൾ സംരക്ഷിക്കുവാൻ പാകത്തിൽ എഴുതിയുണ്ടാക്കിയ ഇന്ത്യാചരിത്രം ലജ്പത് റായിയിൽ സൃഷ്ടിച്ച വികാരം കൂടുതൽ തീക്ഷ്ണമായി ഇന്നത്തെ നമ്മുടെ വിദ്യാർത്ഥികളിൽ കടന്നാക്രമണം നടത്തുന്നുണ്ട്. ഹിന്ദു-മുസ്ലിം സാമുദായിക വാദങ്ങൾ വളർന്നു പന്തലിക്കാൻ ഉതകുമാറുള്ള ഒട്ടേറെ വികലമായ വ്യാഖ്യാനങ്ങൾ ഇന്ത്യയുടെ ചരിത്രഗാത്രത്തിൽ സമർത്ഥമായി തുന്നിപ്പിടിപ്പിക്കപ്പെട്ടിട്ടുണ്ട് എന്ന യാഥാർത്ഥ്യം നാം കാണാതിരുന്നുകൂടാ. അവ നിഷ്കരുണം അടർത്തിമാറ്റുകയും മറ്റേതൊരു രാജ്യത്തിന്റേയും ചരിത്രത്തിലെന്നപോലെ ഇന്ത്യയുടെ ചരിത്രത്തിലും സജീവമായി നിലനിന്ന രാഷ്ട്രീയവും സാമ്പത്തികവുമായ വൈരുധ്യങ്ങൾ അസന്ദിഗ്ധമായി വെളിപ്പെടുത്തുകയും ചെയ്യാൻ കാലം വൈകി. വർഗീയതയുടെ പ്രത്യയ ശാസ്ത്രമായി നിലനിന്നു പോരുന്ന ചരിത്രത്തിന്റെ സാമുദായിക വ്യാഖ്യാനം തുടരുക എന്നതിനർത്ഥം ചരിത്രത്തെ ഒരു പ്രതിനായകനായി നാം നിലനിർത്തുക എന്നതാണ്.

(1986)

■

വർഗീയതയുടെ വേരുകൾ

ഇന്ത്യൻ സാമൂഹിക ജീവിതത്തിന്റെ ഭാഗമായി ഇതിനകം മാറിക്കഴിഞ്ഞില്ലേ എന്ന് ആശങ്കിക്കേണ്ട വർഗീയ മനോഭാവത്തിന്റെ വേരുകൾ കണ്ടെത്താനുള്ള ശ്രമം അന്വേഷകനെ പല ഘടകങ്ങളിൽ കൊണ്ടെത്തിക്കാനുള്ള സാധ്യതയുണ്ട്. വ്യത്യസ്ത മതങ്ങളുടെ സാന്നിധ്യം, മതാധിഷ്ഠിത രാഷ്ട്രീയ സംഘടനകളുടെ പ്രവർത്തനം, മതാത്മക സാംസ്കാരിക സംഘങ്ങളുടെ നിലനില്പ്, വിവിധ സമുദായങ്ങൾക്കിടയിൽ നിലനിർത്തപ്പെട്ടുവരുന്ന സാംസ്കാരിക വിടവ് തുടങ്ങിയവ അത്തരം ഘടകങ്ങളിൽ ചിലതാണ്. ഇവ ഏറിയും കുറഞ്ഞും ഉള്ള അളവിൽ വർഗീയതയെ പോഷിപ്പിക്കുന്നുണ്ട് എന്നതു നേരാണെങ്കിലും വർഗീയതയുടെ മൂലസ്രോതസ് കിടക്കുന്നത് ഇപ്പറഞ്ഞ ഘടകങ്ങളിലൊന്നുമല്ല. മതവുമായി നേരിട്ടു ബന്ധപ്പെട്ട മേഖലകൾക്കു പകരം മതത്തിനു പുറത്ത് സാമ്പത്തികവും രാഷ്ട്രീയവുമായ മേഖലകളിൽ വേണം നാം സാമുദായികവാദം അഥവാ വർഗീയത എന്ന പ്രതിഭാസത്തിന്റെ വേരുകൾ തേടേണ്ടത്.

ഇന്നറിയപ്പെടുന്ന തരത്തിലുള്ള സാമുദായികവാദം പ്രാക്മുതലാളിത്ത ഇന്ത്യയിൽ നമുക്കു കാണാൻ കഴിയുന്നില്ല. പ്രാക്മുതലാളിത്ത ഇന്ത്യ പ്രാക് കൊളോണിയൽ ഇന്ത്യ കൂടിയായിരുന്നു. യഥാർത്ഥത്തിൽ മുതലാളിത്തത്തിന്റെയും കൊളോണിയലിസത്തിന്റേയും ഉപോൽപന്നമായാണ് ഇവിടെ വർഗീയത രൂപംകൊണ്ടത്.

സാമൂഹിക വൈരുദ്ധ്യങ്ങൾ നിലനില്ക്കുന്ന ഒരു മത്സരാധിഷ്ഠിത സമൂഹം മുതലാളിത്തത്തിന്റെ ആവിർഭാവത്തോടെ ഇന്ത്യയിൽ നിലവിൽ വന്നു. സാധാരണ ഗതിയിൽ സാമൂഹികവൈരുധ്യങ്ങൾ വർഗസ്പർധയിലേക്കാണ് നയിക്കുക. എന്നാൽ ബ്രിട്ടീഷ് ഭരണാധികാരികൾ തങ്ങളുടെ കൊളോണിയൽ താത്പര്യങ്ങൾ പരിരക്ഷിക്കുക എന്ന ലക്ഷ്യം മുൻനിർത്തി ഇന്ത്യയിലെ സാമൂഹിക വൈരുധ്യങ്ങൾക്കു ബോധപൂർവം മതത്തിന്റെയും സമുദായത്തിന്റെയും നിറം നൽകി. ഹിന്ദു ഉത്തമർണരും മുസ്ലിം അധമർണരും തമ്മിലുള്ള വൈരുധ്യവും വികസിത ഹിന്ദു ബൂർഷ്വാസിയും അവികസിത

മുസ്ലിം ബൂർഷ്വാസിയും തമ്മിലുള്ള വൈരുദ്ധ്യവും വർഗാധിഷ്ഠിതമല്ല തികച്ചും മതാധിഷ്ഠിതമാണെന്നു വരുത്തിത്തീർക്കാൻ കൊളോണിയൽ മേധാവികൾക്കു സാധിച്ചു. ഇന്ത്യൻ സാഹചര്യത്തിൽ വർഗീയതയുടെ ഉറവിടം കിടക്കുന്നത് ഇവിടെയാണ്.

നിലവിലുള്ള സാമൂഹിക വൈരുദ്ധ്യങ്ങൾ മുതലെടുത്ത് തങ്ങൾ ഊട്ടി വളർത്തിയ വർഗീയതയെ ഒരു പ്രത്യയ ശാസ്ത്രമായി വികസിപ്പിക്കുന്നതിലും ബ്രിട്ടീഷുകാർ ഗണ്യമായ പങ്കു വഹിച്ചിട്ടുണ്ട്. ഇന്ത്യയിലെ ചരിത്രകാലഘട്ടങ്ങളെ സാമുദായികമായി വിഭജിക്കുകയും ഇന്ത്യാചരിത്രത്തിലെ മധ്യകാലഘട്ടം ഹിന്ദു പീഡനത്തിന്റെയും ക്ഷേത്ര ധ്വംസനങ്ങളുടെയും മതപരിവർത്തനത്തിന്റെയും കാലഘട്ടമായിരുന്നു എന്നു ധ്വനിപ്പിക്കുന്നവിധം ചരിത്രത്തെ ദുർവ്യാഖ്യാനം ചെയ്യുകയും ചെയ്തത് ബ്രിട്ടീഷ് സാമ്രാജ്യത്വ ചരിത്രകാരന്മാരാണ്. വളച്ചൊടിക്കപ്പെട്ട ഈ ചരിത്രമാണ് പില്ക്കാലത്ത് വർഗീയതയുടെ പ്രത്യയശാസ്ത്രമായി ഭവിച്ചത്. അതോടൊപ്പം സാമുദായികാടിസ്ഥാനത്തിലുള്ള രാഷ്ട്രീയ പ്രാതിനിധ്യ സമ്പ്രദായം കൂടി ബ്രിട്ടീഷ് ഭരണകാലത്ത് ഇന്ത്യയിൽ ഉദ്ഘാടനം ചെയ്യപ്പെട്ടു. അധികാരവും അർഥവും മോഹിച്ച മധ്യവർഗം അനായാസം സാമുദായിക വാദത്തിന്റെ പിടിയിലമരുകയും രാഷ്ട്രീയവും സാമ്പത്തികവുമായ നേട്ടങ്ങൾക്കുവേണ്ടി മതവികാരത്തെ വ്യാപകമായി ഉപയോഗപ്പെടുത്തുന്ന രീതി സാർവത്രികമായിത്തീരുകയും ചെയ്തത് ഈ പശ്ചാത്തലത്തിലാണ്.

നാലു പതിറ്റാണ്ടുകൾക്കുമുമ്പ് ബ്രിട്ടീഷുകാർ നിഷ്ക്രമിച്ചുവെങ്കിലും സ്വതന്ത്ര ഇന്ത്യയിലെ സ്ഥിതിഗതികളിൽ മൗലികമായ മാറ്റമേതുമുണ്ടായില്ല. സാമൂഹിക വൈരുധ്യങ്ങളോടു കൊളോണിയൽ ഭരണാധികാരികൾ ഏതു നയം സ്വീകരിച്ചുവോ അതേ നയം പിൻതുടരുകയാണ് സ്വാതന്ത്ര്യാനന്തര ഇന്ത്യയിൽ കേന്ദ്രഭരണവർഗം ചെയ്തത്. മതനിരപേക്ഷതയുടെ അപോസ്തലനായി അറിയപ്പെട്ട ജവഹർലാൽ നെഹ്റുവിനുപോലും വർഗവൈരുധ്യങ്ങൾ മറച്ചുപിടിക്കുകയും പ്രശ്നങ്ങൾക്കു സാമുദായികച്ഛായ നൽകുകയും ചെയ്യുന്നതിലാണ് താത്പര്യം എന്നതിന്റെ ബലമേറിയ തെളിവായിരുന്നു അദ്ദേഹത്തിന്റെ അനുഗ്രഹാശിസ്സുകളോടെ സാമുദായിക-ജാതീയ പ്രതിലോമ ശക്തികൾ 1959-ൽ കേരളത്തിൽ നടത്തിയ കുപ്രസിദ്ധമായ വിമോചന സമരം.

നെഹ്റുവിനു ശേഷം ഇന്ദിരാഗാന്ധിയുടെ കാലത്തും പിന്നീട് രാജീവ് ഗാന്ധിക്കു കീഴിലും പഴയ അവസ്ഥ കൂടുതൽ മോശമായ രീതിയിൽ തുടരുന്നതാണ് നാം കാണുന്നത്. മത്സരാധിഷ്ഠിതമായ ഒരു സമൂഹത്തിലെ വ്യത്യസ്ത സാമൂഹികവിഭാഗങ്ങൾ തമ്മിലുള്ള വൈരുധ്യങ്ങളെ മതനിരപേക്ഷമായി വിലയിരുത്തുവാനും തദനുസൃതം അവ കൈകാര്യം ചെയ്യാനുമുള്ള ശ്രമങ്ങളുണ്ടായിട്ടില്ല എന്നുമാത്രമല്ല സങ്കുചിത രാഷ്ട്രീയ ലാഭങ്ങൾക്കുവേണ്ടി അത്തരം

വൈരുധ്യങ്ങളെ വ്യത്യസ്ത സന്ദർഭങ്ങളിലും സ്ഥലങ്ങളിലും സാമുദായികമായി ഉപയോഗപ്പെടുത്തുവാൻ അവർ മടിച്ചിട്ടുമില്ല; ഉത്തരേന്ത്യയിൽ സ്ഫോടക സ്ഥിതിവിശേഷം നിലനില്ക്കുന്ന പഞ്ചാബും ഉത്തർപ്രദേശും തെറ്റായ ഈ നയത്തിന്റെ ഉത്പന്നങ്ങളത്രെ. ഓപ്പറേഷൻ ബ്ലൂ സ്റ്റാറിനും അതിനുമുമ്പും പിമ്പും പലപ്പോഴായി ഉഗ്രവാദികൾ നടത്തിയ കൂട്ടക്കശാപ്പുകൾക്കും പിന്നിലുള്ളത് സിഖുമതമല്ല, മറിച്ച് തികച്ചും ഭൗതികമായ നദീജല തർക്കവും ചണ്ഡിഗഢ് എന്ന നഗരത്തിന്റെ അവകാശത്തിനുവേണ്ടിയുള്ള വടംവലിയും അവ കൈകാര്യം ചെയ്യുന്നിടത്ത് ഭരണവർഗം സ്വീകരിച്ചു പോന്നിട്ടുള്ള അവസരവാദപരമായ നയങ്ങളുമാണെന്ന് ഓർക്കേണ്ടതുണ്ട്. രാമജന്മഭൂമി-മസ്ജിദ് വിവാദം കൊടുംപിരികൊള്ളുന്ന ഉത്തർപ്രദേശിൽ ക്ഷേത്രവും പള്ളിയും കേവലം നിമിത്തങ്ങൾ മാത്രം. ഹിന്ദു-മുസ്ലിം സമുദായങ്ങൾക്കിടയിൽ വർഷങ്ങളായി നിലനില്ക്കുന്ന സാമ്പത്തിക വൈരുധ്യവും കിടമത്സരവും അവയ്ക്കു പല ഘട്ടങ്ങളിലും ഭരണാധികാരികൾ നൽകിപ്പോന്ന സാമുദായിക നിറവുമാണ് പ്രശ്നത്തിന്റെ അടിത്തട്ടിലുള്ളത്.

സാമുദായികതയുടെ മൂല സ്രോതസായി വർത്തിക്കുന്നതു സാമൂഹിക വൈരുധ്യങ്ങളാണെന്ന സത്യം നിലനില്ക്കുമ്പോൾത്തന്നെ ഉത്പാദിപ്പിക്കപ്പെട്ടുകഴിഞ്ഞ വർഗീയതയെ പ്രോത്സാഹിപ്പിക്കുകയോ പ്രത്യുത്പാദിപ്പിക്കുകയോ ചെയ്യുന്ന ഒട്ടേറെ ഘടകങ്ങൾ വേറെയുണ്ടെന്ന കാര്യം വിസ്മരിക്കപ്പെട്ടുകൂടാ. രാഷ്ട്രീയ ശക്തി സമാഹരണ(Political mobilisation)ത്തിന് മതത്തെ ഉപയോഗപ്പെടുത്തുന്ന സമ്പ്രദായം, മതനിരപേക്ഷതയ്ക്കു കടകവിരുദ്ധമായ തരത്തിലുള്ള മതപഠനം, മതപുനരുദ്ധാരണ പ്രസ്ഥാനങ്ങളുടെ പ്രവർത്തനം, വർഗീയ പ്രസ്ഥാനങ്ങൾക്കു മാധ്യമങ്ങളിലും പുറത്തും ലഭിച്ചുവരുന്ന രാഷ്ട്രീയമായ അംഗീകാരം തുടങ്ങിയവ അവയിലുൾപ്പെടുന്നു.

രാഷ്ട്രീയ ശക്തി സമാഹരണത്തിന് മതത്തെ കരുവാക്കുന്നവർ മതബാഹ്യമായ മേഖലകളിലേക്കു മതത്തെ സംക്രമിപ്പിക്കുകയാണ് വാസ്തവത്തിൽ ചെയ്യുന്നത്. 1940-കളിൽ ഈ രീതി വ്യാപകമായി ഉപയോഗപ്പെടുത്തപ്പെട്ടു. ജനപ്രതിനിധി സഭകളിലേക്കുള്ള സീറ്റുകൾക്കും ഉദ്യോഗത്തിനും വിദ്യാഭ്യാസത്തിനും സംവരണം എന്നതായിരുന്നു വർഗീയവാദികൾ ഉയർത്തിയ പ്രധാനപ്പെട്ട ആവശ്യം. തികച്ചും മതേതരമായ ഈ ആവശ്യം നേടാൻ അവർ പൊക്കിപ്പിടിച്ച മുദ്രാവാക്യമാകട്ടെ 'മതം അപകടത്തിൽ' എന്നതായിരുന്നുതാനും. ഭൗതിക നേട്ടങ്ങൾ മുന്നോട്ടുവച്ചുകൊണ്ട് മധ്യവർഗത്തെയും മതവികാരം ഇളക്കിവിട്ടുകൊണ്ട് ജനസാമാന്യത്തെയും തങ്ങളുടെ പക്ഷത്തേക്കു കൊണ്ടുവരാൻ ഇതവരെ സഹായിച്ചു. മുസ്ലിം സാമുദായിക വാദത്തിനു ബഹുജനാടിസ്ഥാനമുണ്ടായത് നാല്പതുകളിലാണെന്നും

അക്കാലത്തു രാജ്യത്തുടനീളം അലയടിച്ച മുദ്രാവാക്യം "ഇസ്ലാം അപകടത്തിൽ" എന്നതായിരുന്നുവെന്നും ഇവിടെ ഓർക്കാവുന്നതാണ്.

അയോധ്യയിൽ നിന്ന് ഇന്നു നാം കേൾക്കുന്നത് ഇതേ മുദ്രാവാക്യം തന്നെയാണ്. ഒരു വിഭാഗം "ഇസ്ലാം അപകടത്തിൽ" എന്ന് അലറുമ്പോൾ മറുവിഭാഗം "ഹിന്ദു മതം അപകടത്തിൽ" എന്നു വിളിച്ചുകൂവുന്നു. താന്താങ്ങളുടെ പ്രസ്ഥാനങ്ങൾക്കു ബഹുജനാടിത്തറ പകരാൻ ഈ മുദ്രാവാക്യങ്ങൾ ഇരുകൂട്ടരെയും സഹായിക്കുന്നു എന്നതാണ് കാര്യം.

രാഷ്ട്രീയ സംഘാടനത്തിന് മതത്തെ കൂട്ടുപിടിക്കുന്നതു മതാധിഷ്ഠിത സംഘടനകൾ മാത്രമാണെന്നു ധരിക്കരുത്. മതേതരത്വം ഉയർത്തിപ്പിടിക്കുന്ന ദേശീയ പാർട്ടികൾപോലും സാമുദായിക വോട്ടുബാങ്കുകൾ കൈവശപ്പെടുത്താൻ നിർലജ്ജം മതത്തെയും ജാതിയെയും ഉപയോഗപ്പെടുത്തുന്നുണ്ട് എന്നതാണ് വസ്തുത. മുസ്ലിം വോട്ടുകൾ മുന്നിൽ കണ്ടുകൊണ്ട് ക്രിമിനൽ നടപടിക്രമത്തിന്റെ 125-ാം വകുപ്പിന്റെ പരിധിയിൽനിന്നു മുസ്ലിങ്ങളെ മാറ്റി നിർത്തിയതും ക്രൈസ്തവ വോട്ടുകൾ കരസ്ഥമാക്കുക എന്ന ഉദ്ദേശ്യം മുൻനിർത്തി ഒരു വടക്കു-കിഴക്കൻ സംസ്ഥാനത്തിൽ, ക്രിസ്തുമതത്തിന്റെ പ്രയോഗവത്കരണത്തിന് തങ്ങൾക്കു വോട്ട് ചെയ്യുക എന്നു പ്രചരിപ്പിച്ചതും ദേശീയ കക്ഷിയായ കോൺഗ്രസ് (ഇ) അല്ലാതെ മറ്റാരുമല്ല.

രാഷ്ട്രീയ നേട്ടങ്ങൾക്കു മതത്തെ ഉപകരണമാക്കുക എന്ന പ്രായോഗിക നടപടിക്കു താത്ത്വികമാനം നൽകുന്ന വിദ്യാഭ്യാസം ഇന്നു നാട്ടിൽ നിലവിലുണ്ട്. സ്വകാര്യ ഏജൻസികൾ നടത്തുന്ന മതപാഠശാലകളാണ് ഇവിടെ പ്രധാനമായും ഉദ്ദേശിക്കുന്നത്. മതനിരപേക്ഷ മനോഭാവത്തിന് തീർത്തും വിരുദ്ധമായതും അധ്യേതാക്കളിൽ മതദുരഭിമാനവും സാമുദായിക സങ്കുചിതത്വവും വളർത്തിയെടുക്കുന്നതുമായ ഒരു ബോധരൂപീകരണ മേഖലയാണിത്. സിഖുകാരനിൽ ശിഖസ്വത്വബോധവും മുസ്ലിമിൽ ഇസ്ലാമിക സ്വത്വബോധവും ഹിന്ദുവിൽ ഹൈന്ദവ സ്വത്വബോധവും ഉദ്ദീപിപ്പിക്കുന്നു എന്നതു മാത്രമല്ല ഈ വിദ്യാഭ്യാസത്തിന്റെ ദൂഷ്യം. അന്യമത വിഭാഗങ്ങളെ ഒഴിച്ചു നിർത്തുന്ന മതാധിഷ്ഠിത രാഷ്ട്രസങ്കല്പം കൂടി ഈ വിദ്യാലയങ്ങൾ വഴി പഠിതാക്കളിൽ സൃഷ്ടിക്കപ്പെടുന്നു എന്ന വിന കൂടിയുണ്ട്. എല്ലാ മതങ്ങളും കൊള്ളാം എന്നല്ല സ്വന്തം മതം മാത്രമാണ് ശരി എന്ന വാശിയും ആ മതത്തിന്റെ അടിസ്ഥാനത്തിലുള്ള സാമൂഹ്യക്രമം മാത്രമാണ് സ്വീകാര്യം എന്ന ശാഠ്യവുമാണ് നിലവിലുള്ള മതപഠനത്തിലൂടെ ഉൽപാദിപ്പിക്കപ്പെടുന്നത്. അതോടെ മതവും രാഷ്ട്രീയവും ഒന്നായി മാറുകയും ഇന്ത്യയെപ്പോലുള്ള ഒരു ബഹുമത രാഷ്ട്രത്തിൽ സാമുദായിക ധ്രുവീകരണത്തിലേക്കുള്ള പാത സുഗമമായിത്തീരുകയും ചെയ്യുന്നു.

സാമുദായിക ധ്രുവീകരണത്തിനു കളമൊരുക്കുന്നതിൽ മതപഠനം മാത്രമല്ല, പത്തൊമ്പതും ഇരുപതും നൂറ്റാണ്ടുകളിൽ ഇന്ത്യയിലുണ്ടായ മത-

സാമൂഹ്യ പരിഷ്കരണ പ്രസ്ഥാനങ്ങളും അവയുടേതായ പങ്കു വഹിച്ചിട്ടുണ്ട്. ഇന്ത്യൻ നവോത്ഥാന പ്രസ്ഥാനം എന്ന് മൊത്തത്തിൽ വ്യവഹരിക്കപ്പെടുന്ന ഈ സംരംഭങ്ങൾ ഒരു വശത്ത് ആധുനികീകരണത്തിനു സഹായിച്ചപ്പോൾ മറുവശത്തു മതപുനരുദ്ധാരണത്തിനു കൂടി വിത്തു പാകി. നവോത്ഥാന സംരംഭങ്ങളിൽ എല്ലായ്പോഴും ഒരു റിവൈവലിസ്റ്റ് വിഭാഗമുണ്ടായിരുന്നു എന്നതാണ് സത്യം.

ഹിന്ദുമതത്തിന്റെയും ഇസ്‌ലാമിന്റെയും തനിമയിലേക്കു തിരിച്ചു പോകാനുള്ള ആഹ്വാനമത്രെ നവോത്ഥാന പ്രസ്ഥാനത്തിനകത്തെ മത പുനരുദ്ധാരണ വാദികൾ മുഴക്കിയത്. മധ്യകാല ഇന്ത്യയിൽ രൂപപ്പെട്ടു വന്ന സാംസ്കാരിക സമന്വയം അതോടെ ക്ഷയിക്കാൻ തുടങ്ങി. ഹിന്ദുക്കളും മുസ്‌ലിങ്ങളും തമ്മിലുള്ള നിരന്തരമായ സാമൂഹിക വേഴ്ചകളിലൂടെ മതത്തിന്റെ വേലിക്കെട്ടുകൾ ഒരു വലിയ പരിധിവരെ പൊളിച്ചു മാറ്റപ്പെട്ടിരുന്നു. മധ്യകാല ഇന്ത്യയിൽ ജനകീയ തലത്തിൽ ഹിന്ദുമതവും ഇസ്‌ലാമും ഗണ്യമാംവിധം പരസ്പരം ഇഴുകിച്ചേർന്നിരുന്നു. ഇരുവിഭാഗവും പങ്കിട്ട പുണ്യപുരുഷന്മാരും പുണ്യസ്ഥാനങ്ങളും പുണ്യസന്ദർഭങ്ങളും അന്ന് അപൂർവമായിരുന്നില്ല. ഹോളിയും ഈദും ദസറയും മുഹറവും ദീവാളിയുമൊക്കെ പൊതു ഉത്സവങ്ങൾ എന്ന നില അക്കാലത്തു കൈവരിച്ചിരുന്നു. മതേതരമായ കഥാപാത്രങ്ങളെയും വീരനായകന്മാരെയും ആസ്പദമാക്കിയുള്ള ഒരു പൊതുസാഹിത്യ പാരമ്പര്യം കൂടി അന്നു വികസിച്ചുവന്നിരുന്നു. ഈ പ്രവണതയാണ്, സാമൂഹ്യശാസ്ത്രജ്ഞന്മാർ സംസ്കൃതവത്കരണമെന്നും അറബിവത്കരണമെന്നും വിശേഷിപ്പിക്കുന്ന പ്രക്രിയകൾവഴി നവോത്ഥാന കാലത്തു തകർക്കപ്പെട്ടത്. 'വിശ്വാസത്തിന്റെ വിശുദ്ധി'യിലേക്കു മടക്കയാത്ര നടത്താനുള്ള ആഹ്വാനം മതപുനരാവഹന വാദികളിൽനിന്നു മുഴങ്ങിയപ്പോൾ രണ്ടു സമുദായങ്ങൾ നൂറ്റാണ്ടുകളിലൂടെ നേടിയെടുത്ത സാംസ്കാരികപ്പൊരുത്തം പരിതാപകരമാം വിധം ദുർബലമാക്കപ്പെടുകയായിരുന്നു.

ദുർബലമാക്കപ്പെട്ട ഈ സാംസ്കാരികപ്പൊരുത്തത്തെ കൂടുതൽ ക്ഷയിപ്പിക്കുന്ന പ്രവർത്തനമാണ് സ്വാതന്ത്ര്യാനന്തര ഇന്ത്യയിൽ മതതീവ്രവാദ പ്രസ്ഥാനങ്ങളും വർഗീയ പ്രസ്ഥാനങ്ങളും കൈക്കൊണ്ടത്. മതപരമായ വ്യക്തിത്വം എന്ന സങ്കുചിതത്വത്തെ പുൽകുവാനും താലോലിക്കുവാനുമുള്ള ബോധപൂർവമായ ശ്രമങ്ങൾ അവരുടെ ഭാഗത്തു നിന്നുണ്ടായി-പലപ്പോഴും ഭരണവർഗത്തിന്റെ ആശീർവാദവും അവർക്കു ലഭിച്ചു. ഒപ്പം നമ്മുടെ മാധ്യമങ്ങൾകൂടി ഇത്തരം പ്രസ്ഥാനങ്ങൾക്ക് അനുകൂലമായ നിലപാട് മിക്കപ്പോഴും സ്വീകരിക്കുകയുണ്ടായി. സമൂഹത്തിലെ വർഗ വൈരുധ്യങ്ങൾ മൂടിവയ്ക്കുകയും സാമുദായികമായ ചേരിതിരിവുകൾ മൂർച്ഛിപ്പിക്കുകയും ചെയ്യുന്ന പ്രസ്ഥാനങ്ങളെ ബഹിഷ്കരിക്കുക എന്ന നിലപാടാണ് ആരോഗ്യകരമെങ്കിലും, നമ്മുടെ മിക്ക വൻകിട പത്രങ്ങളും അവയ്ക്ക് അനർഹമായ പബ്ലിസിറ്റി

നൽകുന്നതിൽ മത്സരിക്കുക എന്ന നയമത്രെ സ്വീകരിച്ചത്. ആ നയം ഇപ്പോഴും അവർ തുടരുന്നു. വർഗീയ-സാമുദായിക സഖ്യങ്ങളുടെ സമ്മേളനങ്ങൾക്കും പ്രമേയങ്ങൾക്കും പ്രസ്താവനകൾക്കും അമ്പരപ്പിക്കുന്ന കവറേജാണ് സർക്കുലേഷനിൽ മാത്രം കണ്ണുള്ള വൻകിട മാധ്യമങ്ങൾ നൽകുന്നത്. വർഗീയ മതമൗലിക പ്രസ്ഥാനങ്ങൾക്കു രാഷ്ട്രീയമായ അന്തസ്സും അംഗീകാരവും നേടിക്കൊടുക്കുന്നതിൽ പത്രങ്ങളുടെ ഈ നിലപാട് കാര്യമായ പങ്കു വഹിച്ചിട്ടുണ്ട്.

കഴിഞ്ഞ നൂറ്റാണ്ടിൽ ഇന്ത്യൻ സമൂഹത്തിൽ നിലവിലിരുന്ന സാമൂഹിക വൈരുധ്യങ്ങൾക്കു മതത്തിന്റെ പരിവേഷം ചാർത്തുക എന്ന ബ്രിട്ടീഷ് ഉപനിവേശനയത്തിൽനിന്നു പിറവിയെടുത്ത്, രാഷ്ട്രീയമായ ശക്തി സമാഹരണത്തിനു മതവികാരത്തെ പ്രയോജനപ്പെടുത്തുകയെന്ന തൽപര കക്ഷികളുടെ തന്ത്രത്തിലൂടെ വളർന്ന്, ഭരണവർഗത്തിന്റെ അനുഗ്രഹാശിസ്സുകളുടെ തണലിൽ പരിപുഷ്ടി നേടിയ വർഗീയതയുടെ നിർമാർജനത്തിന് എന്തു ചെയ്യണം?

ലളിതമായ പോംവഴികളില്ലെന്ന് ആദ്യമേ പറഞ്ഞുവയ്ക്കട്ടെ. നിലവിലുള്ള ഇന്ത്യൻ സാഹചര്യത്തിൽ നിരന്തരം പ്രത്യല്പാദിപ്പിക്കപ്പെട്ടുകൊണ്ടിരിക്കുന്ന ഒരു പ്രതിഭാസമാണ് വർഗീയത. പ്രശ്നങ്ങളെ മതേതരമായി വിലയിരുത്താനുള്ള സന്നദ്ധത പൗരന്മാരിൽനിന്ന് അതിശീഘ്രം ചോർന്നുപോയിക്കൊണ്ടിരിക്കുന്നു. അതുകൊണ്ടുതന്നെ വർഗീയതയെ ചെറുക്കാനുള്ള ശ്രമങ്ങൾ സമൂഹത്തിൽ വൈരുധ്യങ്ങൾ നിലനിൽക്കുന്നുവെന്നും അവ മതപരമോ സാമുദായികമോ അല്ല മറിച്ച് സാമ്പത്തികവും രാഷ്ട്രീയവുമാണെന്ന തിരിച്ചറിവിൽനിന്നു വേണം തുടങ്ങുവാൻ. വ്യത്യസ്ത സാമൂഹിക വിഭാഗങ്ങൾ തമ്മിൽ നിലനിൽക്കുന്ന സംഘർഷങ്ങളുടെ ഭൂമികയിൽ നിന്നു മതത്തെയും സമുദായത്തെയും പറിച്ചെറിയാനുള്ള വ്യവസ്ഥാപിതമായ ശ്രമം കൂടിയേ തീരൂ. അയോധ്യയിലായാലും അസമിലെ ബോഡോ പ്രദേശത്തായാലും പഞ്ചാബിലായാലും സംഘർഷത്തിന്റെ പിന്നിൽ ഒളിഞ്ഞു കിടക്കുന്ന സാമ്പത്തികവും രാഷ്ട്രീയവുമായ ഘടകങ്ങൾ തൊട്ടുകാണിക്കാനുള്ള ശ്രമങ്ങളുണ്ടാവണം. അതു മാത്രം പോരാ. കേന്ദ്രഭരണ വർഗം സംഘർഷങ്ങൾക്കു സാമുദായികനിറം നൽകുന്നതിൽ തൽപരരാണെന്നും വ്യത്യസ്ത സമുദായങ്ങളെ വഴിവിട്ടു പ്രീണിപ്പിക്കുക എന്ന തന്ത്രമാണ് അവർ പിന്തുടരുന്നത് എന്നുമുള്ളതിനാൽ ഈ പ്രവണതയ്ക്കെതിരെ ശക്തമായ ആശയസമരവും കൂടി സംഘടിപ്പിക്കേണ്ടതുണ്ട്.

സംഘർഷങ്ങൾക്കു പിന്നിലെ സാമ്പത്തിക-രാഷ്ട്രീയഘടകങ്ങൾ അനാവരണം ചെയ്യുക എന്ന ശ്രമം വിജയിക്കണമെങ്കിൽ മതത്തിന്റെയും സമുദായത്തിന്റെയും അടിസ്ഥാനത്തിൽ രാഷ്ട്രീയ സംഘാടനം നടത്തുന്നവരെ തുറന്നു കാണിച്ചേ മതിയാവൂ. മുസ്‌ലിങ്ങളുടെ താൽപര്യ സംരക്ഷണ

ത്തിനു സൃഷ്ടിക്കപ്പെട്ട പാകിസ്ഥാനിൽ ആരുടെയെങ്കിലും താൽപര്യം സംരക്ഷിക്കപ്പെട്ടിട്ടുണ്ടെങ്കിൽ അതു മുസ്ലിം ഉപരിവർഗത്തിന്റെ താല്പര്യം മാത്രമാണെന്ന ഉദാഹരണം നമ്മുടെ കൺമുമ്പിലുണ്ട്. മതത്തിന്റെ പേരിലുള്ള രാഷ്ട്രീയ സംഘാടനം ഒരു പ്രത്യേക മതസമുദായത്തിന്റെ താൽപര്യങ്ങളല്ല, അതിനകത്തെ ഉപരിവർഗത്തിന്റെ താൽപര്യങ്ങൾ മാത്രമാണ് സംരക്ഷിക്കുന്നത് എന്നാണിതു കാണിക്കുന്നത്. വർഗീയമായ ചേരിതിരിവുകൾക്കു പകരം വർഗപരമായ ചേരിതിരിവുകളാണ് അഭികാമ്യം എന്ന വസ്തുതയിൽ ഇത് അടിവര ചാർത്തുന്നു.

സമൂഹത്തിൽ ഇന്ന് സാർവത്രികമായി കാണുന്ന വർഗീയമായ ചേരിതിരിവുകൾ അവസാനിക്കണമെങ്കിൽ തദനുസൃതമായ ബോധവൽക്കരണം കൂടിയേ തീരൂ. വിദ്യാഭ്യാസത്തിന്റെ ഉള്ളടക്കം തീർത്തും മതനിരപേക്ഷ മാക്കുക എന്നതാണ് ഇതിനുള്ള വഴികളിലൊന്ന്. സർക്കാർതലത്തിൽ മതനിരപേക്ഷ വിദ്യാഭ്യാസവും സ്വകാര്യ ഏജൻസികൾ മുഖേന മതവിദ്യാ ഭ്യാസവും എന്ന രീതി പിന്തുടർന്നുകൊണ്ട് ഇതു നേടുക സാധ്യമല്ല. വിദ്യാഭ്യാസം പരിപൂർണമായും സ്റ്റേറ്റിന്റെ നിയന്ത്രണത്തിലാവുകയും അതിന്റെ ഉള്ളടക്കം വിട്ടുവീഴ്ചയില്ലാത്തവിധം മതനിരപേക്ഷമാണെന്ന് ഉറപ്പുവരുത്തുകയും വേണം. വർഗീയമായി വ്യാഖ്യാനിക്കപ്പെട്ട ഇന്ത്യാ ചരിത്രത്തിന്റെ സ്ഥാനത്ത് ഇന്ത്യാ ചരിത്രത്തിന്റെ ശാസ്ത്രീയമായ വിശകലനം പകരം വയ്ക്കുക എന്നതുകൂടി ഇതിന്റെ ഭാഗമാണ്.

മധ്യകാല ഇന്ത്യയിൽ നിലനിന്നതും പില്ക്കാലത്ത് മതപുനരുദ്ധാരണ വാദികളാൽ തകർക്കപ്പെട്ടതുമായ സാംസ്കാരികവേഴ്ചയും സമന്വയവും പുനഃസ്ഥാപിക്കാൻ തീവ്രയത്നങ്ങൾ നടത്തുക എന്നതാണ് വർഗീയതയെ പ്രതിരോധിക്കാൻ സ്വീകരിക്കേണ്ട മറ്റൊരു നടപടി. അയൽക്കാരന്റെ മതവിശ്വാസം വ്യത്യസ്തമായതുകൊണ്ട് അയാൾ തന്നിൽനിന്ന് വ്യത്യസ്തനാണെന്ന സങ്കുചിത ബോധത്തിനു സമകാലിക ഇന്ത്യയിലെ സാധാരണ ക്കാരൻ-വിശേഷിച്ചും ഉത്തരേന്ത്യക്കാരൻ- കീഴ്പ്പെടുന്നു എന്ന ആപൽക്കര മായ യാഥാർഥ്യം നാം മറച്ചു പിടിക്കേണ്ടതില്ല. മതത്തെ മുൻനിർത്തിയുള്ള സാംസ്കാരികത്തനിമ എന്ന സങ്കുചിതത്വം പ്രചണ്ഡമായി പ്രചരിപ്പിക്ക പ്പെട്ടതിന്റെ ദുരന്തഫലമാണിത്. സർക്കാർ നിയന്ത്രിത ഇലക്ട്രോണിക് മാധ്യമങ്ങളിലൂടെയും മറ്റ് ആശയവിനിമയോപാധികളിലൂടെയും സാംസ്കാരികമായ അകൽച്ചയുടെ ഈ വൻ ഭിത്തികൾ തകർക്കപ്പെടേ ണ്ടതുണ്ട്. വ്യത്യസ്ത സമുദായങ്ങളുടെ നിരന്തരമായ സാമൂഹിക വേഴ്ച യ്ക്ക് അവസരം സൃഷ്ടിക്കുന്നതു വഴിയും ഇതു സാധിക്കാവുന്നതാണ്.

മതാധിഷ്ഠിത രാഷ്ട്രീയ സംഘടനകളും വർഗീയ പ്രസ്ഥാനങ്ങളും ഇന്നു വ്യാപകമായ തോതിൽ രാഷ്ട്രീയ സാധുത്വവും അംഗീകാരവും ആർജിച്ചിട്ടു ണ്ടെന്ന് മുമ്പു സൂചിപ്പിക്കയുണ്ടായി. ആർ എസ് എസും ജമാ അത്തെ

ഒരു മതനിരപേക്ഷവാദിയുടെ സ്വതന്ത്രചിന്തകൾ

ഇസ്ലാമിയും ബി ജെ പിയും മുസ്ലിം ലീഗും വർഗീയ പ്രസ്ഥാനങ്ങൾ എന്ന നിലയ്ക്കു വർജിക്കപ്പെടേണ്ടതാണെന്ന തോന്നൽ ഇന്നു ജനങ്ങൾക്കില്ല. മാധ്യമങ്ങളും മതനിരപേക്ഷ രാഷ്ട്രീയ സംഘടനകളും ശക്തമായി ഇടപെടേണ്ട മേഖലയാണിത്. വർഗീയ പ്രസ്ഥാനങ്ങൾക്കു രാഷ്ട്രീയമായ അംഗീകാരം നേടിക്കൊടുക്കുന്ന പ്രവർത്തനങ്ങളിൽ നിന്നു പത്രങ്ങൾ പിന്തിരിയണം. മതത്തിന്റെയും ജാതിയുടെയും അടിസ്ഥാനത്തിൽ രാഷ്ട്രീയ സംഘാടനം നടത്തുന്നവരെ ബഹിഷ്കരിക്കാനുള്ള ചങ്കൂറ്റം മാധ്യമങ്ങൾ കാണിച്ചേ തീരൂ. പത്രങ്ങളും സെക്യുലർപാർട്ടികളും വർഗീയ-മതമൗലിക സംഘടനകൾക്കു പൂർണമായ അയിത്തം കൽപിക്കുകയും അവയെ അകറ്റി നിർത്തുകയും ചെയ്താൽ അവയ്ക്കു കിട്ടിക്കഴിഞ്ഞ രാഷ്ട്രീയ സാധുത്വം ക്രമേണ നഷ്ടപ്പെടാതിരിക്കില്ല. വർഗീയതയുടെ ഉച്ചാടനത്തിന് അത് ആവശ്യമാണുതാനും.

(1989)
■

മതനിരപേക്ഷ മനോഭാവം എത്ര അകലെ?

സ്വതന്ത്ര ഇന്ത്യയുടെ ഭരണസംവിധാനത്തിന്റെ അടിസ്ഥാന പ്രമാണങ്ങളിലൊന്നായി സെക്യുലറിസം-മതനിരപേക്ഷത- അംഗീകരിക്കപ്പെട്ടിട്ടുണ്ട്. നമ്മുടെ ഭരണഘടനാശില്പികൾ ഇന്ത്യയെ ഒരു മതനിരപേക്ഷ രാഷ്ട്രമായാണ് വിശേഷിപ്പിച്ചിട്ടുള്ളത്. ഭരണഘടനയുടെ താളുകളിൽ അക്ഷരരൂപം കൈക്കൊണ്ട മതനിരപേക്ഷ രാഷ്ട്രത്തെ യഥാർത്ഥ ജീവിതത്തിൽ പ്രയോഗവത്ക്കരിക്കുവാൻ പ്രഗല്ഭനായ ഒരു നേതാവിനേയും-പ്രഥമ പ്രധാന മന്ത്രിയായിരുന്ന നെഹ്റു- നമുക്കു ലഭിച്ചിരുന്നു.

മതനിരപേക്ഷതയുടെ ഏറ്റവും കടുത്ത ശത്രുശക്തികളായ സാമുദായിക വാദത്തേയും മതഭ്രാന്തിനേയും സിദ്ധാന്തവാശിയേയും നെഹ്റു തത്ത്വത്തിലും പ്രയോഗത്തിലും നഖശിഖാന്തം എതിർത്തു. സാമുദായികവാദത്തെ രാഷ്ട്രീയ പ്രത്യയശാസ്ത്രമായി ഉപയോഗിക്കുന്ന പിന്തിരിപ്പൻ ശക്തികളെ തൊലിയുരിച്ചു കാണിക്കാൻ അദ്ദേഹം മടിച്ചില്ല. സാമുദായിക വാദം 'ഫാസിസത്തിന്റെ ഇന്ത്യൻ പതിപ്പ്' ആണെന്നുവരെ അദ്ദേഹം പറയുകയുണ്ടായി.

രാഷ്ട്രീയത്തിൽ മതം കലർത്താനും മതത്തിന്റേയും സംസ്കാരത്തിന്റേയും പേരിൽ ജനങ്ങളെ ഭിന്നിപ്പിക്കാനും ശ്രമിക്കുന്ന വർഗീയ സംഘടനകളെക്കുറിച്ച് നെഹ്റു 1951-ൽ ഇങ്ങനെയൊരു മുന്നറിയിപ്പു നൽകിയിരുന്നു: "വൻകിട ജാഗിർദാർമാരും സമീന്ദാർമാരും മുതലാളിമാരും പിൻതുണയ്ക്കുന്ന ഈ സംഘടനകളുടെ കളി ജനങ്ങൾ മനസ്സിലാക്കണം. സാധാരണക്കാർ തങ്ങളുടെ പ്രശ്നങ്ങൾക്കു പരിഹാരം കണ്ടെത്തുന്നതും ദാരിദ്ര്യത്തിൽനിന്നു മോചനം നേടുന്നതും ജീവിത നിലവാരം ഉയർത്തുന്നതും തടയുകയാണ് ഈ നിക്ഷിപ്ത താത്പര്യക്കാരുടെ ലക്ഷ്യം."[1]

ഇന്ത്യയിലെ ബഹുജനങ്ങളുടെ പ്രശ്നം രാഷ്ട്രീയമെന്നതിലേറെ സാമ്പത്തികമാണെന്നും സമ്പൂർണ്ണ സാമ്പത്തിക സ്വാതന്ത്ര്യത്തിന്റെ അഭാവത്തിൽ രാഷ്ട്രീയ സ്വാതന്ത്ര്യത്തിന് അർത്ഥം നഷ്ടപ്പെടുന്നുവെന്നും

1. Ed. L.N.Gupta, Nehru on Communalism, p.234

സാമ്പത്തികമായ അസമത്വങ്ങൾ ദൂരീകരിക്കുവാൻ സങ്കുചിത സാമുദായിക- മതവികാരങ്ങളിൽ നിന്ന് ജനങ്ങൾ മുക്തരാകണമെന്നും മതനിരപേക്ഷ മനോഭാവം വളർത്തിയെടുത്തുകൊണ്ടു മാത്രമേ ഇതു സാധിക്കൂ എന്നും മനസ്സിലാക്കിയ നെഹ്റു ഇന്ത്യയുടെ മതനിരപേക്ഷതയ്ക്ക് അടിവരയിട്ടുകൊണ്ട് ഇങ്ങനെ പറഞ്ഞു:

"ഇന്ത്യ ഒരു മതനിരപേക്ഷരാഷ്ട്രമാണ് - നമ്മുടെ ഭരണഘടനയുടെ അടിസ്ഥാനം അതാണ്. അതിനെ അതിന്റെ എല്ലാ സങ്കീർണതകളോടും കൂടി നാം ഗ്രഹിക്കേണ്ടിയിരിക്കുന്നു. ആധുനികവും സംസ്കൃതവുമായ ഒരേയൊരു സമീപനം അതുമാത്രമാണ്... മറ്റേതു സമീപനവും ആപത്ഗർഭവും നാം എന്തിനുവേണ്ടി നിലകൊണ്ടുവോ അവയുടെയെല്ലാം നിഷേധവുമാണ്."[2]

നെഹ്റുവിന്റെ സമീപനത്തെ അദ്ദേഹത്തിന്റെ ശത്രുക്കൾ മാത്രമല്ല ചില സഹപ്രവർത്തകരും എതിർത്തുവെന്നതു ഖേദകരമായ ഒരു വസ്തുതയാണ്... യാഥാസ്ഥിതിക ഹിന്ദു മനോഭാവത്തിന്റെ പ്രതിനിധികൾ നെഹ്റുവിന്റെ പുരോഗമനാശയങ്ങൾക്ക് എന്നും എതിരായിരുന്നു. സമ്പൂർണ മതസഹിഷ്ണുത കൂടിയേ തീരൂ എന്നും പൊതുജീവിതത്തിൽ നിന്നു മതത്തെ പരിപൂർണമായി നിഷ്ക്കാസനം ചെയ്യണമെന്നും നെഹ്റു ശഠിച്ചപ്പോൾ ഹിന്ദു യാഥാസ്ഥിതികത്വം രാഷ്ട്രനയത്തിന്റെ മാർഗനിർദ്ദേശക തത്ത്വമായി ഹിന്ദുമതത്തെ അംഗീകരിക്കണമെന്നു വാദിച്ചു.[3] ഗാന്ധിജിയുടെ കൊലപാതകത്തോടെ ഹിന്ദുതീവ്രവാദികളുടെ യശസ്സിനു മങ്ങലേല്ക്കുകയും ഹിന്ദുമഹാസഭ രാഷ്ട്രീയ പ്രവർത്തനങ്ങളിൽനിന്നു പിന്തിരിയാൻ നിർബന്ധിതമാവുകയും രാഷ്ട്രീയ സ്വയം സേവക സംഘം നിരോധിക്കപ്പെടുകയും ഗോൾവാൾക്കറുൾപ്പെടെ നിരവധി നേതാക്കന്മാർ അറസ്റ്റു ചെയ്യപ്പെടുകയും ചെയ്തു. ആ ഇടവേളയിൽ നെഹ്റുവിന്റെ പുരോഗമന നടപടികളെ ചെറുക്കാൻ കോൺഗ്രസ്സിനകത്തു തന്നെ ആളുകളുണ്ടായി. അവരിൽ പ്രധാനി സർദാർ പട്ടേലായിരുന്നു. ഇന്ത്യയുടെ ദേശീയ ജീവിതത്തിൽ പടർന്നു നില്ക്കാൻ ഒരളവോളം ഹിന്ദുമതത്തെ അനുവദിക്കണമെന്ന് അദ്ദേഹം ആവശ്യപ്പെട്ടു.[4] പക്ഷേ, അക്കാര്യത്തിൽ അനുരഞ്ജനത്തിന്റെ പ്രശ്നമേയില്ല എന്ന നിലപാടാണ് നെഹ്റു സ്വീകരിച്ചത്.

പക്ഷേ, നെഹ്റുവിന് പിടിച്ചുനില്ക്കാൻ കഴിഞ്ഞുവോ? യാഥാസ്ഥിതികത്വത്തോട് ഒത്തുതീർപ്പിലെത്താൻ പലപ്പോഴും അദ്ദേഹം നിർബന്ധിതനായില്ലേ? ഒറ്റയടിക്കു പാസ്സാക്കിയെടുക്കാൻ കഴിയുമെന്നു നെഹ്റു പ്രതീക്ഷിച്ച ഹിന്ദു കോഡ്ബിൽ പാസ്സാക്കിയെടുക്കാൻ ആറുവർഷം അദ്ദേഹത്തിനു

2. Ibid, p.216.
3. Imtiaz Ahmed, Secularism and Communalism, p.27
4. Ibid, p.28

കാത്തിരിക്കേണ്ടിവന്നു. മുസ്ലിം യാഥാസ്ഥിതികത്വത്തിന്റെ രൂക്ഷമായ എതിർപ്പുമൂലം ഒരു പൊതു പൗരനിയമ സംഹിതയുണ്ടാക്കാൻ അദ്ദേഹത്തിനു കഴിയാതെ പോയി.

മതനിരപേക്ഷതയുടെ പ്രഗല്ഭനായ വക്താവായി നെഹ്റു നിലനില്ക്കവേ തന്നെ ഹിന്ദുക്കളിലും മുസ്ലിങ്ങളിലും സാമുദായിക ബോധം വളർത്തി യെടുക്കാനുള്ള ബോധപൂർവ്വമായ ശ്രമങ്ങൾ ഇവിടെ നടന്നുകൊണ്ടിരുന്നു. സവർക്കറുടെ 'ഹിന്ദുത്വ', 'ഹിന്ദുരാഷ്ട്രദർശൻ' എന്നീ പുസ്തകങ്ങളേയും ഗോൾവാൾക്കറുടെ 'നാം അഥവാ നമ്മുടെ രാഷ്ട്രത്തിന്റെ നിർവചനം', 'വിചാരധാര' എന്നീ പുസ്തകങ്ങളേയും ഉപജീവിച്ചുകൊണ്ടുള്ള ചിന്താരീതി ഒരുവശത്തും മുസ്ലിം റിവൈവലിസ്റ്റ് ചിന്തകരായ ഇഖ്ബാൽ, മൗദൂദി തുടങ്ങിയവരുടെ കൃതികളെ ഉപജീവിച്ചു കൊണ്ടുള്ള ചിന്താരീതി മറുവശത്തും ശക്തി പ്രാപിച്ചു. രണ്ടുകൂട്ടരും സെക്യുലറിസത്തിനും നെഹ്റുവിനും എതിരായിരുന്നു. രണ്ടുകൂട്ടർക്കും വേണ്ടത് മതാധിഷ്ഠിതരാഷ്ട്രവും മതാ ധിഷ്ഠിത സമൂഹവുമായിരുന്നു.

മതാധിഷ്ഠിതരാഷ്ട്രം അവർക്കു ലഭിച്ചില്ലായിരിക്കാം. പക്ഷേ തീർച്ച യായും അവർ മതാധിഷ്ഠിത സമൂഹം നേടിയെടുത്തു. മതനിരപേക്ഷ മനോഭാവത്തെ സമൂഹത്തിലേക്കു സംക്രമിപ്പിക്കുവാൻ നമുക്കു കഴിയാതെ പോയതുകൊണ്ടാണ് ഇങ്ങനെ സംഭവിച്ചത്. അക്കാരണത്താൽ തന്നെയാണ് നെഹ്റുവിന്റെ ശവസംസ്കാരത്തോടനുബന്ധിച്ചു നടത്തിയ ഖുർആൻ പാരായണത്തെ അപലപിക്കാൻ ഇവിടെ ആളുകൾ ഉണ്ടായത്. 1964 ജൂൺ 10-ലെ 'ദഅ്വത്തി'ൽ ഷംസ് നവിദ് ഉസ്മാനി എഴുതിയ ഒരു ലേഖനത്തിൽ നെഹ്റുവിന്റെ അന്ത്യകർമ്മങ്ങളോടനുബന്ധിച്ച് ഖുർആൻ പാരായണം നടത്തിയ മൗലവിമാരെ അധിക്ഷേപിച്ചിട്ടുണ്ട്. ഖുർആനെ 'അശുദ്ധമാക്കു ന്നതും അപമാനിക്കുന്ന'തും നിശ്ശബ്ദരായി നോക്കിനിന്ന ഡോ. സാക്കീർ ഹുസൈനേയും ഷെയ്ഖ് അബ്ദുല്ലയേയും ഹഫീസ് മുഹമ്മദിനേയും മുസ്ലിം യാഥാസ്ഥിതികത്വത്തിന്റെ പ്രതിനിധിയായ ലേഖകൻ ഭർത്സി ക്കുന്നു.[5]

സമൂഹത്തിന്റെ മനോഭാവം മതനിരപേക്ഷമായിട്ടില്ല എന്നതിനു തെളിവു കൾ എത്രവേണമെങ്കിലും ചൂണ്ടിക്കാണിക്കാൻ കഴിയും. നെഹ്റുവിന്റെ കാലത്തുവന്ന സ്പെഷൽ മാര്യേജസ് ആക്ടിനേയും നെഹ്റുവിന്റെ കാല ശേഷം വന്ന വിവാഹപ്രായ പരിധി ഉയർത്തിക്കൊണ്ടുള്ള നിയമത്തേയും ഒരു വിഭാഗം രൂക്ഷമായി എതിർത്തത് മതനിരപേക്ഷ മനോഭാവത്തിന്റെ അഭാവമാണ് കാണിക്കുന്നത്. ഗോവധം നിരോധിക്കണമെന്ന മുറവിളിയും മുസ്ലിം വ്യക്തി നിയമത്തിൽ കാലോചിതമായ മാറ്റങ്ങൾ വരുത്തിക്കൂടെന്ന

5. M.A.Karandikar, Islam in India's Transition to Modernity p.325.

ദുർവാശിയും മറ്റൊന്നിലേയ്ക്കല്ല വിരൽ ചൂണ്ടുന്നത്. ഇവിടെ ഇപ്പോഴും മതപരിവർത്തനങ്ങൾ നടക്കുന്നുവെന്നതും അത്തരം ഘട്ടങ്ങളിൽ ഒരു വിഭാഗം ആഹ്ലാദിക്കുകയും മറ്റേ വിഭാഗം അമ്പരക്കുകയും ചെയ്യുന്നുവെന്നതും മതനിരപേക്ഷ മനോഭാവമില്ലായ്മയുടെ അനന്തരഫലമാണ്. മതങ്ങളുടേയും ജാതികളുടേയും അടിസ്ഥാനത്തിൽ ഇവിടെ സംവരണം നിലനില്ക്കുന്നുവെന്നതും അത്തരം സംവരണത്തെ എതിർക്കുന്നവർ സാമ്പത്തികാടിസ്ഥാനത്തിൽ സംഘടിക്കുന്നതിനു പകരം മത-ജാത്യാടിസ്ഥാനത്തിൽ സംഘടിക്കുന്നുവെന്നതും സമൂഹം ഭൗതികീകരണ(Secularization)ത്തിനു വിധേയമായിട്ടില്ലെന്നാണ് കാണിക്കുന്നത്.

ഭരണഘടനയിലൂടെ രാഷ്ട്രത്തെ മതനിരപേക്ഷമാക്കുകയേ നാം ചെയ്തുള്ളൂ. സമൂഹത്തെ മതനിരപേക്ഷമാക്കാനുള്ള ഫലപ്രദമായ നടപടികളൊന്നും നാം കൈക്കൊള്ളുകയുണ്ടായില്ല. തന്നെയുമല്ല, അറിഞ്ഞോ അറിയാതെയോ സമൂഹത്തെ മതാധിഷ്ഠിതമാക്കാൻ മതനിരപേക്ഷതയിലൂന്നുന്നുവെന്നു പറയപ്പെടുന്ന രാഷ്ട്രീയപാർട്ടികളുൾപ്പെടെയുള്ള സംഘടനകളും സർക്കാർ മെഷിനറികൾപോലും ശ്രമിച്ചു പോരുകയും ചെയ്തു.

സ്കൂൾ പാഠപുസ്തകങ്ങളെക്കുറിച്ചും ആകാശവാണിയെക്കുറിച്ചും എം. എൻ. ശ്രീനിവാസ് പറയുന്ന കാര്യങ്ങൾ ഈ പശ്ചാത്തലത്തിൽ ശ്രദ്ധേയമാണ്: മഹാകാവ്യങ്ങളിലേയും പുരാണങ്ങളിലേയും കഥകളും പ്രാദേശിക പുണ്യവാളന്മാരുടെ ജീവചരിത്രങ്ങളും മത-ധാർമ്മിക പ്രമേയങ്ങളുൾക്കൊള്ളുന്ന പൗരാണിക കാവ്യങ്ങളിൽ നിന്നുള്ള ഉദ്ധരണികളും പാഠപുസ്തകങ്ങളിൽ ചേർക്കപ്പെടുന്നു. ജേർണലുകളും പുസ്തകങ്ങളും മതകാര്യങ്ങൾ ചർച്ച ചെയ്യുന്നു. ആകാശവാണി എല്ലാ പ്രഭാതങ്ങളിലും ഭക്തിപ്രധാനമായ സംഗീതവും മറ്റും പ്രക്ഷേപണം ചെയ്യുന്നു.[6]

മേല്പറഞ്ഞ നടപടികൾ സമൂഹത്തിന്റെ ഭൗതികീകരണ പ്രക്രിയയെ സഹായിക്കാൻ പോന്നവയല്ല. പാഠപുസ്തകങ്ങളോ ആകാശവാണിയോ മറ്റേതെങ്കിലും വാർത്താമാധ്യമങ്ങളോ ഏതെങ്കിലും മതവുമായി ബന്ധപ്പെട്ട കഥാപാത്രങ്ങളേയോ സംഭവങ്ങളേയോ പുനഃസൃഷ്ടിക്കുന്നത്, അന്തിമ വിശകലനത്തിൽ, യഥാസ്ഥിതികത്വത്തിനും സാമുദായികത്വത്തിനും വളം ചേർക്കലായേ പരിണമിക്കുകയുള്ളൂ.

എന്തുകൊണ്ട് നമ്മുടെ സമൂഹത്തിൽ മതനിരപേക്ഷ മനോഭാവം ആഴത്തിൽ വേരൂന്നുന്നില്ല എന്ന ചോദ്യം ഇവിടെ പ്രസക്തമാണ്. ഇതിന് അടിസ്ഥാനപരമായി മൂന്നു കാരണങ്ങളുണ്ട്: 1. മതനിരപേക്ഷതയുടെ വർഗപരമായ ഉള്ളടക്കം കണ്ടെത്താനും പ്രചരിപ്പിക്കാനും ഇവിടെ കാര്യമായ ശ്രമങ്ങളുണ്ടായില്ല. (2) ചരിത്രത്തിനു നേരെ വർഗീയമായ സമീപനമാണ്

6. M.N.Srinivas, Social Changes in Modern India, p.132

നാം കൈക്കൊണ്ടത്. (3) മതനിരപേക്ഷതയ്ക്കു സുവ്യക്തമായ നിർവചനം നല്കുവാൻ നാം അറച്ചു നില്ക്കുന്നു.

ഭരണ സംവിധാനത്തിൽ മതങ്ങൾക്കു പങ്കില്ലെന്നും എല്ലാ മതങ്ങളേയും സ്റ്റേറ്റ് സമഭാവനയോടെ വീക്ഷിക്കുന്നുവെന്നുമുള്ള ആശയത്തിന്റെ ആകത്തുകയാണ് മതനിരപേക്ഷത എന്നാണ് സാമാന്യമായി മനസ്സിലാക്കിപ്പോരുന്നത്. അതിനപ്പുറത്തേയ്ക്കു നീളുന്ന അതിന്റെ അർത്ഥവ്യാപ്തി കണ്ടെത്താനും ജനങ്ങളിലേക്കു പകരാനും സ്വതന്ത്ര ഇന്ത്യയുടെ ശൈശവത്തിൽ കാര്യമായ ശ്രമങ്ങൾ നടന്നില്ല. ഇന്ത്യൻ സാഹചര്യത്തിൽ മതനിരപേക്ഷതയുടെ പ്രസക്തിയെക്കുറിച്ചും സാമുദായിക രാഷ്ട്രീയത്തിന്റെ സ്വഭാവത്തെക്കുറിച്ചും പരിചിന്തനം നടത്തിയ ദേശീയ നേതാക്കളിൽ നെഹ്രു മുൻപന്തിയിൽ നിൽക്കുന്നു. മതനിരപേക്ഷതയുടെ നിഷേധമായ സാമുദായികവാദത്തെ അദ്ദേഹം ഇങ്ങനെ വിലയിരുത്തി: "സാമുദായിക വാദത്തിന്റെ കോട്ടമതിൽ രാഷ്ട്രീയ പ്രതിപ്രവർത്തനമാണ്. അതുകൊണ്ടാണ് സാമുദായിക നേതാക്കന്മാരെല്ലാം രാഷ്ട്രീയ-സാമ്പത്തിക കാര്യങ്ങളിൽ പിന്തിരിപ്പന്മാരാകുന്നത്. തങ്ങൾ മതന്യൂനപക്ഷങ്ങളുടെയോ ഭൂരിപക്ഷങ്ങളുടെയോ സാമുദായിക താത്പര്യങ്ങൾക്കുവേണ്ടി നിലകൊള്ളുന്നു എന്നു വരുത്തിത്തീർത്തുകൊണ്ട് ഉപരിവർഗത്തിലെ ഗ്രൂപ്പുകൾ തങ്ങളുടെ വർഗതാത്പര്യങ്ങളെ മൂടിവയ്ക്കുന്നു. ഹിന്ദുക്കളുടെയോ മുസ്ലിങ്ങളുടെയോ മറ്റുള്ളവരുടെയോ പേരിൽ മുമ്പോട്ടു വയ്ക്കുന്ന സാമുദായിക ആവശ്യങ്ങളെ വിമർശന ബുദ്ധ്യാ പരിശോധിക്കുന്ന പക്ഷം അവയ്ക്കു പൊതുജനങ്ങളുടെ പ്രശ്നങ്ങളുമായി യാതൊരു ബന്ധവുമില്ലെന്നു മനസ്സിലാക്കാൻ കഴിയും."[7]

സമൂലമായ സാമ്പത്തിക പരിവർത്തനത്തെ എതിർക്കുന്നവരാണ് മതനിരപേക്ഷതയെ ചെറുക്കുന്നതെന്നും സാമുദായികത്വത്തെ താലോലിക്കുന്നതെന്നും മേൽ ഉദ്ധരണി വ്യക്തമാക്കുന്നുണ്ട്. ഉപരിവർഗങ്ങൾ തങ്ങളുടെ സാമ്പത്തിക താത്പര്യങ്ങൾ സംരക്ഷിക്കുവാൻ വേണ്ടി തങ്ങളുടെ സമുദായങ്ങളിലെ അധോവർഗത്തെ ക്ഷിപ്രവികാരജന്യമായ ചില ആശയങ്ങളുടെ നൂലാമാലകളിൽ കുരുക്കിയിടുന്നു. സമൂഹത്തിൽ വർഗപരമായ ധ്രുവീകരണം സംഭവിക്കുന്നതു തടയാനാണ് അവരിങ്ങനെ ചെയ്യുന്നത്.

ഹിന്ദു-മുസ്ലിം-ക്രൈസ്തവ വിഭാഗങ്ങളിലെ ഭൂപ്രഭുക്കന്മാരും വ്യവസായികളും കാപ്പിറ്റലിസ്റ്റുകളും ഒരു വർഗമാണെന്നും എല്ലാ മത-ജാതി ഗ്രൂപ്പുകളിലും പെടുന്ന ദരിദ്രരും തൊഴിലാളികളും മറ്റൊരു വർഗമാണെന്നുമുള്ള കാഴ്ചപ്പാടാണ് മതനിരപേക്ഷതയുടെ അടിസ്ഥാനമെന്ന് സാധാരണക്കാർ ഇനിയും മനസ്സിലാക്കിയിട്ടില്ല. ലിബറൽ ബൂർഷ്വാ സമീപനമുള്ള ദേശീയ നേതാക്കന്മാർ ഈ കാഴ്ചപ്പാടിലൂടെ മതനിരപേക്ഷതയെ നോക്കിക്കാണാൻ ശ്രമിച്ചിട്ടുമില്ല.

---

7. L.N.Gupta, op-cit p.25

ഇന്ത്യൻ ജനതയെ സാമുദായിക ചിന്തകൾക്കപ്പുറത്തേക്ക് കൈപിടിച്ചുയർത്തിക്കൊണ്ടുവരുന്നതിൽ പ്രബലമായ വിലങ്ങുതടികളിൽ ഒന്നായി വർത്തിക്കുന്നതു ചരിത്രത്തിനു നേരെയുള്ള നമ്മുടെ വർഗീയ സമീപനമാണ്. പൗരസ്ത്യവാദികളോ (ഓറിയന്റലിസ്റ്റ്) ഉപയോഗിതാവാദികളോ (യുട്ടിലിറ്റേറിയൻ) ദേശീയവാദികളോ (നാഷണലിസ്റ്റ്) ആവട്ടെ ഇന്ത്യയുടെ ചരിത്ര രചനയിലേർപ്പെട്ട ഏതാണ്ട് എല്ലാ ചരിത്രകാരന്മാരും സാമ്പത്തികവും സാമൂഹികവുമായ ചരിത്രത്തെ മിക്കവാറും അവഗണിച്ചുകൊണ്ടാണ് ചരിത്രമെഴുത്തു നടത്തിയത്. രാഷ്ട്രീയ സംഭവങ്ങളുടേയും രാജവംശങ്ങളുടേയും പഠനത്തിൽ മാത്രമായിരുന്നു അവർക്കു താത്പര്യം. തന്നെയുമല്ല, യൂട്ടിലിറ്റേറിയൻ ചിന്തകനായ ജെയിംസ് മില്ലിന്റെ (ബ്രിട്ടീഷിന്ത്യാ ചരിത്രത്തിന്റെ കർത്താവ്) ചവിട്ടടികൾ പിന്തുടർന്നുകൊണ്ട് ഇന്ത്യാചരിത്രത്തെ ഹിന്ദു സംസ്കാരം, മുസ്‌ലിം സംസ്കാരം, ബ്രിട്ടീഷ് സംസ്കാരം എന്നിങ്ങനെ മൂന്നു കാലഘട്ടങ്ങളായി അവർ വേർതിരിക്കുകയും ചെയ്തു. ദ്വിരാഷ്ട്ര സിദ്ധാന്തത്തിന് ചരിത്രപരമായ നീതീകരണം നൽകുന്ന ഒരു നടപടിയായിരുന്നു അത്.[8]

സാമ്രാജ്യത്വതാത്പര്യസംരക്ഷണം മുന്നിൽ കണ്ടുകൊണ്ട് ഹിന്ദുക്കളേയും മുസ്‌ലിങ്ങളേയും ഭിന്നിപ്പിച്ചുനിർത്താൻ പാകത്തിൽ, ആംഗ്ലേയ ചരിത്രകാരന്മാർ എഴുതിയ ചരിത്രഗ്രന്ഥങ്ങളിൽ, ഹർബൻസു മുഖിയ പറയുന്നതുപോലെ, "ഒരു ഭരണാധികാരിയുടേയോ ഭരിക്കുന്ന വർഗത്തിന്റേയോ ചരിത്രം ഇന്ത്യയുടെ ചരിത്രത്തിനു സമാനമായി അംഗീകരിക്കപ്പെട്ടിരിക്കുന്നു. ഇതിൽ ഭരണാധികാരിയുടെ വ്യക്തിഗതമായ മതവിശ്വാസം നിർണായക ഘടകമായി സ്വീകരിക്കപ്പെട്ടിരിക്കുന്നു."[9]

കഴിഞ്ഞ നൂറുവർഷമായി വർഗീയതയുടെ പ്രചാരത്തിൽ ഇന്ത്യാ ചരിത്ര പഠനം വലിയൊരു പങ്കു വഹിച്ചിട്ടുണ്ടെന്നും ചരിത്രത്തിന്റെ നേരെയുള്ള വർഗീയ സമീപനമാണ് ഇന്ത്യയിലെ സാമുദായിക വാദികൾ അവലംബമാക്കിയെടുത്ത മുഖ്യ തത്ത്വശാസ്ത്രമെന്നും ബിബിൻ ചന്ദ്ര അഭിപ്രായപ്പെട്ടിട്ടുണ്ട്.[10] ചരിത്രപരമായ വിശകലനങ്ങളോ വിധിതീർപ്പുകളോ ഇല്ലാതെ കുറെ 'വീരനായകന്മാരെ' സൃഷ്ടിച്ചുകൊണ്ട് വർഗീയത ഊതിവീർപ്പിക്കാനുള്ള ശ്രമങ്ങളും ഇവിടെ നടന്നുപോകുന്നു. പക്ഷേ, ഈ വീരനായക സൃഷ്ടി നടത്തുമ്പോൾ ഹിന്ദുക്കളും മുസ്‌ലിങ്ങളും ഒരു കാര്യം പ്രത്യേകം ശ്രദ്ധിച്ചു. ബ്രിട്ടീഷുകാർക്കെതിരിൽ പടവാളെടുത്ത ആരെയും അവർ വീരനായകന്മാരായി കൊണ്ടാടിയില്ല. 1857-ലെ ലഹളയുടെ നായകന്മാരായ

8. റൊമീള ഥാപ്പർ, വർഗീയതയും പ്രാചീന ഭാരതചരിത്ര രചനയും. പുറം 6

9. ഹർബൻസ് മുഖിയ, ഇന്ത്യയുടെ മധ്യകാല ചരിത്രവും വർഗീയസമീപനവും, വർഗീയതയും പ്രാചീനഭാരതചരിത്രരചനയും. പുറം: 34

10. ബിപിൻ ചന്ദ്ര, ആധുനികഭാരതത്തിലെ ചരിത്രകാരന്മാരും വർഗീയതയും, വർഗീയതയും പ്രാചീനചരിത്രരചനയും. പുറം 54

ബഹദൂർഷാ, ഝാൻസിറാണി, നാനാസാഹെബ്, താന്തിയാതോപ്പി, ഫൈസബാദിലെ മൗലാനി, അഹമ്മദുള്ള, കുൺവർസിങ്ങ് തുടങ്ങിയവരേയും ഝിൻദാനിലെ റാണി, ദിവാൻ മുൽരാജ്, വാസുദേവ്, ഫദീക്ക്, ഛപേക്കാർ സഹോദരന്മാർ, ഖുദിറാം ബോസ് തുടങ്ങിയവരേയും അവർ സൗകര്യപൂർവം ഒഴിച്ചുനിർത്തി. ബ്രിട്ടീഷ് സാമ്രാജ്യത്വത്തിനെതിരെ പോരാടിയ ഇവരെ വീരനായകന്മാരാക്കിയാൽ ബ്രിട്ടീഷുകാരുടെ കടുത്ത അപ്രീതിക്കു തങ്ങൾ പാത്രീഭൂതരാകുമെന്ന് ഹിന്ദു-മുസ്‌ലിം വർഗീയവാദികൾക്കറിയാമായിരുന്നു.

അവർക്കു പകരം 'വിദേശീയ മുസ്‌ലിം രാജാക്കന്മാരോട്' പട പൊരുതിയ ശിവജി, റാണാ പ്രതാപ് തുടങ്ങിയവരെ ഹിന്ദുക്കളും 'ഇസ്ലാമിന്റെ ശത്രുക്കളോട്' യുദ്ധം ചെയ്ത ഔറംഗസീബിനെപ്പോലുള്ളവരെ മുസ്‌ലിങ്ങളും വീരനായകന്മാരാക്കി. ഫലം മറ്റൊന്നുമായിരുന്നില്ല-ഈ നായകന്മാരുടെ 'വീരകഥകൾ' കേട്ടുവളർന്ന കുട്ടികളിൽ അവരറിയാതെ വർഗീയതയുടെ ബീജാവാപം നടന്നുപോന്നു.

ചരിത്രത്തിനു നേരെ നാം പുലർത്തിപ്പോന്ന ഈ വർഗീയസമീപനം മതനിരപേക്ഷമനോഭാവത്തെ തളർത്തിക്കൊണ്ടിരുന്നു. ചരിത്രത്തെ അതിന്റെ വ്യാപകമായ അർത്ഥത്തിൽ മനസ്സിലാക്കാൻ നാം മെനക്കെട്ടില്ല. ബിപിൻ ചന്ദ്ര അഭിപ്രായപ്പെടുന്നതുപോലെ, "ചരിത്രം അതിന്റെ വ്യാപകമായ അർത്ഥത്തിൽ രചിക്കപ്പെട്ടിരുന്നുവെങ്കിൽ അതു വർഗീയ വീക്ഷണത്തെ ഫലത്തിൽ പൂർണമായി അവസാനിപ്പിക്കുമായിരുന്നു. ഉദാഹരണമായി, സാമ്പത്തിക ചരിത്രം സാമ്പത്തിക വർഗതാത്പര്യത്തെ വെളിക്കു കൊണ്ടുവരുമായിരുന്നു. വർഗത്തിന്റെ ഐക്യവും വർഗവൈരുദ്ധ്യവും അതു വെളിപ്പെടുത്തുമായിരുന്നു. ഇതെല്ലാം മതബന്ധങ്ങളെ നടുവേ ഛേദിച്ചു കടന്നുപോകുമായിരുന്നു. സാമ്പത്തിക ചൂഷണത്തെ ഇങ്ങനെ അനാവരണം ചെയ്തു കാണിച്ചിരിന്നുവെങ്കിൽ വർഗീയമായ അടിസ്ഥാനത്തിലുള്ള ഐക്യധാരണയേയും ഒരേ മതാനുയായികൾ തമ്മിൽതമ്മിലുള്ള ഐകമത്യബോധത്തേയും അത് ഇല്ലാതാക്കുമായിരുന്നു. സാമ്പത്തികമിച്ചം ഉത്പാദിപ്പിക്കുന്നവരും അതു തട്ടിപ്പറിച്ചു സ്വായത്തമാക്കുന്നവരും എന്ന നിലയ്ക്ക് സമുദായം വിഭജിക്കപ്പെടുകയും ഈ വിഭജനരേഖയുടെ ഇരുഭാഗങ്ങളിലുമായി പല മതത്തിലുംപെട്ടവർ ഒപ്പം അണിനിരക്കുകയും ചെയ്യുമായിരുന്നു."[11]

മതനിരപേക്ഷതയ്ക്കു പൂർണവും വ്യക്തവുമായ നിർവചനം നാം നല്കിയില്ല എന്നതും സെക്യുലർ മനോഭാവം സമൂഹത്തിലേക്ക് ഊർന്നിറങ്ങുന്നതിനെ പ്രതികൂലമായി ബാധിച്ചിട്ടുണ്ട്. സ്റ്റേറ്റിന് ഒരു ഔദ്യോഗികമതമുണ്ടാവുകയില്ല എന്നിടത്ത് പൂർണ്ണവിരാമമിടുന്ന മതനിരപേക്ഷതയാണ് നമുക്കുള്ളത്. ഇതിനർത്ഥം സ്റ്റേറ്റ് മതങ്ങളെ നിർബാധം വളരാൻ അനുവദിക്കുന്നു എന്നാണ്.

11. അതിൽത്തന്നെ, പുറം 73

ഈ നിർവചനത്തിന്റെ തണലിലാണ് വ്യത്യസ്ത മതവിഭാഗങ്ങൾ ഇവിടെ തങ്ങളുടെ മതവിശ്വാസങ്ങൾ പ്രചരിപ്പിക്കുന്നതും മതവിദ്യാഭ്യാസം നടത്തിക്കൊണ്ടുപോകുന്നതും മതവിഭാഗങ്ങൾ നടത്തുന്ന വിദ്യാഭ്യാസവും പ്രചാരണങ്ങളും മതനിരപേക്ഷ മൂല്യങ്ങൾക്ക് അനുസൃതമാകാൻ തരമില്ല. ഉദാഹരണമായി, ഇസ്ലാമിക ഭരണസംവിധാനമാണ് അന്യൂനമായ ഭരണസംവിധാനമെന്നു പഠിപ്പിക്കാനേ ഒരു മുസ്ലിം യാഥാസ്ഥിതികനു കഴിയൂ. മനുവിന്റെ നിയമാവലിയിലും ഹിന്ദു ധർമ്മങ്ങളിലുമൂന്നുന്ന ഭരണക്രമമേ ഇന്ത്യയ്ക്കു യോജിക്കൂ എന്നു പഠിപ്പിക്കാനേ ഒരു ഹിന്ദുയാഥാസ്ഥിതികനു കഴിയൂ. ഇത്തരം പഠനങ്ങളും പ്രചാരണങ്ങളും അനുവദിച്ചുകൊണ്ട്, മതനിരപേക്ഷ മനോഭാവം വളർത്തിയെടുക്കുക സാധ്യമല്ല - അതിന്റെ ഏറ്റവും ഒടുവിലത്തെ തെളിവാണ് ഇപ്പോൾ ഉച്ചത്തിൽ മുഴങ്ങുന്ന ഖാലിസ്ഥാൻ വാദം.

മതങ്ങളെ പൊറുപ്പിക്കുന്ന നമ്മുടെ മതനിരപേക്ഷതയെ ഇന്ത്യയിലെ ഒരു മതവും പൊറുപ്പിക്കുന്നില്ല എന്ന വസ്തുത പ്രത്യേകം ശ്രദ്ധിക്കേണ്ടതുണ്ട്. മതവും മതനിരപേക്ഷതയും ഒരേ സമയം പുലർത്താൻ ശ്രമിക്കുന്നത് ഇരുട്ടും വെളിച്ചവും ഒരേ സമയം നിലനിർത്താൻ ശ്രമിക്കുന്നതുപോലെ മൗഢ്യമാണ്. ഒന്നു മറ്റേതിന്റെ ശത്രുവാണ്- ഒന്നിന്റെ സാന്നിധ്യത്തിൽ മറ്റേതിനു നിലനില്പില്ല.

മതങ്ങളെ നിർവിഘ്നം വളരാൻ വിടുന്ന മതനിരപേക്ഷത അപൂർണമാണ്. പരിപൂർണ മതസ്വാതന്ത്ര്യമുള്ള ഒരു നാട്ടിലെ ജനങ്ങൾ എല്ലായ്പ്പോഴും മതങ്ങളെ തങ്ങളുടെ പോക്കറ്റിൽ സൂക്ഷിച്ചുകൊള്ളും എന്ന ഉദാരവീക്ഷണം വികലമാണ്. മതങ്ങളുമായി ഒത്തുതീർപ്പിലെത്തുന്ന മതനിരപേക്ഷത അല്പായുസ്സാണ്- ഈ വീക്ഷണ കോണുകളിലൂടെ വിലയിരുത്തുമ്പോൾ നമ്മുടെ മതനിരപേക്ഷത ഒരു പുനർനിർവചനം അർഹിക്കുന്നുവെന്ന് ആർക്കാണ് ബോധ്യപ്പെടാതിരിക്കുക!

(1981)

മുസ്ലിം വിയോജനവാദത്തിന്റെ ഉത്പത്തി

പത്തൊമ്പതാം നൂറ്റാണ്ടിന്റെ മധ്യത്തിൽ ഇന്ത്യൻ സമൂഹത്തിൽ നിലവിലിരുന്ന വർഗപരവും സാമൂഹികവുമായ വൈരുധ്യങ്ങൾക്ക് മതത്തിന്റെ ഛായ നൽകിയതിൽ ബ്രിട്ടീഷുകാരുടെ ഉപനിവേശനയത്തിനു അനല്പമായ പങ്കുണ്ട്. ജനങ്ങളുടെ ദേശീയൈക്യബോധത്തിന് മതവൈജാത്യങ്ങൾ വാസ്തവത്തിൽ ഇവിടെ ഒരു പ്രതിബന്ധമായിരുന്നില്ല. 1857-ലെ സ്വാതന്ത്ര്യ സമരം ഉദാഹരണമാണ്. ആ പോരാട്ടത്തിൽ മതഭേദമില്ലാതെ കോളനി വാഴ്ചക്കെതിരെ ജനങ്ങൾ ഒന്നിച്ചണിനിരന്നു. ഈ ഐക്യദാർഢ്യം തങ്ങളുടെ നിലനിൽപിനു ഭീഷണിയാകുമെന്നു കണ്ടപ്പോൾ ജനങ്ങളുടെ സാമുദായിക വികാരം ഉദ്ദീപിപ്പിക്കാനാണ് ബ്രിട്ടീഷുകാർ ശ്രമിച്ചത്.

ബ്രിട്ടീഷുകാരുടെ തന്ത്രം വിജയിക്കുന്നതിന് അനുകൂലമായ സാമൂഹിക സാഹചര്യങ്ങൾ ഒരുക്കുന്നതിൽ ഇന്ത്യൻ ബൂർഷ്വാരൂപീകരണത്തിലെ സവിശേഷതകൾ സഹായകമായി. ഇന്ത്യൻ ബൂർഷ്വാസിയുടെ ആദ്യകാല മൂലധനരൂപീകരണ സ്രോതസ്സുകൾ വ്യാപാരവും പണം കടംകൊടുക്കലുമായിരുന്നു. മുഖ്യമായും അവ ഹിന്ദുക്കളുടെ നിയന്ത്രണത്തിലുമായിരുന്നു. മുതലാളിത്ത സംരംഭങ്ങളിലേക്കു മുസ്ലിങ്ങളുടെ കച്ചവടമൂലധനം കടന്നുവരാൻ തുടങ്ങിയത് താരതമ്യേന വളരെ വൈകിയാണ്. ഹിന്ദു ബൂർഷ്വാസിയുടെ അരങ്ങേറ്റത്തിനുശേഷം അരനൂറ്റാണ്ടിലേറെ കഴിഞ്ഞേ മുസ്ലിം ബൂർഷ്വാസി പ്രത്യക്ഷപ്പെടുകയുണ്ടായുള്ളു. ഹിന്ദുക്കൾക്കിടയിലെ ബൂർഷ്വാ പരിഷ്കർത്താവും വിദ്യാഭ്യാസ പ്രവർത്തകനുമായ രാജാറാംമോഹൻറോയ് പതിനെട്ടാം ശതകത്തിന്റെ അന്ത്യപാദത്തിൽ രംഗപ്രവേശം ചെയ്തപ്പോൾ മുസ്ലിങ്ങൾക്കിടയിലെ ബൂർഷ്വാ വിദ്യാഭ്യാസപ്രവർത്തകനായ സർ സയ്യിദ് അഹമ്മദ്ഖാൻ പത്തൊമ്പതാം ശതകത്തിന്റെ ഉത്തരാർധത്തിൽ മാത്രമാണ് അരങ്ങിലെത്തുന്നത്.

ഉപനിവിഷ്ട ഇന്ത്യയിൽ നിലനിന്ന ഫ്യൂഡൽ അവശിഷ്ടങ്ങളായ ജാതീയതയും സാമുദായികതയും ഇന്ത്യൻ ബൂർഷ്വാസിക്കിടയിലെ വ്യത്യസ്ത വിഭാഗങ്ങൾ തമ്മിലുള്ള മത്സരപ്പോരാട്ടങ്ങൾക്കു മതപരമായ നിറംനൽകുന്നതിനു

ബ്രിട്ടീഷുകാരെ സഹായിച്ചു. സാമൂഹിക വൈരുധ്യങ്ങൾ മതാടിസ്ഥാനത്തിലുള്ള വൈരുധ്യങ്ങളായി മാറ്റിമറിക്കാൻ കൊളോണിയൽ ഭരണനേതൃത്വത്തിന് അത്രയൊന്നും പാടുപെടേണ്ടിവന്നില്ല. ഉപഭൂഖണ്ഡത്തിന്റെ വിഭജനത്തിൽ കലാശിച്ച മുസ്‌ലിം വിയോജനവാദത്തിന്റെ വേരുകൾ തേടേണ്ടതു യഥാർത്ഥത്തിൽ ഇവിടെയാണ്.

മുസ്‌ലിങ്ങൾക്കിടയിൽ വളർന്നുവന്ന സാമുദായിക വിയോജന വാദത്തെക്കുറിച്ചു പഠിക്കുമ്പോൾ രണ്ടു കാര്യങ്ങൾ പ്രത്യേക ശ്രദ്ധയർഹിക്കുന്നു. ഒന്ന്, മുസ്‌ലിം ബൂർഷ്വാസി ദുർബലനായിരുന്നതുകൊണ്ട് മുസ്‌ലിം സാമുദായിക പ്രസ്ഥാനത്തിനു നേതൃത്വം നൽകിയതു പ്രധാനമായും മുസ്‌ലിം ഭൂപ്രഭുക്കന്മാരാണ്. രണ്ട്, പലരും പ്രചരിപ്പിച്ചുപോന്നതുപോലെ യാഥാസ്ഥിതിക മുസ്‌ലിം മതപണ്ഡിതൻമാർ (ഉലമ) അല്ല, മറിച്ച്, ഇംഗ്ലീഷ് വിദ്യാഭ്യാസം നേടുകയോ ബ്രിട്ടീഷ് സംസ്കാരവുമായി അടുത്തു ബന്ധപ്പെടുകയോ ചെയ്ത മുസ്‌ലിങ്ങളാണ് ആദ്യകാല മുസ്‌ലിം സാമുദായിക പ്രസ്ഥാനങ്ങൾക്കു രൂപം നൽകിയത്. അവർ മതപരവും സാമുദായികവുമായ വേറിട്ടുനില്പ് പ്രോത്സാഹിപ്പിക്കുക എന്ന നിഷേധാത്മക കൃത്യം ചെയ്തപ്പോൾത്തന്നെ ഇസ്‌ലാമിനെ വർത്തമാന കാലഘട്ടത്തിന്റെ ആവശ്യങ്ങൾക്കനുസരിച്ചു നവീകരിക്കുക എന്ന ക്രിയാത്മക നടപടികൂടി കൈക്കൊണ്ടു. ഇതാകട്ടെ അവരും യാഥാസ്ഥിതിക മതപണ്ഡിതൻമാരും തമ്മിലുള്ള അഭിപ്രായ സംഘട്ടനങ്ങൾക്കു വഴിവയ്ക്കുകയുമുണ്ടായി.

ഇന്ത്യയിലെ ആദ്യത്തെ രണ്ടു മുസ്‌ലിം വിദ്യാഭ്യാസ പ്രസ്ഥാനങ്ങളായിരുന്നു 'നാഷണൽ മുസ്‌ലിം അസോസിയേഷ'നും 'മുഹമ്മദൻസ് ലിറ്റററി സൊസൈറ്റി'യും. ഇന്ത്യൻ ബൂർഷ്വാദേശീയതയുടെ പിള്ളത്തൊട്ടിൽ എന്നു വിശേഷിപ്പിക്കാവുന്ന ബംഗാളിലാണ് 1860-കളിൽ അവ രൂപമെടുത്തത്. പാശ്ചാത്യ വിദ്യാഭ്യാസം നേടിയ ബംഗാളികളായ മുസ്‌ലിം ഭൂപ്രഭുക്കന്മാരുമായി അടുത്ത ബന്ധമുണ്ടായിരുന്ന നവാബ് അബ്ദുല്ലത്തിഫ് ആയിരുന്നു അവയുടെ സ്ഥാപകൻ.

വിദ്യാഭ്യാസ സ്ഥാപനങ്ങൾ നടത്തുക, ഇംഗ്ലീഷ് പുസ്തകങ്ങൾ ഉറുദുവിലേക്കും ബംഗാളിയിലേക്കും വിവർത്തനം ചെയ്യുക, സാഹിത്യ-രാഷ്ട്രീയ സംവാദങ്ങൾ സംഘടിപ്പിക്കുക തുടങ്ങിയ പ്രവർത്തനങ്ങളിൽ മുഴുകിയ ഈ സംഘടനകൾ മത യാഥാസ്ഥിതികത്വത്തിന്റെ വേലിക്കെട്ടുകൾ പൊളിക്കാൻ ശ്രമിച്ചു എന്നതു നേരാണ്. പക്ഷേ സാമുദായികതയിൽനിന്ന് അവ മാറിനിന്നില്ല. എന്നു മാത്രമല്ല മുസ്‌ലിങ്ങളെ ഹിന്ദുക്കളിൽനിന്ന് അകറ്റിനിർത്തുന്നതിൽ അവ ശ്രദ്ധ പതിപ്പിക്കുകയും ചെയ്തു. ഉദാഹരണത്തിന് അഖിലേന്ത്യാ സ്വഭാവമുള്ള ദേശീയ സംഘടനകളിൽ നിന്നു വേറിട്ടു നില്ക്കുവാൻ നാഷണൽ മുസ്‌ലിം അസോസിയേഷൻ മുസ്‌ലിങ്ങളെ ആഹ്വാനം ചെയ്യുകയുണ്ടായി. ബ്രിട്ടീഷ് സംസ്കാരത്തെ മഹത്ത്വവൽക്കരിക്കുകയും അതിനോട്

അന്ധമായ ആദരവു പ്രകടിപ്പിക്കുകയും ചെയ്ത ഈ പ്രസ്ഥാനങ്ങൾ ബ്രിട്ടീഷ് ഭരണം ഇന്ത്യയെ സംബന്ധിച്ചിടത്തോളം തീർത്തും അനുഗ്രഹ മാണെന്ന, തികച്ചും പ്രതിലോമപരമായ ധാരണ പ്രചരിപ്പിക്കാനും മടിച്ചില്ല.

ബംഗാളിൽ ഉദയം ചെയ്ത മുസ്‌ലിം വിദ്യാഭ്യാസ പ്രസ്ഥാനങ്ങളുടെ സ്വാധീനം ബംഗാളി മുസ്‌ലിങ്ങളിൽ ഒതുങ്ങി നില്ക്കുകയുണ്ടായില്ല. ബംഗാ ളിനു പുറത്തുള്ള മുസ്‌ലിം ബുദ്ധിജീവികളിലേക്കുകൂടി അതു പടർന്നു. ദൽഹിയിലെ ഒരു ഫ്യൂഡൽ കുടുംബത്തിൽ ജനിച്ച സയ്യിദ് അഹമ്മദ്ഖാന്റെ വീക്ഷണ രൂപീകരണത്തിൽ ഈ പ്രസ്ഥാനങ്ങൾ ഗണ്യമായ സ്വാധീനം ചെലുത്തിയിട്ടുണ്ട്.

അഹമ്മദ്ഖാന്റെ സാമൂഹിക-രാഷ്ട്രീയ കാഴ്ചപ്പാടുകളെ പൂർണമായും നിയന്ത്രിച്ചത് ഇപ്പറഞ്ഞ പ്രസ്ഥാനങ്ങളാണെന്ന് ഇതിന്നർത്ഥമില്ല. 1857-59 കാലഘട്ടത്തിൽ ബ്രിട്ടീഷുകാർക്കെതിരെ നടന്ന സമരത്തെത്തുടർന്ന് തകർന്നുപോയ മുസ്‌ലിം ഭൂവുടമ സമൂഹത്തിൽനിന്ന് രൂപപ്പെട്ടുവന്ന മുസ്‌ലിം മധ്യവർഗത്തിന്റെ വികാരങ്ങൾ അദ്ദേഹത്തെ സ്വാധീനിച്ച ഒരു പ്രബല ഘടകമാണ്. ഹിന്ദുക്കളായ പണമിടപാടുകാരുടെ ചൂഷണത്തിനുകൂടി ഇര യായ ഈ ചെറുകിട ഭൂവുടമകളുടെ വർത്തമാനകാല സംഭവങ്ങളോടുള്ള പ്രതികരണങ്ങൾ അഹമ്മദ്ഖാന്റെ വീക്ഷണങ്ങളെ നിസ്സംശയമായും സ്വാധീനി ച്ചിട്ടുണ്ട്.

1860-കളിൽ വടക്കുപടിഞ്ഞാറൻ ഇന്ത്യയിലെ പ്രമുഖ വിദ്യാഭ്യാസ പ്രവർത്തകനായി ഖാൻ ഉയർന്നു. 1864-ൽ അദ്ദേഹം ഒരു സയന്റിഫിക് സൊസൈറ്റി സ്ഥാപിച്ചു. പേർഷ്യൻ ഭാഷയിലും അറബിയിലുമുള്ള മത ഗ്രന്ഥങ്ങൾക്കു നൂതന വ്യാഖ്യാനങ്ങൾ നൽകുകയും പല കൃതികളും ഉറുദുവിലേക്കു ഭാഷാന്തരം ചെയ്യുകയും ചെയ്തു ഈ സൊസൈറ്റി. ഇന്ത്യ യിൽ ഇംഗ്ലീഷ് സാഹിത്യം പ്രചരിപ്പിക്കുന്നതിലും അത് സവിശേഷശ്രദ്ധ ചെലുത്തി.

1877-ലാണ് അഹമ്മദ്ഖാൻ ബ്രിട്ടീഷുകാരുടെ സഹായത്തോടുകൂടി അലിഗഢിൽ മുഹമ്മദൻ ആംഗ്ലോ ഓറിയന്റൽ കോളേജ് സ്ഥാപിച്ചത്. മുസ്‌ലിങ്ങളെ ആധുനിക വിജ്ഞാനവിതാനത്തിലേക്ക് ഉയർത്തിക്കൊണ്ടു വരികയും അവരെ ബ്രിട്ടീഷ് ഭരണത്തിന്റെ ഉറച്ച സേവകരാക്കുകയു മായിരുന്നു കോളേജിന്റെ ലക്ഷ്യം. ഇംഗ്ലീഷ് വിദ്യാഭ്യാസം മുസ്‌ലിങ്ങൾക്കിട യിൽ വ്യാപകമായി പ്രചരിപ്പിക്കുന്നതിനു സഹായിക്കുക എന്ന ഉദ്ദേശ്യ ത്തോടെ 'മുഹമ്മദൻ എജ്യൂക്കേഷൻ കോൺഫറൻസി'നും അദ്ദേഹം രൂപം നൽകി. മത യാഥാസ്ഥിതികത്വത്തെ അദ്ദേഹം നിശിതമായി എതിർത്തു. പാശ്ചാത്യസംസ്കാരത്തെ കലവറ കൂടാതെ വാഴ്ത്തുകയും ചെയ്തു.

1885-ൽ ഇന്ത്യൻ നാഷണൽ കോൺഗ്രസ് നിലവിൽ വരുന്നതുവരെ അഹമ്മദ്ഖാൻ ഹിന്ദു-മുസ്‌ലിം ഐക്യത്തിന് എതിരായിരുന്നില്ല. മത

വിശ്വാസം എന്തുതന്നെയായാലും ഒരു രാജ്യത്തു ജീവിക്കുന്ന എല്ലാവരും ഒരു രാഷ്ട്ര(നാഷൻ)മാണെന്ന അഭിപ്രായമാണ് അദ്ദേഹത്തിനുണ്ടായിരുന്നത്. പൊതു പ്രശ്നങ്ങൾ പരിഹരിക്കുന്നതിന് എല്ലാ മതവിഭാഗങ്ങളും യോജിച്ചു പ്രവർത്തിക്കണമെന്നും അദ്ദേഹം വിശ്വസിച്ചു.

ഇത്തരമൊരു മനുഷ്യൻ കോൺഗ്രസിന്റെ രൂപീകരണത്തോടെ സാമുദായിക വിയോജനവാദത്തിന്റെ വക്താവായി മാറുന്നതാണ് നാം കാണുന്നത്. ഇതെങ്ങനെ സംഭവിച്ചു? മുമ്പു സൂചിപ്പിച്ചതുപോലെ അഹമ്മദ്ഖാന്റെ വേരുകൾ കിടക്കുന്നത് ഫ്യൂഡലിസ്റ്റ് പാരമ്പര്യത്തിലാണ്. മുസ്ലിം ഫ്യൂഡൽ വർഗം ക്ഷയോന്മുഖമാവുകയും മുസ്ലിങ്ങൾക്കിടയിൽ ഒരു വർഗമെന്ന നിലയ്ക്കു ബൂർഷ്വാസി ശക്തി പ്രാപിക്കാതിരിക്കുകയും ചെയ്ത സാഹചര്യങ്ങളിലാണ് അദ്ദേഹം പ്രവർത്തനരംഗത്തെത്തുന്നത്. ചരിത്രപരമായ കാരണങ്ങളാൽ വടക്കുപടിഞ്ഞാറൻ ഇന്ത്യയിൽ, ബംഗാളിനെയും ബോംബെയെയും അപേക്ഷിച്ച്, ബൂർഷ്വാഗ്രൂപ്പുകളുടെ ആവിർഭാവം വൈകിയാണുണ്ടായത്. അതുകൊണ്ടുതന്നെ വടക്കുപടിഞ്ഞാറൻ ഇന്ത്യയിലെ ബൂർഷ്വാസിക്കു ബോംബെയിലെയും ബംഗാളിലെയും ബൂർഷ്വാസിയുമായി മത്സരിക്കണമെങ്കിൽ പ്രാദേശിക ഭൂപ്രഭുക്കളുടെയും ബ്രിട്ടീഷ് മേധാവികളുടേയും പിന്തുണ ആവശ്യമായിരുന്നു.

അതേസമയം ദേശീയതലത്തിൽ, മൊത്തത്തിൽ, ഇന്ത്യൻ ബൂർഷ്വാസി ശക്തിപ്പെടുകയായിരുന്നു. ബ്രിട്ടീഷുകാരെ സംബന്ധിച്ചിടത്തോളം അതൊരു ഭീഷണിയായി വളരുകയും ചെയ്തിരുന്നു. ഒരു പ്രത്യയശാസ്ത്രം എന്ന നിലയ്ക്ക് ബൂർഷ്വാദേശീയത രംഗപ്രവേശം ചെയ്തതോടെ ഒരു വശത്ത് ബ്രിട്ടനും ഇന്ത്യയും തമ്മിലും മറുവശത്ത് ഇന്ത്യൻ സമൂഹത്തിലെ വ്യത്യസ്ത വിഭാഗങ്ങൾ തമ്മിലുമുള്ള വൈരുധ്യങ്ങൾ മൂർച്ഛിച്ചു. ഈ സാമൂഹിക വൈരുധ്യങ്ങളും വടക്കുപടിഞ്ഞാറൻ ഇന്ത്യയിലെ മുസ്ലിം ബൂർഷ്വാസിയുടെ ഭൂവുടമാവിധേയത്വവും ചേർന്നൊരുക്കിയ സവിശേഷ സാഹചര്യങ്ങളാണ് അഹമ്മദ്ഖാനെ കോൺഗ്രസിന്റെ ശത്രുവും മുസ്ലിം വിയോജനവാദത്തിന്റെ സഹയാത്രികനുമാക്കി മാറ്റിയത്.

ബൂർഷ്വാ ദേശീയത ഒരു ഭീഷണിയായി വളരുന്നു എന്നു മനസ്സിലാക്കിയ കൊളോണിയൽ മേധാവികൾ ഭിന്നിപ്പിച്ചു ഭരിക്കുക എന്ന അവരുടെ പഴയ തന്ത്രം വീണ്ടും സമർത്ഥമായി പ്രയോഗിക്കാൻ തുടങ്ങി. മുമ്പ് നാട്ടുരാജാക്കൻമാരെ ഭിന്നിപ്പിക്കുകയാണ് അവർ ചെയ്തതെങ്കിൽ ഇപ്പോൾ ബുദ്ധിജീവികൾക്കിടയിലെ ദേശീയവിഭാഗത്തെയും മതാത്മകവിഭാഗത്തെയും തമ്മിലടിപ്പിക്കാനാണ് അവർ ശ്രമിച്ചത്.

ആദ്യകാല മുസ്ലിം വിദ്യാഭ്യാസ സംഘടനകൾക്കു നേതൃത്വം നൽകിയ മുസ്ലിം ബുദ്ധിജീവികൾ ഫ്യൂഡൽ വരേണ്യ വിഭാഗവുമായി ബന്ധപ്പെട്ടവരായിരുന്നു ഹിന്ദു, പാർസി, സിഖ് തുടങ്ങിയ വിഭാഗങ്ങൾക്കിടയിലുയർന്നു

വന്ന ബൂർഷ്വാവിഭാഗങ്ങളെ അപേക്ഷിച്ച് മുസ്ലിങ്ങൾക്കിടയിലെ ബൂർഷ്വാ വിഭാഗം ദുർബലമായിരുന്നതുകൊണ്ട് ഫ്യൂഡൽ പ്രഭുക്കളുമായുള്ള ബന്ധം വിച്ഛേദിക്കാൻ അവർക്കു കഴിഞ്ഞില്ല. മുസ്ലിം വിദ്യാഭ്യാസ പ്രസ്ഥാനങ്ങളെ ഹിന്ദു വിദ്യാഭ്യാസ പ്രസ്ഥാനങ്ങളിൽ നിന്ന് അകറ്റി നിർത്തുന്നതിനും അവയെ തികച്ചും സാമുദായികമായ പാതയിലൂടെ നയിക്കുന്നതിനും ഫ്യൂഡൽ പ്രഭുക്കൾക്ക് ഇതവസരം നൽകി. മുസ്ലിം ബൂർഷ്വാസിയെ ഫ്യൂഡൽ പ്രതിലോമകാരികളുടെ വരുതിയിൽ തളച്ചു നിർത്തുന്ന മറ്റൊരു ഘടകവും കൂടിയുണ്ടായിരുന്നു. കോൺഗ്രസിന്റെ പ്രമുഖവക്താക്കൾ സർക്കാർ പ്രവർത്തനങ്ങളുടെ മധ്യ-അധസ്തലങ്ങൾ നിയന്ത്രിച്ചുവന്ന, ബോംബെ യിലെയും ബംഗാളിലെയും ഹിന്ദുബുദ്ധിജീവികളായിരുന്നു എന്ന വസ്തുത യാണ് അത്. പാർസികളുമായി അടുത്ത ബന്ധമുണ്ടായിരുന്നവരും ആദ്യഘട്ട ത്തിൽ കോൺഗ്രസുമായി സഹകരിച്ചവരുമായ ബോംബെയിലെ മുസ്ലിം ബൂർഷ്വാസിപോലും ക്രമേണ സാമുദായിക വാദത്തിലേക്കു വഴുതി വീഴാൻ തുടങ്ങി.

ഈ സാഹചര്യം ബ്രിട്ടീഷുകാർ മുതലെടുത്തു. ഫ്യൂഡൽ പ്രതിലോമ ശക്തികളുമായുള്ള മുസ്ലിം ബൂർഷ്വാ വിദ്യാഭ്യാസ പ്രസ്ഥാനങ്ങളുടെ സഖ്യം അവർ പ്രോത്സാഹിപ്പിക്കുകയും ഹിന്ദുവിരുദ്ധവും കോൺഗ്രസ് വിരുദ്ധവുമായ ഒരു ശക്തിയായി അതിനെ മാറ്റിത്തീർക്കുകയും ചെയ്തു.

മറുവശത്ത് കോൺഗ്രസിനെ ഒരു ഹിന്ദു സംഘടനയായി നിലനിർത്താ നുള്ള ശ്രമവും ബ്രിട്ടീഷുകാർ നടത്തി. പക്ഷേ അതു ഫലപ്രദമായില്ല. കോൺഗ്രസ് രൂപീകരിക്കപ്പെട്ട് ഏറെ ചെല്ലുന്നതിനു മുമ്പ് ഗോഹത്യ ക്കെതിരെ ആരംഭിച്ച ഹിന്ദുപ്രസ്ഥാനത്തെ ഈ പശ്ചാത്തലത്തിൽ വേണം നോക്കിക്കാണാൻ. ഗോവധം നിരോധിക്കുന്നതിനുവേണ്ടി ഈ പ്രസ്ഥാനം നടത്തിയ നീക്കങ്ങൾ ആദ്യത്തെ ഹിന്ദു-മുസ്ലിം ലഹളയ്ക്കു വഴിവച്ചു. ഈ സാഹചര്യത്തിലാണ് അഹമ്മദ്ഖാന്റെ (കു) പ്രസിദ്ധമായ ലഖ്നൗ പ്രസംഗം നടക്കുന്നത്. 1887 ഡിസംബർ 28-ന് ചെയ്ത ഈ പ്രസംഗത്തിൽ ബ്രിട്ടീഷുകാരോടു കൂറുപുലർത്താനും സാമൂഹിക പുരോഗതിയിൽ അവരുടെ സഹായം തേടാനും അദ്ദേഹം മുസ്ലിങ്ങളോട് ആവശ്യപ്പെട്ടു. ബ്രിട്ടീഷ് ഭരണത്തിൽനിന്നു മോചനം നേടിയതുകൊണ്ട് ഇന്ത്യയിലെ മുസ്ലി ങ്ങൾക്കു യാതൊരു നേട്ടവുമുണ്ടാകില്ലെന്ന് അദ്ദേഹം പ്രഖ്യാപിച്ചു. ഇന്ത്യൻ രാഷ്ട്രീയത്തിൽ ബംഗാളി ആധിപത്യം സ്ഥാപിക്കാൻ മാത്രമുതകുന്ന ഒരു ഹിന്ദു സംഘടനയായാണ് അദ്ദേഹം കോൺഗ്രസിനെ ചിത്രീകരിച്ചത്. സ്വയം ഭരണമെന്നതാകട്ടെ അദ്ദേഹത്തിന്റെ ദൃഷ്ടിയിൽ ഹിന്ദു ആധിപത്യമല്ലാതെ മറ്റൊന്നുമായിരുന്നില്ല.

ഒരു രാജ്യത്തു നിവസിക്കുന്നവർ ഒരു രാഷ്ട്രമാണെന്ന വീക്ഷണം നേരത്തെ പുലർത്തിയിരുന്ന ഖാൻ തന്റെ ലഖ്നോ പ്രസംഗത്തിൽ ഹിന്ദുക്കളും

മുസ്ലിങ്ങളും രണ്ടു രാഷ്ട്രങ്ങളാണെന്ന് അർഥശങ്കക്കിടയില്ലാത്തവിധം സൂചിപ്പിച്ചു. അദ്ദേഹം പറഞ്ഞു:

നാഷണൽ, കോൺഗ്രസ് എന്നീ പദങ്ങളുടെ അർഥം എനിക്ക് മനസ്സിലാകുന്നില്ല. ഇന്ത്യയിൽ ജീവിക്കുന്ന വ്യത്യസ്ത ജാതിക്കാരും സമുദായക്കാരും ഒരു രാഷ്ട്രമാണെന്നും അവരുടെയെല്ലാം ആശയാഭിലാഷങ്ങൾ ഒന്നാണെന്നുമാണോ അതുകൊണ്ടുദ്ദേശിക്കുന്നത്. (ഏതായാലും) ഇന്ത്യയെ ഒരു രാഷ്ട്രമായി കാണുന്ന, ഏതു രൂപത്തിലുള്ള കോൺഗ്രസിനെയും ഞാനെതിർക്കുന്നു! അദ്ദേഹം ഇങ്ങനെ ചോദിക്കാനും മറന്നില്ല....

ഈ സാഹചര്യങ്ങളിൽ മുഹമ്മദൻ, ഹിന്ദു എന്നീ രണ്ടു രാഷ്ട്രങ്ങൾക്ക് ഒരേ സിംഹാസനത്തിലിരിക്കുകയും അധികാരത്തിൽ തുല്യത പുലർത്തുകയും ചെയ്യാനാകുമോ?

മുസ്ലിം ബുദ്ധിജീവികൾക്കിടയിൽ ഈ പ്രസംഗം വ്യാപകമായി ചർച്ച ചെയ്യപ്പെട്ടു. അതിന്റെ അനന്തരഫലമെന്നോണം ബോംബെയിലേതൊഴികെയുള്ള എല്ലാ പ്രാദേശിക മുസ്ലിം വിദ്യാഭ്യാസ സംഘടനകളും കോൺഗ്രസിനെ ശക്തിയായി എതിർക്കാൻ തുടങ്ങി. ബംഗാളിലെ നാഷണൽ മുസ്ലിം അസോസിയേഷനും മുഹമ്മദൻ ലിറ്ററി സൊസൈറ്റിയും മദ്രാസിലെ അൻജുമാനി ഇസ്ലാമിയയും അക്കൂട്ടത്തിൽ പെടുന്നു. ലഖ്നോ, അലഹാബാദ്, ലാഹോർ, കൽക്കത്ത മുതലായ നഗരങ്ങളിൽ കോൺഗ്രസിനെ ഭർത്സിക്കുന്ന പ്രമേയങ്ങൾ മുസ്ലിംഗ്രൂപ്പുകൾ പാസ്സാക്കി. *അലിഗഡ് ഇൻസ്റ്റിറ്റ്യൂട്ട് ഗസറ്റ്, മുഹമ്മദൻ ഒബ്സേർവർ, മുസ്ലിം ഹെറാൾഡ്, റഫീഖി ഹിന്ദ്* തുടങ്ങിയ മുസ്ലിം ആനുകാലിക പ്രസിദ്ധീകരണങ്ങൾ കോൺഗ്രസ് വിരുദ്ധപ്രചാരണം അഴിച്ചുവിടുകയും ചെയ്തു. എല്ലാറ്റിനും പുറമെ മുസ്ലിം ഭൂപ്രഭു-ബൂർഷ്വാവിഭാഗങ്ങളെ ഉൾക്കൊള്ളിച്ചുകൊണ്ട് സയ്യിദ് അഹമ്മദ് ഖാൻ ആദ്യത്തെ കോൺഗ്രസ് വിരുദ്ധ അഖിലേന്ത്യാ സംഘടനയ്ക്കു രൂപം നൽകി. യുണൈറ്റഡ് ഫ്രൻഡ്സ് ഓഫ് ഇന്ത്യാ സൊസൈറ്റി എന്ന ഈ സംഘടനയുടെ ഉന്നം കോൺഗ്രസിന്റെ രാഷ്ട്രീയ ലക്ഷ്യങ്ങളെ ചെറുക്കുക എന്നതായിരുന്നു.

കോൺഗ്രസ് വിരുദ്ധവും ബ്രിട്ടീഷ് അനുകൂലവുമായ നിലപാടെടുത്തത് മുസ്ലിം ഉപരിവർഗം മാത്രമല്ല; ഹിന്ദു ഉപരിവർഗത്തിൽ ഒരു വിഭാഗവും അതേ നിലപാടാണ് സ്വീകരിച്ചത്. ഇപ്പറഞ്ഞ രണ്ടു വിഭാഗങ്ങളും ചേർന്ന്- ഹിന്ദുക്കൾക്കിടയിലേയും മുസ്ലിങ്ങൾക്കിടയിലേയും ഭൂപ്രഭുക്കൻമാരും രാജകുമാരൻമാരും ഉദ്യോഗസ്ഥൻമാരും ചേർന്ന്- 1888-ൽ യുണൈറ്റഡ് ഇന്ത്യ പാട്രിയോട്ടിക് അസോസിയേഷനു രൂപം നൽകി. ഈ പാട്രിയോട്ടിക് അസോസിയേഷന്റെ പാട്രിയോട്ടിസം (രാജ്യസ്നേഹം) ബ്രിട്ടീഷ് പ്രേമവും കോൺഗ്രസിന്റെ രാഷ്ട്രീയ പരിപാടികളോടുള്ള വിദ്വേഷവുമായിരുന്നു. അഞ്ചുവർഷം കഴിഞ്ഞ് 1893-ൽ ആംഗ്ളോ ഓറിയന്റൽ ഡിഫൻസ്

അസോസിയേഷൻ എന്ന പേരിൽ മറ്റൊരു സംഘടനകൂടി നിലവിൽവന്നു. രണ്ട് സമുദായങ്ങളിലേയും ഉപരിവർഗങ്ങൾക്ക് അതിൽ മതിയായ പ്രാതിനിധ്യമുണ്ടായിരുന്നു. പക്ഷേ അഹമ്മദ്ഖാൻ സ്ഥാപിച്ച അലിഗഢ് കോളെജിലെ ഇംഗ്ളീഷുകാരനായ പ്രിൻസിപ്പൽ തിയഡോർ ബെക് പ്രസ്തുത സംഘടനയിൽ നിന്ന് ഗോഹത്യാ വിരുദ്ധരായ ഹിന്ദുക്കളെ മാറ്റിനിർത്തുവാൻ ആഹ്വാനം ചെയ്തു.

ബെക്കിന്റെ 'ഹിന്ദുവിരോധ'വും 'മുസ്‌ലിം പ്രേമ'വും അവിടെ അവസാനിച്ചില്ല. അലിഗഢ് ഇൻസ്റ്റിറ്റ്യൂട്ട് ഗസറ്റിൽ എഴുതിയ ഒരു ലേഖനത്തിൽ ഇന്ത്യയിലെ പ്രാദേശിക നിയമസഭകളിലേക്ക് ജനാധിപത്യ രീതിയിൽ തെരഞ്ഞെടുപ്പ് നടത്തുന്നതിനെ അദ്ദേഹം എതിർത്തു. വ്യത്യസ്ത സമുദായങ്ങളുള്ള ഇന്ത്യയ്ക്ക് ജനാധിപത്യ സമ്പ്രദായം അനുയോജ്യമല്ലെന്നും ആ സമ്പ്രദായം നിലവിൽ വന്നാൽ ന്യൂനപക്ഷമായ മുസ്‌ലിങ്ങൾ ഹിന്ദു ആധിപത്യത്തിലാവുമെന്നുമായിരുന്നു ബെക്കിന്റെ വാദം. ജനാധിപത്യ സമ്പ്രദായത്തിനെതിരെ അദ്ദേഹം ഒരു ഭീമഹർജി തയ്യാറാക്കുകയും മുസ്‌ലിം ഭൂവുടമകളും സർക്കാർ ഉദ്യോഗസ്ഥന്മാരു മുൾപ്പെടെയുള്ള അമ്പതിനായിരം പേരുടെ ഒപ്പുകളോടുകൂടി അതു ബ്രിട്ടീഷ് പാർലമെന്റിനു സമർപ്പിക്കുകയും ചെയ്തു. ഹർജിയിലുന്നയിക്കപ്പെട്ട വാദങ്ങൾക്ക് ബ്രിട്ടീഷുകാർ വൻപ്രചാരണം നൽകി. സയ്യിദ് അഹമ്മദ്ഖാന്റെ രാഷ്ട്രീയ വീക്ഷണങ്ങളെ അതു സാരമായി സ്വാധീനിച്ചു എന്നു പറയേണ്ടതില്ല. വിദ്യാഭ്യാസ മണ്ഡലത്തിൽ തുടങ്ങിയ അദ്ദേഹത്തിന്റെ വിയോജനവാദം രാഷ്ട്രീയ മണ്ഡലത്തിലേക്കുകൂടി പടർന്നെത്തുന്നതിൽ തിയഡോർ ബെക്കിന്റെ ജനാധിപത്യ വിരുദ്ധ പ്രബോധനം കാര്യമായ പങ്കുവഹിച്ചു.

വടക്കു പടിഞ്ഞാറൻ ഇന്ത്യയിലെ ഉയർന്നുവരുന്ന മുസ്‌ലിം ബൂർഷ്വാസിയുടെയും ബുദ്ധിജീവികളുടെയും അഭ്യസ്തവിദ്യരായ ഫ്യൂഡൽ വിഭാഗങ്ങളുടെയും ഇടയിൽ അഹമ്മദ്ഖാൻ ഇതിനകം വ്യാപകമായ അംഗീകാരം നേടിക്കഴിഞ്ഞിരുന്നു. ബംഗാൾ, ബോംബെ, ഹൈദരാബാദ്, മദ്രാസ് എന്നിവിടങ്ങളിലെ മുസ്‌ലിങ്ങളും അദ്ദേഹത്തെ ആദരപൂർവ്വമാണ് വീക്ഷിച്ചത്. അദ്ദേഹത്തിന്റെ അഭിപ്രായങ്ങൾക്ക് അവരെല്ലാം വമ്പിച്ച പ്രാധാന്യം കല്പിച്ചു. ഫലം മറ്റൊന്നുമായിരുന്നില്ല. അഖിലേന്ത്യാ ദേശീയപ്രസ്ഥാനം ശക്തിപ്പെട്ടുകൊണ്ടിരിക്കെ മുസ്‌ലിങ്ങൾക്കിടയിൽ സാമുദായിക വിയോജന പ്രവണതകളും ശക്തി പ്രാപിക്കാൻ തുടങ്ങി.

വടക്കുപടിഞ്ഞാറൻ ഇന്ത്യയിൽ മുസ്‌ലിം വിയോജനവാദം വളരാൻ തുടങ്ങിയ നാൾതൊട്ടുതന്നെ അതിനെ എതിർത്തിരുന്ന ഒരു വിഭാഗവും മുസ്‌ലിം ബുദ്ധിജീവികൾക്കിടയിലുണ്ടായിരുന്നു. ദേശീയ തലത്തിലുള്ള മതേതര സംഘടനകളുമായി സഹകരിക്കാൻ തയ്യാറുമായിരുന്നു അവർ. ഉദാഹരണത്തിന് മഹാരാഷ്ട്രയിൽ, വിശിഷ്യാ ബോംബെയിൽ സമ്പന്നരായ

മുസ്‌ലിങ്ങൾ തന്നെ സാമുദായിക പ്രസ്ഥാനങ്ങളിൽനിന്ന് അകന്നുനിന്നു. കോൺഗ്രസിന്റെ ആദ്യകാല സമ്മേളനങ്ങളിൽ അവരിൽ പലരും പങ്കെടുക്കുകയും ചെയ്തു. പ്രഥമ കോൺഗ്രസ് സമ്മേളനത്തിൽ രണ്ടു മുസ്‌ലിങ്ങൾ മാത്രമേ പങ്കെടുത്തുള്ളുവെങ്കിൽ മൂന്നാം സമ്മേളനത്തിൽ ആകെയുള്ള 1889 പ്രതിനിധികളിൽ 254 പേർ മുസ്‌ലിങ്ങളായിരുന്നു.

ബോംബെയിൽ 1881-ൽ ആഗാഖാൻ രണ്ടാമൻ സ്ഥാപിച്ച 'മുസ്‌ലിം നാഷണൽ അസോസിയേഷൻ' ഇസ്മായിലിയൻ ഖോജാ സമുദായത്തിൽ പെട്ട വ്യാപാരികളുടെ ഒരു രാഷ്ട്രീയ സംഘടനയായിരുന്നു. പാർസികളുമായി അടുത്ത ബന്ധം പുലർത്തിയ അവർ സാമുദായിക വാദികളായിരുന്നില്ല, 1885-ൽ ആഗാഖാൻ അന്തരിച്ചപ്പോഴാകട്ടെ ബദറുദ്ദീൻ ത്വയബ്ജി അതിന്റെ നേതൃസ്ഥാനത്തു വന്നു. ദേശീയവാദിയായിരുന്ന ത്വയബ്ജി കോൺഗ്രസിന്റെ നാലാം സമ്മേളനത്തിൽ നടത്തിയ അധ്യക്ഷപ്രസംഗത്തിൽ പറഞ്ഞു:

ഇന്ത്യയെ ആകെ ബാധിക്കുന്ന പൊതുവായ രാഷ്ട്രീയ പ്രശ്നങ്ങൾ പരിഹരിക്കുന്നതിന് മുസൽമാൻമാർ മറ്റു വംശങ്ങളിൽപെട്ട സ്വന്തം നാട്ടുകാരോടൊപ്പം പ്രവർത്തിക്കുന്നതിൽ എന്താണ് കുഴപ്പമെന്ന് എനിക്കു മനസ്സിലാകുന്നില്ല.

ബദറുദ്ദീൻ ത്വയബ്ജിയും ഇന്ത്യൻ നാഷണൽ കോൺഗ്രസും ദേശീയ ബൂർഷ്വാസിയുടെ വീക്ഷണങ്ങളാണ് പ്രതിഫലിപ്പിച്ചതെങ്കിൽ സയ്യിദ് അഹമ്മദ്ഖാനെപ്പോലെയുള്ളവർ രാഷ്ട്രീയത്തിൽ പ്രധാനമായും ഭൂപ്രഭുത്വത്തിന്റെ കാഴ്ചപ്പാടത്രേ പ്രതിഫലിപ്പിച്ചത്. ബൂർഷ്വാസിയെപ്പോലെ ദേശവ്യാപക ലക്ഷ്യങ്ങളില്ലാത്ത ഭൂപ്രഭുവർഗം മതസമുദായങ്ങൾ തമ്മിലുള്ള വൈജാത്യങ്ങളുപയോഗിച്ച് ബൂർഷ്വാ വികാസവും ബൂർഷ്വാ ഏകീകരണവും തടയാൻ ശ്രമിച്ചു. ഈ നിലപാട് തങ്ങളുടെ രാഷ്ട്രീയനിലനില്പിന് അത്യന്തം സഹായകരമായിരുന്നതിനാൽ ബ്രിട്ടീഷുകാർ അതിനെ നിർലോപം പ്രോത്സാഹിപ്പിക്കുകയും ചെയ്തു.

ഇരുപതാം നൂറ്റാണ്ടിന്റെ ആദ്യദശകങ്ങൾ ഇന്ത്യൻ ബൂർഷ്വാസിക്കിടയിലെ മുസ്‌ലിം വിഭാഗത്തിന്റെ ചരിത്രത്തിൽ പ്രധാനപ്പെട്ട കാലഘട്ടമാണ്. പത്തൊമ്പതാം നൂറ്റാണ്ടിന്റെ അന്ത്യപാദത്തിൽ തികച്ചും ദുർബലമായിരുന്ന മുസ്‌ലിം ബൂർഷ്വാസി കരുത്താർജിച്ചതും സാമ്പത്തികവും രാഷ്ട്രീയവുമായ മേഖലകളിൽ സ്വാധീനം നേടിയതും ഈ കാലത്തത്രെ. മുസ്‌ലിം ബൂർഷ്വാസിയുടെ വളർച്ച മുസ്‌ലിങ്ങൾക്കിടയിലെ മധ്യവർഗത്തിന്റെ രാഷ്ട്രീയമായ ഉണർവിനു വഴിതെളിച്ചു. കഴിഞ്ഞ നൂറ്റാണ്ടിൽ രൂപംകൊണ്ട ഉപരിവർഗ നിയന്ത്രണത്തിലുള്ള മുസ്‌ലിം വിദ്യാഭ്യാസ പ്രസ്ഥാനങ്ങളോട് വിയോജിക്കുന്ന ഒരു വിഭാഗം അവരിൽ വളരാൻ തുടങ്ങി. അഖിലേന്ത്യാ അടിസ്ഥാനത്തിലുള്ള ദേശീയ വിമോചനപ്രസ്ഥാനത്തോട് ഭൂവുടമ നിയന്ത്രിത മുസ്‌ലിം

വിദ്യാഭ്യാസ പ്രസ്ഥാനങ്ങളിൽനിന്ന് ഭിന്നമായ ഒരു സമീപനം ഈ വിഭാഗം കൈക്കൊള്ളുകയും ചെയ്തു.

മുസ്‌ലിങ്ങൾക്കിടയിലെ ഭൂവുടമ വർഗവും വളർന്നുവരുന്ന ബൂർഷ്വാസിയും തമ്മിലുള്ള വൈരുധ്യങ്ങൾ പത്തൊമ്പതാം ശതകത്തിന്റെ അവസാന നാളുകളിൽത്തന്നെ പ്രതിഫലിച്ചുതുടങ്ങിയിരുന്നു. ഈ വൈരുധ്യങ്ങൾ ചിലെടങ്ങളിൽ മതത്തിന്റെ നിറം കൈക്കൊണ്ടു. 1889-ൽ പഞ്ചാബിലെ ഖാദിയാൻ എന്ന ഗ്രാമത്തിൽ മുസ്‌ലിങ്ങൾക്കിടയിൽ ഉദയം ചെയ്ത പുതിയ പ്രവാചകനും പുതിയ മതവിഭാഗവും ഉദാഹരണമത്രെ. ഭൂവുടമകളും അവരുടെ നിയന്ത്രണത്തിലുള്ള വ്യാപാരികളും പണം കടംകൊടുക്കുന്നവരും ചേർന്ന് ഇസ്‌ലാമിക ചട്ടക്കൂടിനകത്തു രൂപം നൽകിയ 'അഹ്മദിയാ' എന്ന പുതിയ മതവിഭാഗത്തിന്റെ പ്രവാചകനായിരുന്നു മിർസാഗുലാം അഹമ്മദ്. അവിശ്വാസികളായ ഹിന്ദു-സിഖ്-ക്രൈസ്തവ വിഭാഗങ്ങൾക്കിടയിൽ ഇസ്‌ലാംമതം പ്രചരിപ്പിക്കുക എന്ന ബാഹ്യലക്ഷ്യം നിറവേറ്റുമ്പോൾതന്നെ ബ്രിട്ടീഷുകാരുമായുള്ള മുസ്‌ലിങ്ങളുടെ രാഷ്ട്രീയമായ സഹകരണത്തിനു പ്രത്യയശാസ്ത്രപരമായ ന്യായീകരണം നൽകുന്നതിനു കൂടി മിർസാ ഗുലാം അഹമ്മദ് പരിശ്രമിച്ചു. ഇസ്‌ലാമിലെ 'ജിഹാദി' (വിശുദ്ധ യുദ്ധം)ന് അദ്ദേഹം നൽകിയ വ്യാഖ്യാനം അതിന്റെ തെളിവാണ്. ജിഹാദ് കായിക യുദ്ധമല്ലെന്നും ബൗദ്ധികമായ പോരാട്ടം മാത്രമാണെന്നും സിദ്ധാന്തിക്കുമ്പോൾ ഇന്ത്യയിലെ മുസ്‌ലിങ്ങൾ അവിശ്വാസികളായ ബ്രിട്ടീഷുകാരോടു പോരാടേണ്ടതില്ലെന്നു ഭംഗ്യന്തരേണ സൂചിപ്പിക്കുകയാണ് അദ്ദേഹം ചെയ്തത്.

ബ്രിട്ടീഷുകാരുടെ കോളനിവാഴ്ചയ്ക്കു തീർത്തും അനുകൂലമായ നിലപാടു സ്വീകരിച്ച അഹ്മദിയാപ്രസ്ഥാനം പഞ്ചാബി മുസ്‌ലിങ്ങൾക്കിടയിലെ മറ്റൊരു സംഘടനയായ 'അൻജുമാനി ഹിമായത്തി ഇസ്‌ലാ'മിന്റെ നിശിതമായ എതിർപ്പിന് ഇരയായി. അഹ്മദിയാ വിഭാഗവും അലിഗഢ് ഗ്രൂപ്പും കൈക്കൊണ്ട ബ്രിട്ടീഷ് അനുകൂല നിലപാടുകളെ ശക്തമായി വിമർശിക്കുന്ന വിഭാഗങ്ങൾ ബോംബെയിലേയും കൽക്കത്തയിലേയും മുസ്‌ലിം ബൂർഷ്വാസികൾക്കിടയിലും വളർന്നുവന്നു.

ബോംബെയിലെ മുസ്‌ലിം മധ്യവർഗം അലിഗഢിന്റെ കോൺഗ്രസ് വിരുദ്ധ നിലപാടിനെ പരസ്യമായി എതിർക്കാൻ മടിച്ചില്ല. കോൺഗ്രസ് ഉന്നയിച്ച മിതവാദപരമായ ആവശ്യങ്ങളെ അവർ പിന്തുണയ്ക്കുകയും ചെയ്തു. കൽക്കത്തയിലെ മുസ്‌ലിം അസോസിയേഷനിൽ കോൺഗ്രസ് വിരുദ്ധഭൂവുടമ വിഭാഗവും കോൺഗ്രസ് അനുകൂല ബുദ്ധിജീവി വിഭാഗവും തമ്മിൽ രൂക്ഷമായ അഭിപ്രായസംഘട്ടനങ്ങളുണ്ടായി.

ഏതാണ്ട് ഇതേ സന്ദർഭത്തിലാണ് 1894-ൽ ലഖ്നൗവിൽ 'നദ്‌വത്തുൽ ഉലമ' എന്ന പേരിൽ മൗലാന ശിബ്‌ലി ഒരു പുതിയ മുസ്‌ലിം വിദ്യാഭ്യാസ സംഘടന രൂപവൽക്കരിച്ചത്. അലിഗഢിന്റെ അമിതമായ ബ്രിട്ടീഷ് ആഭിമുഖ്യത്തിൽ അമർഷമുള്ളവരാൽ രൂപീകൃതമായതും ആധുനിക

വിദ്യാഭ്യാസത്തെയും ഇസ്ലാമിക വിദ്യാഭ്യാസത്തെയും സമന്വയിപ്പിക്കുക എന്ന ഉദ്ദേശ്യത്തോടെ നിലവിൽ വന്നതുമായ ഈ സംഘടന ആദ്യഘട്ടത്തിൽ അലിഗഡിനെയോ സയ്യിദ് അഹമ്മദ്ഖാനെയോ പരസ്യമായി എതിർക്കുകയുണ്ടായില്ല. എന്നാൽ മുസ്‌ലിം ബൂർഷ്വാസിക്ക് മുൻതൂക്കമുണ്ടായിരുന്ന നദ്‌വത്തുൽ ഉലമ അതിന്റെ ആദ്യകാല നിലപാടിൽനിന്ന് ക്രമേണ അകലുകയും 1905 ആയപ്പോഴേക്ക് കോൺഗ്രസിന്റെ നേതൃത്വത്തിലുള്ള ബൂർഷ്വാ ദേശീയവാദത്തിന്റെ പക്ഷത്തേക്കു നീങ്ങുകയും ചെയ്തു.

ഇരുപതാം നൂറ്റാണ്ടിന്റെ തുടക്കത്തിൽ വടക്കേ ഇന്ത്യയിലെ മുസ്‌ലിങ്ങൾക്കിടയിലെ ബൂർഷ്വാ ബുദ്ധിജീവികൾക്ക് ദേശീയ രാഷ്ട്രീയത്തിൽനിന്ന് അകന്നുനില്ക്കുക വയ്യ എന്ന സ്ഥിതി സംജാതമായിക്കഴിഞ്ഞിരുന്നു. അവർക്കിടയിലെ കൂടുതൽ ഉൽപതിഷ്ണുക്കളായ വിഭാഗം ഇന്ത്യൻ നാഷണൽ കോൺഗ്രസുമായി സഹകരിക്കാൻപോലും തയ്യാറായി. അതേ അവസരത്തിൽ, ഭൂവുടമകളുടെ വിയോജനാശയങ്ങൾക്കും ബ്രിട്ടീഷുകാരുടെ ഭിന്നിപ്പിച്ചു ഭരിക്കൽ തന്ത്രത്തിനും കീഴ്പ്പെട്ടുപോയ മറ്റൊരു വിഭാഗവും മുസ്‌ലിങ്ങൾക്കിടയിൽ ഉണ്ടായിരുന്നു. ഒരു സ്വതന്ത്ര മുസ്‌ലിം രാഷ്ട്രീയ സംഘടന രൂപവൽക്കരിക്കുക എന്ന കാഴ്ചപ്പാടത്രെ അവർക്കുണ്ടായിരുന്നത്.

ഇത്തരമൊരു വിഭാഗം ശക്തിപ്പെട്ടുവരുന്ന സന്ദർഭത്തിലാണ് 1905–1908 കാലഘട്ടത്തിൽ ഇന്ത്യൻ ബൂർഷ്വാസി ആദ്യമായി ദേശീയ വിമോചനത്തിനുവേണ്ടി തിലകന്റെയും അരവിന്ദഘോഷിന്റെയും മറ്റും നേതൃത്വത്തിൽ ബഹുജന സമരത്തിന്റെ തലത്തിലേക്കു പ്രവേശിച്ചത്. ഒരു വൻഭീഷണിയുടെ തുടക്കം മുന്നിൽ കണ്ട ബ്രിട്ടീഷ് മേധാവികൾ ജനങ്ങളുടെ മതപരമായ ഭിന്നത പരമാവധി ചൂഷണം ചെയ്യാൻ തുടങ്ങി. 1905–ൽ അവർ ബംഗാളിനെ ഹിന്ദുബംഗാളും മുസ്‌ലിം ബംഗാളുമായി വെട്ടിമുറിച്ചു. ദേശീയ പ്രബുദ്ധതയിലും സാമ്പത്തികരംഗത്തും ഏറെ വികസിച്ച ബംഗാളിനെ പടിഞ്ഞാറൻ ബംഗാളും കിഴക്കൻ ബംഗാളുമായി വിഭജിക്കുമ്പോൾ മുസ്‌ലിം ഭൂരിപക്ഷമുള്ള കിഴക്കൻ ബംഗാളിൽ ഹിന്ദുക്കളെയും കോൺഗ്രസിനെയും എതിർക്കുന്ന മുസ്‌ലിം ദേശീയത വളർത്തുകയായിരുന്നു കോളനി വാഴ്ചക്കാരുടെ ലക്ഷ്യം. 1906–ലാകട്ടെ മുസ്‌ലിം സാമുദായിക രാഷ്ട്രീയ പാർട്ടിയായ മുസ്‌ലിം ലീഗിന്റെ രൂപീകരണത്തിന് ഇംഗ്ലീഷുകാർ ആശീർവാദമരുളി. രണ്ടു വർഷം കഴിഞ്ഞ് 1909–ൽ അവർ മതാടിസ്ഥാനത്തിൽ പ്രത്യേക സമ്മതിദായക സംഘം നിലവിൽ വരുത്തുകയും ചെയ്തു.

കോൺഗ്രസ് ഉയർത്തിയ "സ്വരാജ്", "സ്വദേശി" എന്നീ മുദ്രാവാക്യങ്ങൾ വിയോജനവാദികളായ മുസ്‌ലിം ഉപരിവർഗം തള്ളിക്കളഞ്ഞു. പകരം "സ്വജാതി" (സ്വസമുദായം) എന്ന മുദ്രാവാക്യം അവർ മുഴക്കി. ഒപ്പം തിലകന്റെ ദേശീയതാ പ്രചാരണത്തിനു വന്നുചേർന്ന ഹൈന്ദവ പരിവേഷത്തിൽനിന്നു മുതലെടുക്കാനും ബ്രിട്ടീഷുകാർ മടിച്ചില്ല. കോൺഗ്രസ് ആത്യന്തിക

വിശകലനത്തിൽ ഹൈന്ദവമാണെന്നും മുസ്ലിങ്ങൾ തങ്ങളുടെ താൽപര്യങ്ങൾ പരിരക്ഷിക്കുന്നതിന് കോൺഗ്രസിൽനിന്നു വേറിട്ടു നില്ക്കുകയാണ് വേണ്ടതെന്നും അവർ ശക്തിയായി പ്രചരിപ്പിച്ചു.

മുസ്ലിം ബുദ്ധിജീവികളിൽ ഗണ്യമായ ഒരു വിഭാഗത്തെ മതാവേശം പിടികൂടി. എഴുന്നൂറോളം മുസ്ലിം പ്രതിനിധികൾ പങ്കെടുത്ത കോൺഗ്രസിന്റെ മുൻസമ്മേളനത്തിൽനിന്നു ഭിന്നമായി, 1905-ൽ ബനാറസിൽ ചേർന്ന കോൺഗ്രസ് സമ്മേളനത്തിൽ വെറും 17 മുസ്ലിം പ്രതിനിധികളേ പങ്കെടുക്കുകയുണ്ടായുള്ളൂ. 1905-1908 കാലഘട്ടത്തിൽ ബംഗാൾ വിഭജനത്തെത്തുടർന്നുണ്ടായ അസ്വസ്ഥതകളുടെ പശ്ചാത്തലത്തിൽ തിലകന്റെ നേതൃത്വത്തിലുള്ള കോൺഗ്രസ് തീക്ഷ്ണമായ മുസ്ലിം രോഷത്തിനു വിഷയമായിത്തീർന്നിരുന്നു. അന്ന് പതിനെട്ടു വയസ്സുമാത്രം പ്രായമുള്ള അബുൾകലാം ആസാദിനെപ്പോലുള്ള ചിലർ മാത്രമേ കോൺഗ്രസ്സിനെയും തിലകനെയും സമ്പൂർണമായി പിന്തുണക്കാൻ മുസ്ലിം ഉപരിശ്രേണിയിലുണ്ടായിരുന്നുള്ളൂ.

ഇതൊക്കെയാണെങ്കിലും ബംഗാൾ വിഭജനത്തിലൂടെ കൊളോണിയൽ അധികാരികൾ എന്തുദ്ദേശിച്ചുവോ അതു പൂർണമായി നേടാൻ അവർക്കു കഴിഞ്ഞില്ല. ഇന്ത്യൻ സമൂഹത്തെ പരസ്പരം പോരടിക്കുന്ന രണ്ടു മത വിഭാഗങ്ങളായി പിരിച്ചുനിർത്തുകയും തദ്വാരാ, ദേശീയ വിമോചന പ്രസ്ഥാനത്തെ ക്ഷയിപ്പിക്കുകയുമായിരുന്നു അവരുടെ ഉന്നം. വിഭജനതന്ത്രത്തിലൂടെ ഹിന്ദുക്കളെയും മുസ്ലിങ്ങളെയും സാമുദായികമായി ധ്രുവീകരിക്കാൻ ഒരു പരിധിവരെ ബ്രിട്ടീഷുകാർക്കു സാധിച്ചു എന്നതു നേരാണെങ്കിലും മുസ്ലിങ്ങൾക്കിടയിൽത്തന്നെ ഒരു വിഭാഗത്തെ ബ്രിട്ടീഷുകാരുടെ ശത്രുക്കളാക്കി മാറ്റാനും ബംഗാൾ വിഭജനത്തെത്തുടർന്നുണ്ടായ കുഴപ്പങ്ങൾ വഴിവച്ചു. അബുൾകലാം ആസാദിനെപ്പോലുള്ളവരുടെ ബോധവൽക്കരണം കൂടിയായപ്പോൾ ഈ വിഭാഗം ദേശീയ വിമോചനപ്പോരാട്ടത്തിൽ ഹിന്ദുക്കളോട് സഹകരിക്കാൻവരെ സന്നദ്ധരായി.

ഈ നിർണായക മുഹൂർത്തത്തിലാണ് ഇന്ത്യയിലെ നിയമനിർമാണ സഭകളെ സംബന്ധിച്ച ഒരു പുതിയ ബിൽ ബ്രിട്ടീഷ് ഭരണാധികാരികൾ കൊണ്ടുവന്നത്. ഹിന്ദു-മുസ്ലിം സ്പർദ്ധ നിലനിർത്താനുതകുന്ന തരത്തിലുള്ള പ്രാതിനിധ്യ വ്യവസ്ഥകളാണ് ബില്ലിലുണ്ടായിരുന്നത്. അലിഗഢ് ഗ്രൂപ്പിന്റെ സഹായത്തോടെ 'സാമുദായികമായ പ്രത്യേകാവശ്യങ്ങൾ' എന്ന ആശയത്തിലേക്കു മുസ്ലിം മധ്യവർഗത്തെ വലിച്ചുകൊണ്ടുപോകാനും കൂട്ടത്തിൽ അധികൃതർ ശ്രമം നടത്തി. അതിന്റെ ഭാഗമായിട്ടാണ് 'ഹിന്ദു ആധിപത്യം' എന്ന ഭീഷണിയിൽനിന്ന് മുസ്ലിങ്ങൾക്കു സംരക്ഷണം ലഭിക്കണമെന്നാവശ്യപ്പെട്ടുകൊണ്ട് ഒരു മുസ്ലിം നിവേദകസംഘം വൈസ്രോയിയെ കാണുക എന്ന ആശയം ജനിച്ചത്. അലിഗഢിലെ പുതിയ പ്രിൻസിപ്പലായ ആർച് ബോൾഡായിരുന്നു ഇതിന്റെ സൂത്രധാരൻ. നിയമനിർമാണ സഭകളിലേക്കു തിരഞ്ഞെടുപ്പു നടത്തുക എന്ന തത്ത്വം മുസ്ലിം

ന്യൂനപക്ഷത്തിന്റെ താൽപര്യങ്ങൾക്കു ഹാനികരമാകയാൽ അതുപേക്ഷിക്കണമെന്നും പകരം നാമനിർദ്ദേശമോ മതാടിസ്ഥാനത്തിലുള്ള പ്രാതിനിധ്യമോ അനുവദിക്കണമെന്നും വൈസ്രോയിയോട് അഭ്യർത്ഥിക്കണമെന്നായിരുന്നു ആർച് ബോൾഡ് മുസ്‌ലിം നിവേദക സംഘത്തോടു നിർദ്ദേശിച്ചത്.

1906 ഓക്ടോബർ 1ന് ആഗാഖാൻ മൂന്നാമന്റെ നേതൃത്വത്തിൽ വൈസ്രോയിയായ മിന്റോ പ്രഭുവിനെ കാണാനെത്തിയ എഴുപതംഗ നിവേദക സംഘത്തിൽ അലിഗഢ് ഗ്രൂപ്പിനായിരുന്നു പ്രാമുഖ്യമെങ്കിലും സയ്യിദ് അഹമ്മദ് ഖാന്റെ ബ്രിട്ടീഷ് അനുകൂലവും ഹിന്ദു വിരുദ്ധവുമായ നിലപാടിനെ ആദ്യകാലത്ത് എതിർത്ത ഒരു ചെറിയ വിഭാഗവും അതിലുണ്ടായിരുന്നു. അതുകൊണ്ടുതന്നെ കഴ്സൺ പ്രഭുവിന്റെ കാലത്തു നടന്ന അത്യാചാരങ്ങൾ നിവേദക സംഘം സൂചിപ്പിക്കാതിരുന്നില്ല. എങ്കിലും ആർച് ബോൾഡിന്റെ തികച്ചും പ്രതിലോമപരമായ ആശയങ്ങൾ നിവേദകസംഘം ശക്തിയായി അവതരിപ്പിക്കുക തന്നെ ചെയ്തു. ആഗാഖാൻ തന്റെ ഓർമ്മക്കുറിപ്പുകളിൽ പറയുന്നു:

1906ൽ വസ്തുതകളെ മുഖാമുഖം നേരിടാൻ ഞങ്ങൾ വൈസ്രോയിയോട് ആവശ്യപ്പെട്ടു. ഇന്ത്യയിലെ മുസ്ലിങ്ങളെ കേവലം ഒരു ന്യൂനപക്ഷമായല്ല ഒരു രാഷ്ട്രമായി കാണണമെന്നും അവരുടെ അവകാശങ്ങൾ നിയമം വഴി ഉറപ്പു വരുത്തണമെന്നും ഞങ്ങൾ ആവശ്യപ്പെടുകയുണ്ടായി.

മതാടിസ്ഥാനത്തിലുള്ള പ്രാതിനിധ്യം എന്ന ആർച്ബോൾഡിന്റെ നിർദ്ദേശം നടപ്പിലാക്കാൻ സഹായിക്കുന്ന തരത്തിലുള്ളതായിരുന്നു നിവേദക സംഘത്തിന്റെ അഭ്യർഥനകൾ. മുസ്‌ലിങ്ങൾ ഹിന്ദുക്കളിൽനിന്ന് ഭിന്നമായ ഒരു പ്രത്യേക രാഷ്ട്രമാണെന്ന തികച്ചും സാമുദായികമായ വീക്ഷണം അരക്കിട്ടുറപ്പിക്കപ്പെടാനും വൈസ്രോയിയുമായുള്ള മുസ്‌ലിം സംഘത്തിന്റെ കൂടിക്കാഴ്ച അവസരം നൽകി. 'ഹിന്ദു മേധാവിത്വ'ത്തിൽനിന്ന് സ്വയം രക്ഷപ്പെടുന്നതിന് മുസ്‌ലിങ്ങൾക്ക് അവരുടേതായ ഒരു രാഷ്ട്രീയ സംഘടന അനുപേക്ഷണീയമാണെന്ന വീക്ഷണവും മുമ്പെന്നത്തേക്കാൾ ബലപ്പെട്ടു. സയ്യിദ് അഹമ്മദ്ഖാൻ പ്രകടിപ്പിച്ചുപോന്ന വിയോജന മനോഭാവത്തിന്റെ യുക്തിസഹമായ പരിണാമവും ബ്രിട്ടീഷ് സാമ്രാജ്യത്തിന്റെ "ഭിന്നിപ്പിച്ചു ഭരിക്കുക" എന്ന നയത്തിന്റെ വിജയകരമായ പരിസമാപ്തിയുമായിരുന്നു അത്.

മുസ്‌ലിം രാഷ്ട്രീയ സംഘടന എന്ന നിർദ്ദേശം ആദ്യമായി മുന്നോട്ടു വച്ചത് ധാക്കയിലെ നവാബായ സലീമുള്ളയത്രെ. ബ്രിട്ടീഷ് ആധിപത്യത്തെ പിന്തുണയ്ക്കുന്ന, മുസ്‌ലിം സമുദായത്തിന്റെ താത്പര്യങ്ങൾ പരിരക്ഷിക്കുന്ന, കോൺഗ്രസിന്റെ വർധിച്ചുവരുന്ന സ്വാധീനം ചെറുക്കുന്ന ഒരു സംഘടനയായിട്ടാണ് അദ്ദേഹം അതിനെ വിഭാവനം ചെയ്തത്. മുസ്‌ലിം ചെറുപ്പക്കാരിൽ പ്രത്യേകം ശ്രദ്ധ കേന്ദ്രീകരിക്കുകയും അവർ കോൺഗ്രസിലേക്കു വഴുതിപ്പോകുന്നതു തടയുകയും ചെയ്യാൻ പുതിയ സംഘടനയ്ക്കു സാധിക്കണമെന്നും അദ്ദേഹം നിർദ്ദേശിച്ചു.

വിഖാറുൽ മുൽകിന്റെ അധ്യക്ഷതയിൽ ധാക്കയിൽ ചേർന്ന മുസ്‌ലിം നേതാക്കൻമാരുടെ സമ്മേളനം സലീമുള്ളയുടെ നിർദ്ദേശങ്ങൾ ഏതാനും ഭേദഗതികളോടെ അംഗീകരിച്ചു. സമ്മേളനം ഒരു താൽക്കാലിക സമിതിയെ തെരഞ്ഞെടുക്കുകയും നിർദ്ദിഷ്ട സംഘടനക്ക് 'ഓൾ ഇന്ത്യ മുസ്‌ലിം ലീഗ്' എന്നു പേരിടുകയും ചെയ്തു. മൗലാന ആസാദ് *ഇന്ത്യ സ്വാതന്ത്ര്യം നേടുന്നു* എന്ന തന്റെ ഗ്രന്ഥത്തിൽ ചൂണ്ടിക്കാണിച്ചതുപോലെ, "ഇന്ത്യയിലെ മുസ്‌ലിങ്ങളിൽ ബ്രിട്ടീഷ് ഗവൺമെന്റിനോട് കൂറു വളർത്തുകയും ഹിന്ദുക്കൾക്കെതിരെ മുസ്‌ലിങ്ങളുടെ അവകാശങ്ങൾ ഉയർത്തിപ്പിടിക്കുകയും ചെയ്യുക" എന്നതായിരുന്നു ലീഗ് സ്ഥാപിച്ചവരുടെ ലക്ഷ്യം.

'മുസ്‌ലിങ്ങളുടെ അവകാശങ്ങൾ' എന്ന പ്രയോഗം വാസ്തവത്തിൽ തെറ്റിദ്ധാരണാജനകമാണ്. സമുദായത്തിന്റെ കൊടിക്കൂറ ഉപയോഗിച്ച് മുസ്‌ലിം ഉപരിവർഗത്തിന്റെ അവകാശങ്ങളും താത്പര്യങ്ങളും പരിരക്ഷിക്കുക എന്ന ഉദ്ദേശ്യമാണ്, 1906ൽ നിലവിൽ വരുമ്പോൾ മുസ്‌ലിം ലീഗിനുണ്ടായിരുന്നത്. അതിന്റെ ഭൂവുടമസ്വഭാവം മറച്ചുപിടിക്കാനാവാത്ത വിധം വ്യക്തമായിരുന്നു. പഞ്ചാബിലെയും സെൻട്രൽ പ്രൊവിൻസിലെയും ഭൂവുടമകളും ഏതാനും ബുദ്ധിജീവികളുമായിരുന്നു അതിന്റെ സ്ഥാപകനേതാക്കന്മാർ. മുസ്‌ലിം രാഷ്ട്രീയസംഘടനയുടെ ആവശ്യകതയെക്കുറിച്ച് നിരന്തരം എഴുതിക്കൊണ്ടിരുന്നതാകട്ടെ ബ്രിട്ടീഷുകാരുടെയും ഭൂവുടമ വിഭാഗത്തിന്റെയും നിയന്ത്രണത്തിലായിരുന്ന *അലിഗഢ് ഇൻസ്റ്റിറ്റ്യൂട്ട് ഗസറ്റു*മായിരുന്നു. മുസ്‌ലിം ബൂർഷ്വാസിയുടെ ആശയാഭിലാഷങ്ങൾ പ്രതിഫലിപ്പിക്കുന്ന ഒരു രാഷ്ട്രീയ പ്രസ്ഥാനമായി ലീഗ് വളർന്നത് തെല്ലു കഴിഞ്ഞു മാത്രമാണ്.

ഇന്ത്യയിലെ ദേശപ്രേമവാഞ്ഛയെയും ദേശീയ വിമോചന പ്രസ്ഥാനത്തെയും തളർത്തുകയും തകർക്കുകയും ചെയ്യുക എന്ന കൊളോണിയൽ മേധാവികളുടെ ലക്ഷ്യത്തിന്, അങ്ങനെ, ഇന്ത്യൻ മുസ്‌ലിങ്ങൾക്കിടയിലെ ഭൂവുടമകളുടെ താത്പര്യങ്ങൾ സഹായകമായി. സമൂഹത്തിലെ വർഗപരമായ വൈരുധ്യങ്ങൾക്ക് മത-ജാതി ഭിന്നതകൾകൊണ്ടു മറയിട്ട് ജനങ്ങളെ സാമുദായികാടിസ്ഥാനത്തിൽ വിഭജിച്ചു നിർത്താനാഗ്രഹിച്ച ഉപനിവേശ ശക്തികൾ ഏതാണ്ട് ഒരേ കാലയളവിൽ, 1906-ൽ രണ്ടു സാമുദായിക രാഷ്ട്രീയ സംഘടനകളുടെ രൂപവൽക്കരണത്തിനു സമർത്ഥമായി കരുക്കൾ നീക്കുകയും അവയെ ഒരു പോലെ ആശീർവദിക്കുകയും ചെയ്തു. മുസ്‌ലിം പക്ഷത്ത് ഓൾ ഇന്ത്യ മുസ്‌ലിം ലീഗ് പിറവിയെടുത്തപ്പോൾ ഹൈന്ദവ പക്ഷത്ത് ഹിന്ദുമഹാസഭ ജന്മംകൊണ്ടു.

(1989)

■

ഈ ലേഖനത്തിലെ വസ്തുതകൾക്ക് മുഖ്യമായി ആശ്രയിച്ചത് വൈ.വി ഗാൻകോവ്സ്കിയും എൽ.ആർ ഗോർഡൻ പൊളോൻ സ്കായയും ചേർന്നെഴുതിയ "എ ഹിസ്റ്ററി ഓഫ് പാക്കിസ്താൻ 1947-1958" എന്ന ഗ്രന്ഥത്തെയാണ്.

മതമൗലികവാദികൾ ഉത്പാദിപ്പിക്കുന്ന മനോഭാവം

ഒരു സംഘടന അതിന്റെ പ്രവർത്തകരിൽ സൃഷ്ടിക്കുന്ന മനോഭാവം മർമ്മപ്രധാനമാണ്. സംഘടനയുടെ പ്രവർത്തനം ആരോഗ്യകരമാണോ അല്ലയോ എന്നത് ഈ മനോഭാവത്തെ ആശ്രയിച്ചിരിക്കുന്നു. പര മതനിന്ദയും പര സമുദായദ്വേഷവുമാണ് ഒരു സംഘടന അതിന്റെ അനുയായികളിൽ ഉത്പാദിപ്പിക്കുന്നതെങ്കിൽ ആ സംഘടന തീർത്തും അപകടകരമാണെന്നു വിധിയെഴുതേണ്ടിവരും.

അന്യസമുദായനിന്ദയും അന്യമതദ്വേഷവും പ്രചരിപ്പിക്കുന്ന ചില സംഘടനകൾ നമ്മുടെ രാജ്യത്തുണ്ട്. അവ ഏതെങ്കിലും പ്രത്യേക സമുദായത്തിൽ ഒതുങ്ങി നില്ക്കുന്നില്ല. പ്രയോഗരീതിയിൽ അല്പസ്വല്പം വ്യത്യാസം കാണാമെങ്കിലും ഇന്ത്യയിലെ വിവിധ സമുദായങ്ങൾക്കിടയിൽ അത്തരം സംഘടനകൾ പ്രവർത്തിച്ചുവരുന്നതായി കാണാം. മതപരമോ ജാതീയമോ സാംസ്കാരികമോ ആയ ഷോവനിസമാണ് അവയോരോന്നിന്റെയും മൂലധനം.

രാഷ്ട്രീയ സ്വയം സേവക്സംഘം മേല്പറഞ്ഞ സംഘടനകളിൽ പ്രധാനപ്പെട്ട ഒന്നാണ്. ഹിന്ദുക്കൾക്കുവേണ്ടി മാത്രമുള്ള ഒരു സംഘടനയാണത്. (ഇപ്പോൾ അഹിന്ദുക്കളും സംഘത്തിൽ പ്രവർത്തിക്കുന്നുണ്ട് എന്ന സംഘവക്താക്കളുടെ അവകാശവാദം വിസ്മരിക്കുന്നില്ല). അതിന്റെ രൂപീകരണ വേളയിൽ ഹിന്ദു സ്വയം സേവക്സംഘം എന്ന പേർ പോലും നിർദ്ദേശിക്കപ്പെട്ടിരുന്നു. പക്ഷേ, ഹിന്ദുക്കൾ ഇന്ത്യയിലെ വിവിധ സമുദായങ്ങളിൽ ഒന്നു മാത്രമായി പരിഗണിക്കപ്പെടേണ്ടവരല്ലെന്നും അവർ ഇന്നാട്ടിലെ ദേശീയജനതയാണെന്നും അതുകൊണ്ട് ഇന്ത്യയിൽ 'രാഷ്ട്രീയ' എന്ന പദത്തിന്റെ സഹജമായ അർഥം 'ഹിന്ദു' എന്നാണെന്നും സംഘസ്ഥാപകനായ ഡോ. കേശവ ബലിറാം ഹെഡ്ഗെവാർ വിശദീകരിച്ചതിനെ തുടർന്നാണ് അതു രാഷ്ട്രീയ സ്വയം സേവക് സംഘം എന്ന പേർ സ്വീകരിച്ചത്.

ഇപ്പറഞ്ഞ 'ഹിന്ദുവിൽ' ഹിന്ദു മുസ്ലിമും ഹിന്ദു ക്രിസ്ത്യാനിയുമൊക്കെ പെടുമെന്ന് ഇപ്പോൾ പറഞ്ഞു കേൾക്കുന്നു. പക്ഷേ, രാഷ്ട്രീയ സ്വയം

സേവക്സംഘത്തിന്റെ വേദഗ്രന്ഥമെന്നു വിശേഷിപ്പിക്കാവുന്ന വിചാരണയിൽ പറയുന്നത്: "ഹിന്ദുക്കൾ, അവരേതു ജാതിയായാലും വർഗമായാലും ഒരേ സമുദായമാണെന്നും, മുസ്‌ലിങ്ങളും ക്രിസ്ത്യാനികളും തികച്ചും ഭിന്നമായ, ചിലപ്പോൾ ശത്രുപക്ഷത്തു നില്ക്കുന്നതും കൂടിയായ സമുദായങ്ങളാണെന്നും"[1] ആണ്.

ഇന്ത്യയിലെ മുസ്‌ലിങ്ങൾ, ക്രൈസ്തവർ തുടങ്ങിയ അഹിന്ദുക്കളെ മാറ്റിനിർത്തിക്കൊണ്ടുള്ള ഒരു വ്യാവർത്തക സാസ്കാരിക ദേശീയത (exclusive cultural nationalism) യിലാണ് സംഘം അടിവരയിട്ടുപോന്നിട്ടുള്ളത്. ഭൂമിശാസ്ത്രപരമായ ദേശീയതയെ സംഘം രൂക്ഷമായി എതിർക്കുന്നു. ഇന്ത്യയിലെ ദേശീയജീവിതം ഹിന്ദുജനതയുടേതാണെന്നും ഇന്ത്യ ഹിന്ദുരാഷ്ട്രമാണെന്നും അർഥശങ്കയ്ക്കിടയില്ലാത്തവിധം അതു പറഞ്ഞുവച്ചിട്ടുണ്ട്.

സംഘത്തിന്റെ ചിന്തകളെ ഏതാണ്ടിപ്രകാരം സംക്ഷേപിക്കാവുന്നതാണ്. സ്മരണാതീതകാലംതൊട്ട് ഇന്ത്യയിൽ ജീവിച്ചുപോരുന്നവരാണ് ഹിന്ദുക്കൾ. അതുകൊണ്ട് ഇന്ത്യയിലെ ദേശീയജനത ഹിന്ദുക്കളത്രെ. അവരുടെ സംഭാവനയാണ് ഇവിടത്തെ ജീവിതവും സംസ്കാരവും. അഹിന്ദുക്കൾ അക്രമികളോ അതിഥികളോ ആയി വന്നവരായതുകൊണ്ട് അവർ ഈ മണ്ണിന്റെ മക്കളല്ല. അവർ ഹൈന്ദവസംസ്കാരവും പാരമ്പര്യങ്ങളും സ്വീകരിക്കുന്നതു വരെ അവരെ സമഭാവനയോടെ വീക്ഷിക്കുക സാധ്യവുമല്ല. അഹിന്ദുക്കൾ, വിശേഷിച്ച് മുസ്‌ലിങ്ങളും ക്രൈസ്തവരും ഹൈന്ദവമായ എല്ലാറ്റിന്റെയും ശത്രുക്കളാകയാൽ രാജ്യത്തിനു ഭീഷണിയാണ്. ഈ രാജ്യത്തിന്റെ സ്വാതന്ത്ര്യവും പുരോഗതിയും ഹിന്ദുക്കളുടെ സ്വാതന്ത്ര്യവും പുരോഗതിയുമാണ്. ഹിന്ദുമതത്തിന്റേയും സംസ്കാരത്തിന്റേയും നേരെ അഹിന്ദുക്കളായ വിദേശികൾ നടത്തിയ സമരങ്ങളുടെ ചരിത്രമാണ് ഭാരതചരിത്രം. ഈ രാഷ്ട്രം ഹിന്ദുരാഷ്ട്രമാണെന്നു കരുതാത്തവരുടെ കൈകളിലാണ് ഇപ്പോഴും അധികാരം എന്നതിനാൽ ഹൈന്ദവരാഷ്ട്രം ഇന്നും അപകടത്തിലാണ്. ഈ ഭീഷണി തരണം ചെയ്യാൻ ഹിന്ദുക്കൾ ഒന്നിച്ചേ തീരൂ. സംഘസ്ഥാപകന്റെ വാക്കുകളിൽ: "നമ്മുടെ ഹിന്ദുസമാജത്തെ സംഘടിപ്പിക്കുകയും അതിന്റെ നേർക്കു ലോകത്തിലെ ഏതു ശക്തിക്കും ദുരുദ്ദേശ്യപൂർവകമായ ഒരു നോക്കുനോക്കാൻ പോലും ധൈര്യമുണ്ടാകാത്തവിധം അതിനെ ശക്തിപ്പെടുത്തുകയുമാണ്" ആർ. എസ് എസിന്റെ ലക്ഷ്യം.

ഹിന്ദുക്കളെ സംഘടിപ്പിക്കുക എന്ന പ്രഖ്യാപിത ലക്ഷ്യം മുൻനിർത്തി പ്രവർത്തിക്കുമ്പോൾ സംഘം അതിന്റെ അനുയായികളിൽ കടുത്ത മുസ്‌ലിം-ക്രൈസ്തവ വിരോധം കുത്തിവയ്ക്കുന്നു എന്നതു അനിഷേധ്യമായ ഒരു വസ്തുതയാകുന്നു. "ഹിന്ദുസ്ഥാൻ ഹിന്ദുകാ, നഹീ കിസീ കേ ബാപ്കാ" എന്നതു സംഘത്തിന്റെ ശാഖകളിൽ ആദ്യകാലത്തു മുഴങ്ങിക്കേട്ട ഒരു

1. മാ.സ. ഗോൾവാൾകർ, വിചാരധാര, 1981, പു 299

മുദ്രാവാക്യമാണ്. 1982 ഫെബ്രുവരിയിൽ പൂനെയിൽ നടന്ന വർഗീയ കലാപത്തിനു തൊട്ടുമുമ്പുള്ള നാളുകളിൽ വിശ്വഹിന്ദുപരിഷത് സംഘടിപ്പിച്ച ജനജാഗരൺ അഭിയാനിലും അതേ മുദ്രവാക്യം ആവർത്തിക്കപ്പെടുകയുണ്ടായി.[2] ഇന്ത്യ ഹിന്ദുക്കളുടേതാണെന്ന് ഉദ്ഘോഷിക്കുക മാത്രമല്ല, ഇന്ത്യയിലെ മുസ്‌ലിങ്ങളും ക്രൈസ്തവരും ഈ രാജ്യത്തോടു കൂറില്ലാത്ത ദേശദ്രോഹികളാണെന്ന് ആരോപിക്കപ്പെടുകയുമുണ്ടായിട്ടുണ്ട്. വിചാരധാരയിൽ ഗോൾവാൾകർ പറയുന്നത്, "മതവിശ്വാസത്തിൽ മാറ്റം വരുത്തുന്നതോടൊപ്പം രാഷ്ട്രത്തോടുള്ള അവരുടെ (മുസ്‌ലിങ്ങളുടെയും ക്രൈസ്തവരുടെയും) സ്നേഹവും ഭക്തിഭാവവും വേറിട്ടുപോകുന്നു" എന്നത്രേ (പു.174).

രാജ്യസ്നേഹത്തെ മതവുമായി കൂട്ടിക്കുഴയ്ക്കുന്ന സമ്പ്രദായം ഇനിയുള്ള കാലം തുടരാനാവുമോ? സമീപകാലത്ത് ഇന്ത്യയിൽ കോളിളക്കം സൃഷ്ടിച്ച ചാരവലയത്തിന്റെ മസ്തിഷ്കമായി പ്രവർത്തിച്ച കൂമർ നാരായണൻ മുസ്‌ലിമോ ക്രിസ്ത്യാനിയോ അല്ല എന്നോർക്കേണ്ടതുണ്ട്. മുസ്‌ലിങ്ങൾക്കിടയിലോ ക്രൈസ്തവർക്കിടയിലോ ചാരന്മാരെ കണ്ടെത്തുകയില്ല എന്നല്ല വിവക്ഷ. ഏതു പ്രലോഭനത്തിനു വഴങ്ങി കൂമർനാരായണൻ ചാരവൃത്തി നടത്തിയോ അതേ പ്രലോഭനത്തിനു വശംവദരായി രാജ്യദ്രോഹത്തിലേർപ്പെടുന്നവർ മുസ്‌ലിം-ക്രൈസ്തവ സമുദായങ്ങളിലുമുണ്ടായെന്നു വരാം. അവരെ ഭരിക്കുന്നതു മതപരമായ പരിഗണനകളല്ല, തികച്ചും സാമ്പത്തികമായ പരിഗണനകളാണെന്നുമാത്രം.

പക്ഷേ, ഇത്തരമൊരു കാഴ്ചപ്പാട് സ്വീകരിക്കാൻ സംഘം തയ്യാറല്ല. ഏതു പ്രശ്നത്തിലും ഹിന്ദുരാഷ്ട്രത്തിന്റെ പേരിൽ തീർത്തും വൈകാരികമായ ഒരു വീക്ഷണം ഉയർത്തിപ്പിടിക്കുകയാണ് അതു ചെയ്യുന്നത്. ഭാരതത്തിന്റെ പുത്രനായി ഹിന്ദുവിനെ മാത്രമേ അതംഗീകരിക്കുന്നുള്ളു. രാജ്യത്തോടു കൂറും ഭക്തിയും ഹിന്ദുവിനു മാത്രമേ ഉണ്ടാകൂ എന്ന് അതു വിശ്വസിക്കുന്നു. 'കാരണം' ഗോൾവാൾകറുടെ ഭാഷയിൽ, "ഹിന്ദുക്കളുടെ പ്രപിതാമഹൻമാരാണ് മാതൃഭൂമിയോടുള്ള സ്നേഹത്തിന്റെയും ഭക്തിയുടെയും പാരമ്പര്യവും നിലവാരവും ഇവിടെ ഉണ്ടാക്കിയത്... മാതൃഭൂമിയുടെ അഖണ്ഡതയും പവിത്രതയും സംരക്ഷിക്കുന്നതിന് സ്വന്തം ജീവരക്തം ചൊരിഞ്ഞതും അവരാണ്. ഇതെല്ലാം ചെയ്തത് ഹിന്ദുക്കൾ മാത്രമാണെന്ന സത്യത്തിന് നമ്മുടെ ആയിരമായിരം വർഷങ്ങളുടെ ചരിത്രം വാചാലമായ സാക്ഷ്യം വഹിക്കുന്നു. ഹിന്ദുമാത്രമാണിവിടെ ഈ മണ്ണിന്റെ മകനായി ജീവിച്ചുപോന്നതെന്നാണതിന്റെ അർഥം."[3]

സംഘത്തിന്റെ കണ്ണിൽ ഈ മണ്ണിന്റെ മക്കളല്ലാത്ത മുസ്‌ലിങ്ങൾ, ക്രൈസ്തവർ തുടങ്ങിയ അഹിന്ദുക്കൾ എന്തു ചെയ്യണം? നാം അഥവാ

2. See secular Democracy, March 1982

3. മാ.സ. ഗോൾവാൾകർ, വിചാരധാര, 1981, പു 169-170

നമ്മുടെ രാഷ്ട്രത്തിന്റെ നിർവചനം എന്ന പുസ്തകത്തിൽ ഗോൾവാൾകർ ഈ ചോദ്യത്തിനുത്തരം നൽകുന്നതിങ്ങനെയാണ്: "ഹിന്ദുസ്ഥാനിലെ അഹിന്ദുക്കൾ ഒന്നുകിൽ ഹിന്ദുസംസ്കാരവും ഭാഷയും സ്വീകരിക്കുകയോ... അല്ലെങ്കിൽ അവകാശങ്ങളൊന്നുമില്ലാതെ, പൗരാവകാശങ്ങൾപോലുമില്ലാതെ ഹിന്ദുജനതയ്ക്കു പൂർണമായി കീഴ്പ്പെട്ട് ഇവിടെ കഴിഞ്ഞുകൂടുകയോ ചെയ്യണം"[4]

1939ലാണ് ഗോൾവാൾകർ ഇപ്രകാരമെഴുതിയത്. സമകാലിക ഇന്ത്യയിൽ സംഘാംഗങ്ങൾ കാണുന്നത് പക്ഷേ മറ്റൊരു യഥാർഥ്യമാണ്. ഇന്ത്യയിലെ അഹിന്ദുക്കൾ വിശിഷ്യ, മുസ്ലിങ്ങൾ ഗുരുജി നിർദ്ദേശിച്ചിടത്തേക്കു 'വളർന്നി'ട്ടില്ല. ഗുരുജി വിഭാവനം ചെയ്ത ഹിന്ദുസംസ്കാരം സ്വാംശീകരിക്കാനോ അതല്ലെങ്കിൽ സമസ്ത അവകാശങ്ങളും കൈവെടിഞ്ഞ് ഹിന്ദുജനതയ്ക്കു സമ്പൂർണമായി കീഴ്പ്പെട്ടു ജീവിക്കുവാനോ അവർ തയ്യാറായിട്ടില്ല. അവരിന്നും 'ഹിന്ദുരാഷ്ട്ര'ത്തിന്റെ 'ശത്രു'ക്കളായി തുടരുന്നു. ഈ ആശയം മാധ്യമങ്ങളിലൂടെയും സംഘശാഖകളിലൂടെയും പ്രസംഗങ്ങളിലൂടെയും അനുയായികൾക്ക് എത്തിച്ചുകൊടുക്കുവാൻ ആർ എസ് എസ് ശ്രമിച്ചു പോന്നിട്ടുണ്ട്.

സംഘത്തിന്റെ ഇംഗ്ലീഷ് ജിഹ്വയിൽ വന്ന ഈ വരികൾ നോക്കു: "ഹിന്ദുക്കൾക്ക് സ്വന്തം മാതൃഭൂമിയിൽ നിലനില്പുണ്ടാകണമെങ്കിൽ ഇന്ത്യ പരിപൂർണമായും വേദങ്ങളുടെയും ഉപനിഷത്തുക്കളുടെയും വ്യാസന്റെയും വാല്മീകിയുടെയും ബുദ്ധന്റെയും മഹാവീരന്റെയും ശങ്കരന്റെയും രാമാനുജന്റെയും രാമകൃഷ്ണന്റെയും രമണമഹർഷിയുടെയും മാത്രമായ ഒരു രാജ്യമായിത്തീരുന്ന ദിനം സങ്കല്പിക്കുകയും അതിനുവേണ്ടി കഠിനാധ്വാനം നടത്തുകയും വേണം."[5]

മുസ്ലിങ്ങളെ ഒരു ശത്രുസമുദായമായി വീക്ഷിക്കുന്ന ഈ രീതി വർഗീയ കലാപങ്ങൾക്കു പ്രേരകമായിത്തീർന്നിട്ടില്ലേ? മറ്റെല്ലാ സാമുദായിക സംഘടനകളും ചെയ്യുന്നതുപോലെ, തങ്ങൾക്ക് വർഗീയസംഘട്ടനങ്ങളിൽ പങ്കില്ലെന്നു കൈകഴുകുവാൻ സംഘം ശ്രമിച്ചിട്ടുണ്ടെങ്കിലും ചില സാമുദായിക കലാപങ്ങളുടെ പിന്നിൽ സംഘം പ്രവർത്തിച്ചതായി അന്വേഷണ കമ്മീഷനുകൾ കണ്ടെത്തിയിട്ടുണ്ട്. 1979 ഏപ്രിൽ 11ന് ജാംഷെഡ്പൂരിൽ തുടങ്ങിയ കലാപത്തെക്കുറിച്ച് അന്വേഷിച്ച ജസ്റ്റിസ് ജിതേന്ദ്രനാരായൺ കമ്മീഷൻ 1981 ആഗസ്ത് 31ന് സമർപ്പിച്ച റിപ്പോർട്ടിൽ ആർ എസ് എസ്, ജനസംഘം (ഇപ്പോൾ ബി.ജെ.പി.) ഭാരതീയ മസ്ദൂർസംഘം എന്നിവയെ കലാപത്തിന് ഉത്തരവാദികളായി എടുത്തു പറഞ്ഞിട്ടുണ്ട്.[6] 1979 മാർച്ച് 31, ഏപ്രിൽ 1 തിയതികളിൽ ജാംഷഡ്പൂരിൽ നടത്തിയ ആർ എസ് എസ്

---

4. *MS Golwalker, We or Our Nationhood Defined. pp.55-56*
5. *Organiser, Jan. 2-8 1983*
6. *See Secular Democracy. Sep.1981*

ക്യാമ്പും ഏപ്രിൽ 1ന് വൈകുന്നേരം 4.30ന് സർ സംഘചാലക് ബാലാ സാഹബ് ദേവരസ് നടത്തിയ പ്രസംഗവുമാണ് സാമുദായികസംഘട്ടനത്തിന് വഴിമരുന്നിട്ടതെന്ന് കമ്മീഷന്റെ റിപ്പോർട്ടിൽ പറയുന്നു.

1982 സപ്തംബറിൽ മീററ്റിൽ നടന്ന കലാപത്തിന്റെ പിന്നിലും ബാലാ സാഹബ് ദേവരസിന്റെ പ്രസംഗമുണ്ട്. അദ്ദേഹത്തിന്റെ സന്ദർശനത്തെ തുടർന്നാണ് മീററ്റിൽ അന്തരീക്ഷം വഷളായതെന്നും സംഘർഷം മൂർച്ഛിച്ചതെന്നും റിപ്പോർട്ടു ചെയ്യപ്പെട്ടിരുന്നു.[7]

സംഘത്തിന്റെ സവിശേഷമായ ചിന്താരീതി അനുയായികളിൽ തികഞ്ഞ വർഗീയമനോഭാവം സൃഷ്ടിക്കുന്നു എന്നതു തർക്കമറ്റ സംഗതിയാണ്. ഹിന്ദു-മുസ്‌ലിം മൈത്രിക്കുവേണ്ടി കഠിനാധ്വാനം ചെയ്ത ഗാന്ധിജിയെപ്പോലും ആ ചിന്താരീതിക്കു പൊറുപ്പിക്കാൻ കഴിഞ്ഞില്ല. ഗാന്ധിജിയുടെ വധത്തെത്തുടർന്ന് വിനോബഭാവെ പ്രകടിപ്പിച്ച അഭിപ്രായം ശ്രദ്ധേയമാണ്: "ഇന്ത്യ കാലാകാലങ്ങളിൽ പുണ്യാത്മാക്കളെ ഉൽപാദിപ്പിച്ചുപോന്നിട്ടുണ്ട്. അജ്ഞരായ ജനങ്ങൾക്ക് അവരെ മനസ്സിലാക്കാൻ കഴിയാതെ പോയിട്ടുണ്ടാവാം. പക്ഷേ, ഇന്ത്യയിലൊരിക്കലും ഒരു പുണ്യാത്മാവ് വധിക്കപ്പെടുകയുണ്ടായിട്ടില്ല. ഗാന്ധിജിയുടെ വധം ഒന്നോ രണ്ടോ വ്യക്തികളുടെ കൃത്യമല്ല. അത് ഒരു പ്രത്യേക ചിന്താരീതിയുടെ ഫലമാകുന്നു."

പരസമുദായ ദ്വേഷത്തിലൂന്നുന്നതും സാംസ്കാരിക ഷോവനിസത്തിൽ അധിഷ്ഠിതവുമായ ഈ പ്രത്യേക ചിന്താരീതി രാഷ്ട്രീയ സ്വയംസേവക് സംഘത്തിന്റെ മാത്രം പ്രത്യേകതയല്ല. ഇതര സമുദായങ്ങൾക്കിടയിൽ പ്രവർത്തിക്കുന്ന സമാനസംഘടനകൾ താന്താങ്ങളുടെ അനുയായി വൃന്ദങ്ങളിൽ തങ്ങളുടേതായ സവിശേഷരീതിയിൽ സാമുദായിക സങ്കുചിതത്വവും വർഗീയ മനോഭാവവും വളർത്തിക്കൊണ്ടുവരുന്നുണ്ട്. ജാംഷെഡ്പൂർ കലാപത്തെക്കുറിച്ച് അന്വേഷിച്ച ജിതേന്ദ്രനാരായൺ കമ്മീഷൻ ആ വകുപ്പിൽ ഉൾപ്പെടുത്തിയ ഒരു സംഘടനയാണ് മുസ്‌ലിങ്ങൾക്കിടയിൽ പ്രവർത്തിക്കുന്ന ജമാ അത്തെ ഇസ്‌ലാമി.

ആർ എസ് എസ് ജനങ്ങളെ ഹിന്ദു, അഹിന്ദു എന്നിങ്ങനെ വർഗീകരിക്കുമ്പോൾ ജമാ അത്തെ ഇസ്‌ലാമി മുസ്‌ലിം, അമുസ്‌ലിം എന്നിങ്ങനെയാണ് ജനങ്ങളെ വർഗീകരിക്കുന്നത്. ആർ. എസ്. എസ്സിന്റെ ലക്ഷ്യം ഇന്ത്യയുടെ ഹൈന്ദവ വൽക്കരണമാണെങ്കിൽ ജമാ അത്തെ ഇസ്‌ലാമിയുടെ ലക്ഷ്യം ഇന്ത്യയുടെ ഇസ്‌ലാമികവൽക്കരണമാണ്. ജമാ അത്തെ ഇസ്‌ലാമിയുടെ ആചാര്യനായ മൗലാനാ മൗദൂദിയുടെ ചിന്തകൾ പിന്തുടരുന്നതും ജമാ അത്തിന്റെ ആശീർവാദത്തോടെ വളർന്നുവന്നതുമായ സിമി സമീപകാലത്ത് ഉയർത്തിയ "ഇന്ത്യയുടെ മോചനം ഇസ്‌ലാമിലൂടെ" എന്ന മുദ്രാവാക്യം ഇത്തരുണത്തിൽ ഓർക്കാവുന്നതാണ്.

---

7. See Economic and Political Weekly, 6 Nov. 1982

ജമാ അത്തെ ഇസ്‌ലാമിയുടെ കാഴ്ചപ്പാടിൽ, ഒരു ഇസ്‌ലാമിക രാഷ്ട്രം കെട്ടിപ്പടുക്കുക എന്ന അർഥത്തിൽ അല്ലാഹുവിന്റെ ആജ്ഞകൾ മനസ്സിലാക്കുകയും പ്രവർത്തിക്കുകയും ചെയ്യുന്നവൻ മാത്രം മുസ്‌ലിമും അല്ലാത്തവൻ അമുസ്‌ലിമുമാണ്. "മുസ്‌ലിമിനെ അല്ലാഹു ഇഷ്ടപ്പെടുകയും അമുസ്‌ലിമിനെ വെറുക്കുകയും ചെയ്യുന്നു" എന്ന് ജമാ അത്തെ ഇസ്‌ലാമിയുടെ സ്ഥാപകനായ മൗദൂദി എടുത്തുപറയുന്നുണ്ട്.[8] മൗദൂദിയുടെ അഭിപ്രായത്തിൽ ഈശ്വരൻ (അല്ലാഹു) അനുഗ്രഹിക്കുന്നത് മുസ്‌ലിമിനെ മാത്രമാണ്. എന്നാൽ 1941ൽ താൻ ഈ ആശയങ്ങൾ പ്രകാശിപ്പിക്കുമ്പോൾ മുസ്‌ലിങ്ങളുടെമേൽ അല്ലാഹുവിന്റെ അനുഗ്രഹം കാണാനില്ലെന്ന് മൗദൂദി ചൂണ്ടിക്കാണിക്കുകയുണ്ടായി. അദ്ദേഹത്തിന്റെ വാക്കുകൾ ശ്രദ്ധിക്കുക:

'നാമീ നാട്ടിൽ ഇപ്പോഴും കോടിക്കണക്കിലുണ്ട്. ഇത്ര വമ്പിച്ച ഒരു ജനസംഖ്യ ഇസ്‌ലാമിന്റെ ചൈതന്യവും ഈമാനിന്റെ ശക്തിയും ഉൾക്കൊണ്ടിരുന്നുവെങ്കിൽ നാമിവിടെ ഇങ്ങനെ നിസ്സഹായരും നിലയും വിലയുമില്ലാത്തവരുമായി അവശേഷിക്കുകയില്ലായിരുന്നു... ചിന്തിച്ചു നോക്കുക. ഇത് അല്ലാഹുവിന്റെ അനുഗ്രഹമാണോ? ഇതനുഗ്രഹമല്ല, മറിച്ച് ശാപമാണ്."[9]

തുടർന്ന് അല്ലാഹു നൽകിയ ജീവിത വ്യവസ്ഥ-രാഷ്ട്രീയമുൾപ്പെടെയുള്ള സർവമണ്ഡലങ്ങളെയും സ്പർശിക്കുന്ന ഇസ്‌ലാമിക ജീവിത വ്യവസ്ഥ-നടപ്പാക്കാത്തതാണ് മുസ്‌ലിങ്ങളുടെ ദുഃസ്ഥിതിക്കു കാരണമെന്ന് മൗദൂദി കണ്ടെത്തുന്നു. ഇന്ന് അമുസ്‌ലിങ്ങൾ മുസ്‌ലിങ്ങളുടെമേൽ ഭരണം നടത്തുന്നുവെങ്കിൽ അതിനു കാരണം ഇസ്‌ലാമിനെ സമ്പൂർണമായി മുസ്‌ലിങ്ങൾ സ്വീകരിക്കാത്തതാണ്. തെളിച്ചു പറഞ്ഞാൽ ഇസ്‌ലാമിക ഭരണം സ്ഥാപിക്കാൻ മുസ്‌ലിങ്ങൾ ശ്രമിക്കാത്തതാണ് എല്ലാ കുഴപ്പങ്ങൾക്കും കാരണം.

മൗദൂദി 1941ൽ പ്രകടിപ്പിച്ച ഇതേ അഭിപ്രായം ഇന്ത്യൻ ജമാ അത്തെ ഇസ്‌ലാമിയുടെ സാരഥി മൗലാന അബുല്ലൈസ് 1951ൽ ആവർത്തിക്കുകയുണ്ടായി: "ഇന്ത്യയിൽ മുസ്‌ലിങ്ങളുടെ അടിമത്തത്തിനു കാരണം ഇംഗ്ലീഷുകാരുടെ ചതിപ്രയോഗങ്ങളും അക്രമമർദ്ദനങ്ങളുമാണെന്ന വാദം പരമാബദ്ധമാണ്. ആംഗ്ലേയരുടെ ആഗമനത്തിനു മുമ്പുതന്നെ മുസ്‌ലിങ്ങൾ ധാർമികമായി അധഃപതിച്ചുകഴിഞ്ഞിട്ടുണ്ടായിരുന്നുവെന്നതാണ് പരമാർഥം. തൽഫലമായി "ഒരു ജനത അതിന്റെ നിലപാട് സ്വയം മാറ്റാത്ത കാലത്തോളം അല്ലാഹു അവരുടെ നില മാറ്റുകയില്ല" എന്ന ദൈവികനിയമമനുസരിച്ച് അധികാരം അവരുടെ കൈയിൽ നിന്നു പിടിച്ചെടുത്ത് വെള്ളക്കാരെ ഏല്പിച്ചു. പക്ഷേ, എന്നിട്ടും മുസ്‌ലിങ്ങളുടെ കണ്ണു തുറന്നില്ല."[10]

മുസ്‌ലിങ്ങൾ ധാർമിക ഔന്നത്യം പുലർത്തിയ, അതായത് ഇസ്‌ലാമിക ജീവിതവ്യവസ്ഥ നടപ്പാക്കിയ ഒരു കാലം ഇന്ത്യയിലുണ്ടായിരുന്നുവെന്നും

8. മൗലാന മൗദൂദി, ഖുത്തുബാത്ത്, 1963. പു. 10
9. അതിൽതന്നെ, പു. 15-16
10. മൗലാന അബുല്ലൈസ്. ജമാഅത്തെ ഇസ്ലാമി: ലക്ഷ്യം മാർഗം. 1979. പു. 78

അതിൽനിന്ന് അവർ അധഃപതിച്ചപ്പോഴാണ് അല്ലാഹു അധികാരം അവരിൽ നിന്നെടുത്ത് ഇംഗ്ലീഷുകാർക്കു നൽകിയതെന്നുമാണ് ഇതിനർഥം. 1951ലും തുടർന്നും അമുസ്‌ലിങ്ങൾ മുസ്‌ലിങ്ങളുടെമേൽ ആധിപത്യം പുലർത്തുന്നുവെങ്കിൽ അതിനു കാരണം ഇസ്‌ലാമിക ഭരണവ്യവസ്ഥ സ്ഥാപിക്കുക എന്ന അർത്ഥത്തിൽ ഇസ്‌ലാമിനെ മുസ്‌ലിങ്ങൾ മനസ്സിലാക്കാത്തതാണ്.

രാഷ്ട്രീയ സ്വയംസേവക്സംഘത്തെപ്പോലെ ജമാ അത്തെ ഇസ്‌ലാമിയും ഭൂമിശാസ്ത്രപരമായ ദേശീയതയിൽ വിശ്വസിക്കുന്നില്ല. ലോകത്തിലെ മുസ്‌ലിങ്ങളാകമാനം ഒരു പ്രത്യേക സംസ്കാരത്തെ പ്രതിനിധീകരിക്കുന്നു എന്ന ധാരണയുടെ അടിസ്ഥാനത്തിൽ ലോകജനതയെ ഇസ്‌ലാമിക ലോകം (ദാറുൽ ഇസ്‌ലാം), അനിസ്‌ലാമിക ലോകം (ദാറുൽ കുഫ്ർ) എന്നിങ്ങനെ വർഗീകരിക്കുകയാണ് അതു ചെയ്യുന്നത്. അനിസ്‌ലാമിക ലോകത്തെ ഇസ്ലാമികലോകമായി പരിവർത്തിപ്പിക്കുകയാണ് മുസ്‌ലിമിന്റെ കടമയെന്ന് അതു വിശ്വസിക്കുന്നു. 1965-ൽ പാകിസ്താനി നുഴഞ്ഞുകയറ്റക്കാർ ഇന്ത്യയിലേക്ക് അതിക്രമിച്ചു കടന്നപ്പോൾ ഇന്ത്യയ്ക്കെതിരെ 'ജിഹാദ്' നടത്താൻ പാകിസ്താനിലിരുന്ന് മൗദൂദി ഫത്‌വ പുറപ്പെടുവിച്ചത്[11] ഈ വിശ്വാസം നിമിത്തമാണ്. ഈ ഫത്‌വ ഇന്ത്യൻ ജമാ അത്തെ ഇസ്‌ലാമിയുടെ ഉറുദു ജിഹ്വയായ ദഅ്‌വത്ത് വിമർശനാത്മകമായ യാതൊരു അഭിപ്രായപ്രകടനവും കൂടാതെ അപ്പടി പ്രസിദ്ധീകരിച്ചതും ഇതേ വിശ്വാസം കൊണ്ടുതന്നെ.

ഇന്ത്യയിൽ പ്രവർത്തിക്കുന്ന ജമാ അത്തെ ഇസ്ലാമി അതിന്റെ ലക്ഷ്യമായി 1949-ൽ മുമ്പോട്ടു വച്ചത് ഇസ്‌ലാമിന്റെ പുനഃസ്ഥാപനം ആണ്. ഇസ്ലാമിന്റെ പുനഃസ്ഥാപനം കൊണ്ട് അതുദ്ദേശിച്ചത് ഇന്ത്യയിൽ ജമാ അത്തെ ഇസ്‌ലാമിയുടെ വിഭാവനയിലുള്ള 'ഹുകൂമത്തെ ഇലാഹി' (ദൈവിക ഭരണം) നടപ്പിലാക്കുകയത്രെ. അതിനു ബലപ്രയോഗം ആവശ്യമായിത്തീരുകയാണെങ്കിൽ ആ മാർഗം സ്വീകരിക്കാനും അതു മുസ്‌ലിങ്ങളെ ഉണർത്തുന്നു. സംഘടനയുടെ അന്നത്തെ ഭരണഘടനയിൽ പറഞ്ഞിരുന്നത് ഇപ്രകാരമാണ്:

"ഒരു യഥാർത്ഥ മൂഅ്മിനിന്റെ (സത്യവിശ്വാസിയുടെ) സകലവിധ ത്യാഗപരിശ്രമങ്ങളുടെ നാട്ടക്കുറി അല്ലാഹുവിന്റെ അടിമകളെ അല്ലാഹു ഒഴികെയുള്ള മറ്റെല്ലാറ്റിന്റെയും അടിമത്തത്തിൽനിന്നു മോചിപ്പിച്ച് അല്ലാഹുവിന്റെ മാത്രം അടിമകളാക്കിത്തീർക്കുക എന്നതാണ്. യഥാർത്ഥത്തിൽ ഈ ജോലി സദുപദേശം, യുക്തിപൂർവകമായ ക്ഷണം, നിഷ്കളങ്കമായ പ്രേരണ, പ്രചാരവേല എന്നിവകൊണ്ടുതന്നെയാണ് നിർവഹിക്കേണ്ടത്. പക്ഷേ, അന്യായവും അക്രമപരവുമായി അല്ലാഹുവിന്റെ രാജ്യത്തിന്റെ ഉടമസ്ഥന്മാരായി ചമയുകയും അല്ലാഹുവിന്റെ അടിമകളെ തങ്ങളുടെ അടിമകളാക്കിത്തീർക്കുകയും ചെയ്ത ജനങ്ങൾ പൊതുവെ വെറും സദുപദേശങ്ങൾ കൊണ്ടുമാത്രം തങ്ങളുടെ ദിവ്യത്വം കൈയൊഴിക്കാറില്ല.... അതിനാൽ ഇസ്‌ലാമിനെ

11. See Times of India 17 May, 1970

സ്ഥാപിക്കുന്നതിന്റെ മാർഗത്തിൽ ഉണ്ടാകുന്ന പ്രതിബന്ധങ്ങൾ തട്ടിനീക്കുന്നതിനായി മൂഅ്മിൻ സമരം ചെയ്യാൻ നിർബന്ധിതനായിത്തീരുന്നതാണ്."[12]

അല്ലാഹുവിനെ അനുസരിക്കുന്ന മുസ്‌ലിമിന്റെ ഭരണം അല്ലാഹുവിനെ അനുസരിക്കാത്ത അമുസ്‌ലിങ്ങളുടെ മേൽ നടപ്പാക്കുക; അതിനു ശ്രമിക്കുമ്പോൾ മറുപക്ഷത്തുനിന്നു തടസങ്ങളുണ്ടാവുകയാണെങ്കിൽ അവയെ തട്ടിമാറ്റാൻ സമരം ചെയ്യുക- ഇതാണ് ജമാ അത്തെ ഇസ്‌ലാമി മുന്നോട്ടു വച്ചുപോന്നിട്ടുള്ള കാഴ്ചപ്പാട്. 'ഹുകൂമത്തെ ഇലാഹി' എന്ന പ്രയോഗം മാറ്റി തൽസ്ഥാനത്ത് ഇപ്പോൾ 'ഇഖാമത്ത് ദീൻ' (ദീനിന്റെ-ഇസ്ലാമിന്റെ-സംസ്ഥാപനം) പകരം വച്ചിട്ടുണ്ടെങ്കിലും ആശയത്തിൽ അണുപോലും മാറ്റം അതുകൊണ്ടുണ്ടായിട്ടില്ല.

ആർ എസ് എസ് അതിന്റെ വർഗീയ പരിവേഷം മൂടിവയ്ക്കാൻ ശ്രമിക്കുന്നതുപോലെ, ജമാ അത്തെ ഇസ്‌ലാമിയും അതിന്റെ വർഗീയനിറം മറച്ചുപിടിക്കാൻ ശ്രമിക്കാറുണ്ട്. സംഘത്തിൽ അഹിന്ദുക്കളുണ്ടെന്നാണ് ആർ എസ് എസ് പറയുകയെങ്കിൽ, 'ഫോറം പൂരിപ്പിച്ച അമുസ്‌ലിം അസോസിയേറ്റഡ് മെമ്പർമാർ' തങ്ങളുടെ സംഘടനയിലുണ്ടെന്നാണ് ജമാ അത്തെ ഇസ്‌ലാമി പറയുക.

രാഷ്ട്രീയ സ്വയംസേവക് സംഘം മുസ്‌ലിങ്ങളെ ഹിന്ദുക്കളുടെ ശത്രുവായി അവതരിപ്പിക്കുമ്പോൾ ജമാ അത്തെ ഇസ്‌ലാമി ഹിന്ദുക്കളെ മുസ്‌ലിങ്ങളുടെ ശത്രുവായി അവതരിപ്പിക്കുന്നു. ജമാ അത്തിന്റെ ഔദ്യോഗിക മലയാളം ജിഹ്വയായ പ്രബോധനം മാസികയിൽ എഴുതിയതു നോക്കൂ:

"ലോകമനഃസാക്ഷിയെ ഞെട്ടിച്ച ഗുജറാത്തിലെ അതിക്രൂരമായ നരവേട്ടയ്ക്കുശേഷം അല്പമൊന്നു വിശ്രമിച്ച വർഗീയ പിശാചുക്കൾ ഇന്നിതാ കൂടുതൽ ഉഗ്രമായി മഹാരാഷ്ട്രയിൽ താണ്ഡവം നടത്തുന്നു. ഇന്ത്യ-പാക് വിഭജനത്തിനുശേഷം മുസ്‌ലിങ്ങളെ നിർബന്ധിച്ച് ഹൈന്ദവവൽക്കരിക്കുകയോ അതിനു സമ്മതമില്ലാത്തവരുടെ ശിരസ്സുകൾ ഛേദിച്ച് മുസ്‌ലിം ചുടുരക്തം കുരുതികൊടുക്കുകയോ ചെയ്യണമെന്നു പരസ്യമായി പ്രഖ്യാപിച്ചുകൊണ്ടാണ് ഈ പിശാചുക്കളുടെ പുറപ്പാട്."

കുറിപ്പ് ഇങ്ങനെ തുടരുന്നു: "സൈനിക പരിശീലനം സിദ്ധിച്ച അഞ്ചുലക്ഷം ആർ എസ് എസ് വളണ്ടിയർമാരുടെയും അതിലധികം വരുന്ന ജനസംഘം, ഹിന്ദുമഹാസഭ, ശിവസേന തുടങ്ങിയ സേനകളുടെയും ചന്ദ്രഹാസത്തിനു മുമ്പിൽ ഭയവിഹ്വലരായി ശിരസ്സുകാണിക്കാൻ ഇസ്‌ലാം അവരെ പഠിപ്പിക്കുന്നില്ല-മുസ്‌ലിം നാമാവ് ഒരിക്കലും ഭീരുവാകാൻ പാടില്ല. കാരണം അന്തസിന്റെയും ധീരതയുടെയും പര്യായമാണാ പദം. ഇസ്‌ലാമിന്റെ പാരമ്പര്യം പരിശോധിച്ചു നോക്കൂ. എണ്ണത്തിലും വണ്ണത്തിലും മുസ്‌ലിങ്ങളേക്കാൾ കൂടുതലുള്ള ശത്രുക്കളുടെ സൈനികവ്യൂഹം ആർത്തലച്ചു

12. പ്രബോധനം പ്രതിപക്ഷപത്രം, ഡിസംബർ 15, 1949

മുന്നേറുമ്പോൾ ഇസ്ലാമിക രാഷ്ട്രത്തിലെ ചോറ്റുപട്ടാളമല്ല അവരെ നേരിട്ടിരുന്നത്. അന്ന് ഓരോ മുസ്ലിമും ധീരനായ ഒരു പടയാളിയായിരുന്നു."[13]

മുസ്ലിം എന്ന പദം ജമാ അത്തെ ഇസ്ലാമിക്കാരന് അന്തസ്സിന്റെയും ധീരതയുടെയും പര്യായമാണ്. ഹിന്ദു എന്ന പദം രാഷ്ട്രീയ സ്വയം സേവക് സംഘക്കാരന്, അയാളുടെ മാതാവിനോളം വിശുദ്ധമാണ്. ഓരോ മുസ്ലിമും ധീരനായ പടയാളിയായിരിക്കണമെന്ന് ജമാ അത്തെ ഇസ്ലാമി ആഗ്രഹിക്കുമ്പോൾ ഓരോ ഹിന്ദുവും ധീരനായ പടയാളിയായിരിക്കണമെന്ന് ആർ എസ് എസ് ആഗ്രഹിക്കുന്നു. ജയിക്കേണ്ടത് മുസ്ലിമാണെന്ന് ജമാ അത്തേ ഇസ്ലാമി; ജയിക്കേണ്ടത് ഹിന്ദുവാണെന്ന് ആർ എസ് എസ്. രണ്ടുകൂട്ടരും താന്താങ്ങളുടെ അനുയായിവൃന്ദങ്ങളുടെ മനസ്സിൽ മുളപ്പിക്കുന്ന മനോഭാവം പക്ഷേ, ഒന്നുതന്നെ.

(1987)

■

---

13. പ്രബോധനം മാസിക, ജൂൺ 1970

പൗരോഹിത്യത്തിന്റെ മാർക്സിസ നിരാസം

മാർക്സിസം നിലവിൽവന്ന നാൾ തൊട്ടേ മതപൗരോഹിത്യം അതിനെ രൂക്ഷമായി എതിർത്തുപോന്നിട്ടുണ്ട്. 'ഭൗതികവാദത്തിലും ഈശ്വര നിഷേധത്തിലും അധിഷ്ഠിതമായ' മാർക്സിസം ജുഗുപ്സാവഹവും ആപത് കരവും വർജ്യവുമാണെന്ന അസഹിഷ്ണുതാപരമായ നിലപാടാണ് മതാധി കാരികൾ സ്വീകരിച്ചത്. ക്രിസ്തുമതത്തിന്റെയും ഇസ്‌ലാമിന്റെയും ജൂതമത ത്തിന്റെയും പ്രതിനിധികൾ ആഗോളതലത്തിൽ വലതുപക്ഷ പ്രതിലോമ ശക്തികൾക്കൊപ്പം നിന്ന് മാർക്സിസത്തെ കടിച്ചുകീറുന്ന പതിവ് ഇപ്പോഴും തുടരുന്നു.

പത്തൊമ്പതാം ശതകത്തിന്റെ അന്ത്യപാദത്തിലും ഇരുപതാം ശതക ത്തിന്റെ ആദ്യപാദത്തിലും വത്തിക്കാനിൽ വാണരുളിയ മാർപാപ്പമാരായ ലിയോ പതിമൂന്നാമനും പയസ് പതിനൊന്നാമനും പയസ് പന്ത്രണ്ടാമനും ഒട്ടേറെ ലേഖനങ്ങളിലൂടെ മാർക്സിസത്തെ കടന്നാക്രമിച്ചു. 'മാരകമായ വ്രണം' എന്നത്രേ അവർ മാർക്സിസത്തെ വിശേഷിപ്പിച്ചത്. അവരുടെ പാരമ്പര്യം വള്ളിപുള്ളി തെറ്റാതെ പിന്തുടർന്നുപോന്ന പോർത്തുഗലിലെ ആർച് ബിഷപ്പ് ഫ്രാൻസിസ്കോ മാരിയാ ഡിസിൽവ 1975 ആഗസ്ത് 10-ന് പോർത്തുഗലിലെ ബ്രാഗ എന്ന പട്ടണത്തിൽ ചേർന്ന ഒരു വൻ കത്തോലിക്കാ സമ്മേളനത്തിൽ ചെയ്ത പ്രസംഗത്തിൽ മാർക്സിസത്തെ "എല്ലാ ധാർമിക മൂല്യങ്ങളുടെയും ദുഷ്ടശത്രു"വായി മുദ്രകുത്തി. ഇസ്‌ലാമിന്റെ പക്ഷത്തു നിന്ന് മാർക്സിസത്തിനുനേരെ സംഘടിതരൂപത്തിൽ ശക്തമായ കടന്നാ ക്രമണം നടന്നത് 1970ലാണ്. ആ വർഷം ബന്ദൂങ്ങിൽ ചേർന്ന ആഫ്രോ-ഏഷ്യൻ ഇസ്‌ലാമിക സംഘടനയുടെ സമ്മേളനം മാർക്സിസത്തെ മതവിരുദ്ധ മെന്നു വിമർശിക്കുകയും അതിന്റെ തിരസ്കാരത്തിൽ ഊന്നുകയും ചെയ്തു. ലോകത്തിന്റെ വ്യത്യസ്ത ഭാഗങ്ങളിൽ പ്രവർത്തിക്കുന്ന യാഥാസ്ഥിതിക ഇസ്ലാമിക സംഘടനകളിൽ മിക്കതും അവയുടെ മുഖ്യശത്രുവായി കാണു ന്നത് മാർക്സിസത്തെയാണ്. കമ്യൂണിസ്റ്റു വിരുദ്ധവും സോവിയറ്റു വിരുദ്ധ വുമായ പ്രചാരവേലകൾ സംഘടിപ്പിക്കുന്ന ഒന്നിലേറെ സംഘടനകൾ,

ജൂതൻമാർക്കിടയിൽ പ്രവർത്തിക്കുന്ന സിയോണിസ്റ്റുകൾക്കിടയിലുമുണ്ട്. ജൂവിഷ് ഡിഫൻസ് ലീഗ് ഉദാഹരണമാണ്.

ഇപ്പറഞ്ഞ എല്ലാ മതസംഘങ്ങളും മാർക്സിസത്തെ ചെറുക്കാൻ ഉപയോഗിക്കുന്ന ആയുധം മാർക്സിസത്തിന്റെ 'നിരീശ്വരപരത'യാകുന്നു. അടുത്തകാലത്ത് കേരളത്തിലെ ഇരുപത്തിയാറു കത്തോലിക്കാ മെത്രാന്മാർ ചേർന്നു പുറപ്പെടുവിച്ച സംയുക്ത ഇടയലേഖനത്തിലും ഊന്നിയിട്ടുള്ളത് മാർക്സിസത്തിന്റെ ഈശ്വരനിഷേധത്തിലാണ്. "നിരീശ്വരപരമായ തത്ത്വസംഹിതയിൽ കെട്ടിപ്പടുത്തിരിക്കുന്ന (മാർക്സിയൻ) സിദ്ധാന്തത്തിൽ അധിഷ്ഠിതമായ പ്രസ്ഥാനങ്ങളിൽ" പ്രവർത്തിക്കുന്നവരെ സഭാ പ്രവർത്തനങ്ങളിൽനിന്ന് അകറ്റി നിർത്തണമെന്നാണ് മെത്രാൻമാർ താക്കീതു നൽകുന്നത്. ചുരുക്കത്തിൽ ഈശ്വരനെ അംഗീകരിക്കാത്ത തത്ത്വശാസ്ത്രം എന്ന നിലയ്ക്കു മാർക്സിസത്തെ വലിച്ചെറിയാനുള്ള ആഹ്വാനമത്രെ വ്യത്യസ്ത മതങ്ങളുടെ അധിപൻമാർ പരോക്ഷമായും പ്രത്യക്ഷമായും നിരന്തരം നടത്തിക്കൊണ്ടിരിക്കുന്നത്.

ഭൗതികേതരമായ ഒരു ശക്തികേന്ദ്രത്തെയോ ആശയസ്രോതസ്സിനെയോ വൈരുധ്യാത്മക ഭൗതികവാദത്തിലൂന്നുന്ന മാർക്സിസം അംഗീകരിക്കുന്നില്ല എന്നതു നേരാണ്. മനുഷ്യന്റെ സാമൂഹിക വികാസത്തിന്റെ പിന്നിൽ അഭൗതികമായ ഘടകങ്ങളുണ്ടെന്ന് അതു കരുതുന്നുമില്ല. എന്നാൽ ചരിത്രപരമായ കാരണങ്ങളാൽ ജനങ്ങളിൽ ഒരു വലിയ വിഭാഗം അടിച്ചമർത്തപ്പെടുകയും പീഡിപ്പിക്കപ്പെടുകയും ചെയ്തിട്ടുണ്ടെന്ന വസ്തുതയിൽ അത് അടിവര ചാർത്തുന്നു. ഈശ്വരനെ കേന്ദ്രസ്ഥാനത്തു നിർത്തുന്ന മതങ്ങൾ ഈ യാഥാർഥ്യം അംഗീകരിക്കാൻ നിർബന്ധിക്കപ്പെടുന്നുണ്ടെങ്കിലും മനുഷ്യന്റെ പീഡിതാവസ്ഥ ദൂരീകരിക്കാൻ ഫലപ്രദമായ മാർഗങ്ങളൊന്നും അവ മുന്നോട്ടുവയ്ക്കുന്നില്ല. എന്നുമാത്രമല്ല, പലപ്പോഴും മതനേതൃത്വം പീഡകരുടെ വൈതാളികരായാണ് പ്രവർത്തിച്ചു പോന്നിട്ടുള്ളത്. ചൂഷക വ്യവസ്ഥയെ താങ്ങിനിർത്താനുള്ള പ്രത്യയശാസ്ത്രപരമായ ഉപകരണമായി മതത്തെ അവർ തരം താഴ്ത്തുകയും ചെയ്തു. അതുകൊണ്ടത്രെ റഷ്യയിൽ ഒക്ടോബർ വിപ്ലവത്തിനുമുമ്പ് സാറിസ്റ്റ് ദുർഭരണത്തിനെതിരായി മതത്തിന്റെ പക്ഷത്തു നിന്ന് ഒരു പ്രതിഷേധം പോലും ഉയരാതിരുന്നത്. സോഷ്യലിസ്റ്റു വിപ്ലവം നടന്ന മിക്ക രാജ്യങ്ങളിലും ഇതായിരുന്നു അവസ്ഥ. നിലവിലുള്ള ചൂഷക സംവിധാനത്തെ പോറലേല്ക്കാതെ പരിരക്ഷിക്കാനുള്ള കുറുക്കുവഴി എന്ന നിലയ്ക്കാണ് അവിടങ്ങളിലെല്ലാം ജനങ്ങളുടെ മതവിശ്വാസം ഉപയോഗിക്കപ്പെട്ടത്. ഈ പരമ്പരയിൽ ഇങ്ങേ അറ്റത്തു കിടക്കുന്ന കണ്ണിയാണ് അഫ്ഗാനിസ്താൻ.

ഈശ്വരകേന്ദ്രിതമായ മതത്തിന്റെ അപ്പോസ്തലന്മാർ പീഡിതമനുഷ്യനെ അവഗണിക്കുന്നു എന്നാണിതു കാണിക്കുന്നത്. സർവശക്തനായ ദൈവത്തെ

പ്രസാദിപ്പിക്കാൻ വെമ്പുന്നവർ ദുർബലനായ മനുഷ്യന്റെ ദൈന്യത്തിനു നേരെ കണ്ണടയ്ക്കുന്നു. യാതൊന്നും ആവശ്യമില്ലാത്ത ദൈവത്തിന് എല്ലാം സമർപ്പിക്കുന്നു എന്നു ഭാവിക്കുന്നവർ ആവശ്യങ്ങൾ നിരവധിയുള്ള മനുഷ്യന് കാര്യമായൊന്നും നൽകാൻ കൂട്ടാക്കുന്നില്ല. എന്താണ് മനുഷ്യന്റെ ആവശ്യങ്ങളെന്നും അവ നിറവേറ്റുന്നതിൽ ഈശ്വരവിശ്വാസത്തിലധിഷ്ഠിതമായ മതവും 'ഈശ്വരനിഷേധ പരമായ' മാർക്സിസവും അവലംബിക്കുന്ന മാർഗ സമീപനങ്ങൾ എന്തെന്നും പരിശോധിക്കേണ്ടതുണ്ട്. എങ്കിൽമാത്രമെ 'നാസ്തികമായ' മാർക്സിസത്തെ ഉപേക്ഷിക്കാൻ ആഹ്വാനം നൽകുന്ന ആസ്തികരുടെ ഇടയലേഖനങ്ങളുടെ ജനവിരുദ്ധത മനസ്സിലാക്കാൻ കഴിയൂ.

ആവശ്യങ്ങൾ നിരവധിയുള്ള മനുഷ്യനു പ്രാഥമികമായി ലഭിക്കേണ്ടത് എന്താണ്? എങ്ങനെ വിശകലനം ചെയ്താലും ഭൗതികമായ നിലനില്പിനുള്ള മാന്യമായ അവസരങ്ങൾ എന്ന ഉത്തരമേ ഈ ചോദ്യത്തിനുള്ളൂ. പ്രസ്തുത അവസരങ്ങളിലെ ഒരു അവശ്യഘടകമായി ആഹാരത്തെ ചൂണ്ടിക്കാണിച്ചാൽ ആത്മീയവാദികൾ പെട്ടെന്നു പ്രതികരിക്കും. മനുഷ്യൻ അപ്പം കൊണ്ട് മാത്രമല്ല ജീവിക്കുന്നത്. ശരിയാണ്. അപ്പത്തിനു പുറമെ മറ്റു പലതും മനുഷ്യന് ആവശ്യമുണ്ട്. പക്ഷേ മനുഷ്യൻ അപ്പംകൊണ്ട് മാത്രമല്ല ജീവിക്കുന്നത് എന്ന ക്രിസ്തു സൂക്തം ഉരുവിടാൻ പോലും മനുഷ്യന് അപ്പം ആവശ്യമാണ്. അപ്പത്തിൽനിന്നു ലഭിക്കുന്ന ഊർജ്ജമില്ലാതെ അപ്പത്തിനപ്പുറമുള്ള യാതൊന്നും നേടാൻ മനുഷ്യനു പറ്റില്ല. അപ്പമാണ് പ്രാഥമികം എന്നു സാരം.

മനുഷ്യന്റ നിലനില്പിനെ സംബന്ധിച്ചിടത്തോളം അടിസ്ഥാന പ്രാധാന്യമുള്ള ആഹാരം ഗണ്യമായ ഒരു വിഭാഗത്തിന് ആവശ്യമായ അളവിൽ ലഭിക്കുന്നില്ല. ദാരിദ്ര്യത്തിന്റെ ദുരിതംപേറുന്ന ജനസഞ്ചയം വർത്തമാനകാലത്തെന്ന പോലെ മുൻകാലത്തും ഉണ്ടായിരുന്നു. അറിയപ്പെടുന്ന മതാചാര്യന്മാരിൽ പലരും മനുഷ്യന്റെ ഈ ദുരവസ്ഥയെ കുറിച്ചോർത്ത് മനംനൊന്തവരാണ്. ബുദ്ധനും ക്രിസ്തുവും തന്നെ മികച്ച ഉദാഹരണങ്ങൾ. വറുതിയും കഷ്ടപ്പാടുമില്ലാത്ത ഒരു ലോകം അവരുടെ ഭാവനയിലുണ്ടായിരുന്നു. അത്തരമൊരു ലോകം സൃഷ്ടിക്കാൻ എന്താണ് വഴി എന്ന ചിന്ത അവരെ അലട്ടിയിട്ടുമുണ്ട്. ഒടുവിൽ അവർ കണ്ടെത്തിയ വഴി എന്താണ്? മനുഷ്യന്റെ ആത്മീയമായ ഉയർച്ച. എല്ലാ ദുർവിചാരങ്ങളിൽനിന്നും ദുഷ്ചിന്തകളിൽനിന്നും മുക്തി നേടിയ മനുഷ്യൻ സംസ്കൃതചിത്തനാവണമെന്ന് അവർ പഠിപ്പിച്ചു. സമ്പന്നർ ദാനശീലരും സ്നേഹധനരുമായി മാറി ദരിദ്രർക്കു ദാനം നൽകണം. ഇതൊക്കെ സാധിക്കണമെങ്കിൽ, ബുദ്ധനെ മാറ്റിനിർത്തിയാൽ മറ്റു മിക്ക മതാചാര്യന്മാരുടെയും അഭിപ്രായത്തിൽ, മനുഷ്യർ കുറച്ചു ദൈവ വിശ്വാസികളായി ത്തീരണം.

സമൂഹത്തെ വിശ്വാസികൾ, അവിശ്വാസികൾ എന്നിങ്ങനെ വർഗീകരിക്കുകയാണ് മതങ്ങൾ ചെയ്തത്. ഈ വർഗീകരണം ഒരേ മനുഷ്യനെ ഒരു

മതം വിശ്വാസിയും മറ്റു മതങ്ങൾ അവിശ്വാസിയുമായി കാണുന്ന സ്ഥിതിയുണ്ടാക്കി. *ബൈബിളിലും* കർത്താവിലും വിശ്വസിക്കുന്നവൻ ക്രിസ്തുമതത്തിന്റെ കണ്ണിൽ വിശ്വാസിയും ഇസ്ലാമിന്റെ കണ്ണിൽ അവിശ്വാസിയുമാണ്. അതുപോലെ *ഖുർആനിലും* അല്ലാഹുവിലും വിശ്വസിക്കുന്നവൻ ഇസ്ലാമിന്റെ കണ്ണിൽ വിശ്വാസിയാണെങ്കിൽ ക്രിസ്തുമതത്തിന്റെ കണ്ണിൽ അവിശ്വാസിയാണ്. വിശ്വാസികൾ, അവിശ്വാസികൾ എന്നിങ്ങനെയുള്ള വർഗീകരണം മതസ്പർധയ്ക്കു ബീജാവാപം ചെയ്തു എന്നാണിതിൽനിന്നു മനസ്സിലാക്കേണ്ടത്.

മനുഷ്യന്റെ ദുരിതങ്ങൾ അവസാനിപ്പിക്കുന്നതിൽ ഈ വർഗീകരണം ഏതെങ്കിലും തരത്തിലുള്ള സംഭാവന നൽകുകയുണ്ടായോ? ഇല്ല എന്നു മാത്രമല്ല, മനുഷ്യന്റെ പ്രശ്നങ്ങളെ ശാസ്ത്രീയമായി വിലയിരുത്തുന്നതിന് അതൊരു വിലങ്ങുതടിയായിത്തീരുകയും ചെയ്തു. ദൈവവിശ്വാസത്തിലേക്കു വന്നാൽ മനുഷ്യൻ നന്നാകുമെന്നും അവിശ്വാസമാണ് മനുഷ്യനെ ചീത്തയാക്കുന്നതെന്നുമുള്ള വികല ധാരണകൾ സൃഷ്ടിക്കപ്പെട്ടു. സർവ്വോപരി സമൂഹം വിഭജിക്കപ്പെട്ടിരിക്കുന്നത് വർഗാടിസ്ഥാനത്തിലാണെന്ന സത്യം ആവൃതമായി കിടക്കാനും അതിടവരുത്തി.

മതത്തിൽനിന്ന് സാങ്കല്പിക സോഷ്യലിസത്തിലേക്കാണ് മനുഷ്യൻ വളർന്നത്. സാങ്കല്പിക സോഷ്യലിസത്തിന്റെ വക്താക്കൾ സമത്വാധിഷ്ഠിത സമൂഹം സ്വപ്നം കണ്ടു. മതത്തിന്റെ ചുവടുപിടിച്ചുകൊണ്ട് ഉദ്ബോധനത്തിലൂടെയും പ്രചാരവേലയിലൂടെയും മനുഷ്യനെ നന്നാക്കിയെടുക്കാമെന്ന ധാരണയാണ് അവരും വച്ചുപുലർത്തിയത്. റോബർട് ഓവനും സെന്റ് സൈമണും ഇന്ത്യയിൽ വിനോബഭാവെ പോലുള്ളവരും ഈ കാഴ്ചപ്പാട് പുലർത്തിയവരാണ്. മതത്തിന്റെ വക്താക്കളോ സാങ്കല്പിക സോഷ്യലിസത്തിന്റെ പ്രയോക്താക്കളോ സമൂഹത്തിൽ നിലനില്ക്കുന്ന അനീതികളുടെയും അക്രമങ്ങളുടെയും ചൂഷണങ്ങളുടെയും വസ്തുനിഷ്ഠമായ കാരണങ്ങൾ ആരായുകയുണ്ടായില്ല. മാർക്സിസമാണ് ആദ്യമായി അതു ചെയ്തത്. അനീതിയും ചൂഷണവും മർദ്ദനവും വ്യക്തികളുടെ സൃഷ്ടിയല്ല എന്നും സമൂഹത്തിലെ ചില വസ്തുനിഷ്ഠ സാഹചര്യങ്ങളിൽ നിന്നാണ് അവ ഉറവയെടുക്കുന്നതെന്നും മാർക്സിസം ചൂണ്ടിക്കാട്ടി. ഈ സാഹചര്യങ്ങൾ ദൂരീകരിക്കാതെ സമത്വാധിഷ്ഠിത സമൂഹത്തിലേക്കു വളരുക സാധ്യമല്ല. അതിനാകട്ടെ നിലവിലുള്ള സാമൂഹിക ഘടനയുടെ പശ്ചാത്തലം സമഗ്രമായി പരിശോധിക്കണം. അത്തരം പരിശോധന നടത്തുകയും വസ്തുനിഷ്ഠ സാഹചര്യങ്ങളിൽ പരിവർത്തനങ്ങൾ സാധിക്കാനുള്ള മാർഗങ്ങൾ ആരായുകയുമാണ് മാർക്സിസം ചെയ്തത്.

ആത്മീയവാദികളെ സംബന്ധിച്ചിടത്തോളം ഈ പരിശോധനപോലും ദൈവനിന്ദാപരമാണ്. കാരണം മനുഷ്യന്റെ ലോകത്തിൽനിന്ന് ദൈവം എന്ന

സങ്കല്പത്തെ അതു പിഴുതെറിയുന്നു. ഈ പരിശോധനയാണ്, മറ്റു പലതിന്റെയും കൂട്ടത്തിൽ, സമ്പത്തു കയ്യടക്കിവെച്ചിരിക്കുന്ന ന്യൂനപക്ഷവും സമ്പത്ത് ഉൽപാദിപ്പിക്കുന്ന ഭൂരിപക്ഷവും തമ്മിലുള്ള വൈരുധ്യമാണ് സാമൂഹിക വളർച്ചയുടെ അടിസ്ഥാനമായി വർത്തിച്ചുപോന്നതെന്ന യാഥാർത്ഥ്യം പുറത്തുകൊണ്ടുവന്നത്. മാർക്സിനും എംഗൽസിനും മുമ്പ് മനുഷ്യസമൂഹത്തിന്റെ ചരിത്രത്തെ നിയന്ത്രിക്കുന്ന വസ്തുനിഷ്ഠ നിയമമുണ്ടെന്നുപോലും ആരും അംഗീകരിച്ചിരുന്നില്ലെന്ന കാര്യം ഇവിടെ ഓർക്കേണ്ടതുണ്ട്. ചരിത്രം യാദൃച്ഛികതകളുടെ ഒരു ശൃംഖലയായോ ഈശ്വരഹിതത്തിന്റെ പ്രതിഫലനമായോ ആണ് വീക്ഷിക്കപ്പെട്ടിരുന്നത്. അതുകൊണ്ടുതന്നെ ചരിത്രത്തിൽ എന്തുനടന്നു എന്നല്ലാതെ എന്തുകൊണ്ടു നടന്നു എന്ന് ശാസ്ത്രീയമായി അപഗ്രഥിക്കുവാൻ ആർക്കും കഴിഞ്ഞിരുന്നില്ല. ഈ അവസ്ഥ നിലനിന്നതുകൊണ്ടാണ് മാർക്സിന് മുമ്പുള്ള ദാർശനികർ പ്രപഞ്ചത്തെ വ്യാഖ്യാനിക്കുകമാത്രം ചെയ്തത്. മാർക്സാവട്ടെ പ്രപഞ്ചത്തെ മാറ്റിമറിക്കേണ്ടതിന്റെ ആവശ്യകതയിൽ അടിവരയിട്ടു.

അനുസ്യൂതമായ മാറ്റങ്ങൾക്കു വിധേയമായിക്കൊണ്ടിരിക്കുന്നു പ്രകൃതിയേയും സമൂഹത്തേയും വിപ്ലവകരമായി മാറ്റിമറിക്കുന്നതിൽ മനുഷ്യന്റെ അധ്വാനത്തിനു നിർണ്ണായക പങ്കുണ്ട്. അധ്വാനത്തിലൂടെയാണ് മനുഷ്യൻ പ്രകൃതിയുടെമേൽ ആധിപത്യം സ്ഥാപിക്കുന്നത്. അധ്വാനത്തിലൂടെ സമ്പത്ത് ഉൽപാദിപ്പിക്കുന്ന ജനങ്ങളാണ് ചരിത്രത്തിന്റെ വിധാതാക്കളായി വർത്തിക്കുന്നതും. മനുഷ്യേതരമോ പ്രപഞ്ചബാഹ്യമോ ആയ ശക്തികളല്ല മനുഷ്യൻ തന്നെയാണ് തന്റെ ലോകത്തിന്റെ ശില്പിയെന്നത്രേ ഇതിനർത്ഥം.

ചരിത്രത്തിന്റെ വിധാതാക്കൾക്ക് അവരർഹിക്കുന്ന സ്ഥാനവും പദവിയും സമൂഹത്തിൽ ലഭിക്കുകയുണ്ടായില്ല. സമ്പത്തും അധികാരവും കയ്യടക്കിയ ന്യൂനപക്ഷം അവർക്കു നീതി നിഷേധിച്ചു. ഭൗതികമായ നിലനില്പിനുള്ള മാന്യമായ അവസരങ്ങൾ അവർക്കു നൽകപ്പെടുകയുണ്ടായില്ല. മനുഷ്യസ്നേഹികളായ മതാചാര്യന്മാരെല്ലാം ഈ ദുഃസ്ഥിതിക്കെതിരെ ശബ്ദിച്ചവരാണ്. അതായത് ആഹാരം, വസ്ത്രം, പാർപ്പിടം തുടങ്ങിയ പ്രാഥമികാവശ്യങ്ങൾ നിറവേറ്റാനെങ്കിലും എല്ലാവർക്കും കഴിയണമെന്നു മതസ്ഥാപകരായ ചിന്തകൻമാർ ആഗ്രഹിച്ചു. പക്ഷേ പ്രശ്നത്തിനുള്ള പോംവഴികളെന്ത്?

സങ്കീർണമായ പ്രശ്നത്തിനു സരളമായ പോംവഴികൾ നിർദ്ദേശിക്കപ്പെട്ടു. ദൈവത്തിൽ അഭയം തേടുക; പ്രാർത്ഥിക്കുക; സമ്പന്നർ ദൈവകൃപ നേടുന്നതിനു ദരിദ്രർക്കു ദാനം നൽകുക! ജനങ്ങളുടെ മതപരമായ വ്യഥകളുടെ വ്യത്യസ്ത രൂപങ്ങളായിരുന്നു ദൈവാഭയകാംക്ഷയും പ്രാർത്ഥനയും വഴിപാടും മറ്റും. ജീവിത ക്ലേശങ്ങളിൽ നിന്നാണ് അവയോരോന്നും ഉടലെടുത്തത്. മാർക്സ് ചൂണ്ടിക്കാണിച്ചതുപോലെ, മനുഷ്യന്റെ മതപരമായ വ്യഥ അവന്റെ യഥാർഥ വ്യഥയുടെ പ്രകാശനവും യഥാർഥ വ്യഥയ്ക്കെതിരെയുള്ള പ്രതിഷേധവുമാണ്.

ജീവിതത്തിൽ അനുഭവിക്കുന്ന യഥാർഥ വ്യഥകൾക്കെതിരെയുള്ള പ്രതിഷേധമെന്ന നിലയ്ക്ക് ആവിർഭവിച്ച മതം വ്യഥകളുടെ പരിഹാരത്തിനു നിർദ്ദേശിച്ച വഴികൾ ഫലപ്രദമായിരുന്നുവോ? പ്രപഞ്ചത്തിന്റെ സ്രഷ്ടാവായി ഈശ്വരനെ കണ്ട് അവനോടു പ്രാർഥിക്കാൻ മതം ആവശ്യപ്പെട്ടു. പ്രാർഥിച്ചതു കൊണ്ട് പ്രജ രാജാവാകുമോ? അടിമ യജമാനനാകുമോ? അടിയാളൻ ജൻമിയാകുമോ? ദരിദ്രൻ ധനവാനാകുമോ? ആകുമെങ്കിൽ അടിമത്തം, ദാരിദ്ര്യം തുടങ്ങിയ പ്രശ്നങ്ങൾ ഒരിക്കലും ലോകത്തെ അലട്ടുമായിരുന്നില്ല.

നാം എന്തു മുളപ്പിക്കുന്നുവോ അതാണ് വളരുന്നത്. മാവുണ്ടാകണ മെങ്കിൽ കാഞ്ഞിരക്കുരുവല്ല മാങ്ങയുടെ അണ്ടിതന്നെ കുഴിച്ചിടണം. കാഞ്ഞിരക്കുരു കുഴിച്ചിട്ട് പ്രാർഥിച്ചതുകൊണ്ടോ ധ്യാനിച്ചതുകൊണ്ടോ മാവുണ്ടാകില്ല. പ്രാർഥനകൊണ്ടും വ്രതംകൊണ്ടും അനീതിയും ചൂഷണവും ദാരിദ്ര്യവുമില്ലാത്ത ലോകം സൃഷ്ടിക്കാനും സാധിക്കുകയില്ല. അതുണ്ടാ കണമെങ്കിൽ ഈ ദൂഷ്യങ്ങളത്രയും മുളപ്പിക്കുകയും വളർത്തുകയും ചെയ്യുന്ന സാഹചര്യങ്ങൾ ഇല്ലാതാക്കുക തന്നെവേണം.

ഈ രംഗത്ത് മതം എന്തു സംഭാവന ചെയ്യുന്നു? സാമൂഹികഘടനയ്ക്കു സാമ്പത്തികമായ ഒരു അധോഘടനയും സാമ്പത്തികേതരമായ ഒരു പരിഘടനയുമുണ്ടെന്ന യാഥാർഥ്യം തിരിച്ചറിയാൻ ഒരു മതവും കൂട്ടാക്കിയില്ല. മതത്തിനുള്ളിൽ നിന്ന് അത്തരമൊരു തിരിച്ചറിവിലേക്ക് ആരെങ്കിലും വളർന്നാൽ - വിമോചന ദൈവശാസ്ത്രക്കാർ ഉദാഹരണം - അവരെ മതത്തിനു വെളിയിൽ നിർത്താനാണ് യാഥാസ്ഥിതിക മതസംഘങ്ങൾ അനുരഞ്ജനലേശമില്ലാതെ ശ്രമിച്ചിട്ടുള്ളത്. ഉത്പാദനശക്തികളും ഉത്പാദന ബന്ധങ്ങളും ചേർന്നുണ്ടാകുന്ന സമൂഹത്തിന്റെ അധോഘടന യാണ് അന്തിമ വിശകലനത്തിൽ നിയമവും ഭരണവും സംസ്കാരവുമുൾ പ്പെടുന്ന ഉപരിഘടനയുടെ സ്വഭാവത്തെ നിർണയിക്കുന്നതെന്ന്, അംഗീകരി ക്കാനും മതങ്ങൾ ഒരുക്കമല്ല.

ഘടനാതലത്തിൽ മൗലികമായ മാറ്റത്തിന് മതത്തിന്റെ വക്താക്കൾ തയ്യാറല്ല എന്നാണ് ഇതിനർഥം. മാർക്സിസത്തിനെതിരെ ഇടയലേഖനം പുറത്തിറക്കിയ നമ്മുടെ സംസ്ഥാനത്തു തന്നെ കമ്യൂണിസ്റ്റ് സ്വാധീനം ശക്തിപ്പെടുന്നതിനുമുമ്പു തൊഴിലാളി സംഘടന എന്ന ആശയംപോലും പൊറുപ്പിക്കപ്പെട്ടിരുന്നില്ല. ഭൂപരിഷ്കരണനിയമങ്ങളെക്കുറിച്ചു ചിന്തിക്കാനും ആരും തയ്യാറായിരുന്നില്ല. മൂന്നു ദശാബ്ദം മുമ്പുവരെ അസംഘടിത തൊഴി ലാളികൾ ഇവിടെ ഭൂപ്രഭുക്കന്മാരാലും മുതലാളിമാരാലും നിർദ്ദയം ചൂഷണം ചെയ്യപ്പെടുകയായിരുന്നു. അപ്പോഴൊക്കെ തൊഴിലാളികളുടെ ശോച്യാവസ്ഥ ദൈവഹിതമാണെന്ന പ്രതിലോമകരമായ നിലപാടേ മതങ്ങൾ സ്വീകരിച്ചി ട്ടുള്ളു. സാമൂഹിക തിന്മകളുടെ സ്രോതസ്സുകൾ കണ്ടെത്തുന്നതു പോകട്ടെ, നിലവിലുള്ള ചൂഷകവ്യവസ്ഥയ്ക്കു നേരെ ഒന്നു വിരൽ ചൂണ്ടാൻപോലും മതകേന്ദ്രങ്ങൾ ശ്രമിച്ചിട്ടില്ല.

മാർക്സിസമാവട്ടെ സാമൂഹിക തിന്മകളുടെ സ്രോതസ്സ് കണ്ടെത്തുകയും അതിന്റെ നശീകരണത്തിലൂടെ വിപ്ലവകരമായ പരിവർത്തനം സാധിക്കുന്നതിനു തൊഴിലാളിവർഗം എന്ന പ്രബലമായ ശക്തിയെ ചൂണ്ടിക്കാട്ടുകയും ചെയ്യുന്നു. മനുഷ്യൻ മനുഷ്യനെ ചൂഷണം ചെയ്യുക എന്ന സ്ഥിതിവിശേഷം അവസാനിപ്പിക്കാനാണ് 'നിരീശ്വരപരമായ' മാർക്സിസം ശ്രമിക്കുന്നത്. ഈശ്വരപരമായ മതം ചെയ്യുന്നതെന്താണ്? അറിഞ്ഞോ അറിയാതെയോ ചൂഷക സംവിധാനത്തിനു താങ്ങായിനിന്നുകൊണ്ട്, ദാനശീലരാകാനും അനുകമ്പാപൂർണരാകാനും ജനങ്ങളെ ഉപദേശിക്കുക എന്ന മാമൂൽ പ്രവർത്തനം അതു തുടരുന്നു. ഇതു ചെയ്യുമ്പോൾ ഒരു വിഭാഗത്തിന്റെ ഗതികേടിനു തികഞ്ഞ സ്വാഭാവികത മതം നേടിക്കൊടുക്കുന്നു. അനുകമ്പയെ ഒരു ശാശ്വതമൂല്യമായി മതം അവതരിപ്പിക്കുമ്പോൾ പീഡകന്റെ അനുകമ്പയ്ക്കു വിധേയനായി ജീവിക്കേണ്ടിവരുന്ന പീഡിതന്റെ ജീവിതാവസ്ഥയ്ക്കു ശാശ്വതസ്വഭാവം നൽകുകയാണ് മതം ചെയ്യുന്നത്.

മാക്സിം ഗോർക്കിയുടെ ലോവർ ഡെപ്ത്സ് എന്ന കൃതിയിലെ സാറ്റിൻ എന്ന കഥാപാത്രത്തിന്റെ ജ്വലിക്കുന്ന വാക്കുകൾ ഇവിടെ പ്രസക്തി കൈവരിക്കുന്നു. "മനുഷ്യൻ അനുകമ്പയ്ക്കു വിധേയനാക്കപ്പെടുകയല്ല, ആദരിക്കപ്പെടുകയാണ് വേണ്ടത്. അനുകമ്പകൊണ്ട് അവനെ അപമാനിക്കരുത്." മാർക്സിസത്തിനെതിരെ ഇടയലേഖനങ്ങൾ രചിക്കുന്നവർ ഈ വാക്കുകൾ ഓർമയിൽ സൂക്ഷിക്കുന്നതു നന്ന്.

(1989)

ധാർമികതയുടെ അടിവേരുകൾ

മനുഷ്യർ ധാർമിക മൂല്യങ്ങളിൽനിന്നു വ്യതിചലിച്ചതാണ് അവർ നേരിടുന്ന സമസ്ത പ്രശ്നങ്ങളുടെയും മൂലകാരണമെന്ന വിശദീകരണം പുതിയതല്ല. മനുഷ്യർ അനുഭവിക്കുന്ന ദുരിതങ്ങളെ 'ധർമച്യുതി'യുടെ പ്രതിഫലനമായിട്ടാണ് മതപൗരോഹിത്യം എല്ലാ കാലത്തും കണ്ടുപോന്നിട്ടുള്ളത്. പ്രകൃത്യതീതമായ ഒരു ശക്തിയാൽ മുൻകൂട്ടി നിശ്ചയിക്കപ്പെട്ട ധർമങ്ങളും നൈതികമൂല്യങ്ങളുമുണ്ടെന്നും മതങ്ങൾ മനുഷ്യനു പകർന്നുകൊടുത്തിട്ടുള്ളതു പ്രസ്തുത മൂല്യങ്ങളാണെന്നുമത്രേ മതങ്ങളുടെ കാഴ്ചപ്പാട്. ഈശ്വരപ്രോക്തമായ ഈ ധർമസംഹിത മനുഷ്യൻ ലംഘിക്കുമ്പോഴാണ് സർവകുഴപ്പങ്ങളുമുണ്ടാകുന്നത്.

ഇതിൽനിന്നു വ്യത്യസ്തമായി ധാർമികതയ്ക്ക് ആത്മനിഷ്ഠമായ അടിസ്ഥാനം കണ്ടെത്തുന്നവരുണ്ട്. അവരുടെ അഭിപ്രായത്തിൽ സമൂഹബാഹ്യമായ ഈശ്വരേച്ഛയ്ക്കോ സമൂഹത്തിനോ ധാർമ്മികതയിൽ യാതൊരു പങ്കുമില്ല. വ്യക്തിയുടെ യുക്തിബോധത്തിൽനിന്നോ ചുമതലാ ബോധത്തിൽനിന്നോ ആണ് ധാർമികത ഉടലെടുക്കുന്നത്. അതല്ലെങ്കിൽ വ്യക്തിയുടെ കരുണയോ മാന്യതയോ ഇച്ഛയോ ആണ് നീതിബോധത്തിനടിസ്ഥാനം.

ഹിംസാത്മക മാർഗങ്ങളിലൂടെയല്ലാതെ സമൂഹത്തിൽ ക്രമസമാധാനം നിലനിർത്തുക എന്ന ആവശ്യത്തിന്റെ സൃഷ്ടിയാണ് ധാർമികത എന്നു സിദ്ധാന്തിക്കുന്ന ഒരു വിഭാഗവും തത്ത്വചിന്തകർക്കിടയിലുണ്ട്. വ്യക്തികളുടെ ചൂഷണോത്സുകതയേയും സ്വാർഥതയെയും ചെറുക്കുന്നതിന് സമൂഹം കണ്ടെത്തിയ ഒരു പോംവഴി ആയത്രേ അവർ ധാർമികതയെ വീക്ഷിക്കുന്നത്.

ഇതിൽ ആദ്യം പറഞ്ഞ രണ്ടു വിഭാഗങ്ങളും ധാർമികതയെ തികച്ചും സാമൂഹ്യനിരപേക്ഷമായാണ് സമീപിക്കുന്നത്. മൂന്നാമത്തെ കൂട്ടർ ധാർമികതയെ ഒരു സാമൂഹ്യോത്പന്നമായി കാണുന്നുണ്ടെങ്കിലും, കാലാകാലങ്ങളിൽ മനുഷ്യന്റെ സാമൂഹിക ബന്ധങ്ങളിൽ നിന്ന് ഉരുവം കൊള്ളുന്നതും നിരന്തരം പരിണമിക്കുന്നതുമാണ് ധാർമികത എന്ന യാഥാർഥ്യം

അവരംഗീകരിക്കുന്നില്ല. മറ്റൊരു വിധത്തിൽ പറഞ്ഞാൽ, ധാർമികതയുടെ കാര്യത്തിൽ പലപ്പോഴും ആശയവാദപരമായ സമീപനത്തിലേക്ക് അവർ വഴുതിവീഴുന്നു.

ധാർമികതയെ കേവലമായും സാമൂഹ്യനിരപേക്ഷമായും ആശയവാദ പരമായും വീക്ഷിക്കുന്നവർ ഒരുപോലെ പങ്കിടുന്ന ഒരു സങ്കല്പമുണ്ട്. മനുഷ്യൻ പ്രകൃത്യാ സ്വാർത്ഥിയും മറ്റുള്ളവരെ ചൂഷണം ചെയ്യുന്നതിൽ തൽപരനുമാണ് എന്നതാണത്. മനുഷ്യന്റെ ജന്മസിദ്ധമായ ചൂഷണോത്സുകത യേയും സ്വാർത്ഥതയേയും മറികടക്കാനാണ് (നിയന്ത്രിക്കാനാണ്), അവരുടെ അഭിപ്രായത്തിൽ, ധാർമികത ഉടലെടുക്കുന്നതുതന്നെ.

മനുഷ്യർക്കിടയിൽ നിലനില്ക്കുന്ന ചൂഷണം സ്വാഭാവികവും അനിവാര്യ വുമാണെന്ന സാമ്പ്രദായിക ധാരണയുടെ കഴമ്പില്ലായ്മ *ഫ്രോയിഡിയൻ ചിന്തയുടെ മഹത്ത്വവും പരിമിതികളും* എന്ന കൃതിയിൽ എറിക് ഫ്രോം തുറന്നു കാട്ടുന്നുണ്ട്. ഓരോ ആണും പെണ്ണും താന്താങ്ങളുടെ അധ്വാനം കൊണ്ടു മാത്രം ജീവിച്ചിരുന്ന നവശിലായുഗസമൂഹത്തിൽ ചൂഷണം സ്വാഭാവികമാണെന്ന ആശയം തികച്ചും അചിന്ത്യമായിരുന്നുവെന്ന് ഫ്രോം നിരീക്ഷിക്കുന്നു. അവരുടെ സാമൂഹിക ഘടനവച്ചു നോക്കുമ്പോൾ മനുഷ്യർ മനുഷ്യരെ ചൂഷണം ചെയ്യുകയെന്നത് ഒരു ഭ്രാന്തൻ സങ്കല്പമായി മാത്രമെ അനുഭവപ്പെടുമായിരുന്നുള്ളു. മറ്റുള്ളവരെ കൂലിവേലയ്ക്കു നിർത്താൻ ആവശ്യ മായ മിച്ചം അന്നുണ്ടായിരുന്നില്ല എന്നതാണ് കാരണം. മറ്റൊരുദാഹരണം കൂടി ഫ്രോം നൽകുന്നുണ്ട്. ആധുനിക അർത്ഥത്തിലുള്ള സ്വകാര്യസ്വത്തിനെ ക്കുറിച്ച് അറിവില്ലാതിരുന്ന സമൂഹത്തിൽ ഒരു വ്യക്തിയുടെ പണിയായുധം, ആവശ്യമുള്ള സന്ദർഭങ്ങളിൽ, തങ്ങളുടേതെന്ന പോലെ മറ്റുള്ളവർ ഉപയോഗിക്കുക സർവസാധാരണമായിരുന്നു. സ്വകാര്യ സ്വത്ത് എന്നതിനു പകരം പ്രകാര്യാത്മക സ്വത്ത് (Functional property) എന്ന നിലയിൽ മാത്ര മാണ് പണിയായുധങ്ങൾ അക്കാലത്തു വീക്ഷിക്കപ്പെട്ടത് എന്നതുകൊണ്ടത്രേ ഇത്.

മനുഷ്യന്റെ ചൂഷണോത്സുകതയും സ്വത്ത് കൈവശപ്പെടുത്താനുള്ള ത്വരയുമൊക്കെ മനുഷ്യന്റെ സാമൂഹ്യവികാസത്തോടൊപ്പം വളർന്നുവന്നതാ ണെന്നാണിതു കാണിക്കുന്നത്. സമൂഹത്തിനു വെളിയിലെവിടേയോ മുൻകൂർ തയ്യാർ ചെയ്യപ്പെട്ട ബോധമല്ല, സാമൂഹിക സാഹചര്യങ്ങളുടെ പ്രവർത്തന-പ്രതിപ്രവർത്തനങ്ങളുടെ ഫലമായി ഉരുത്തിരിയുകയും പരിണമിക്കുകയും ചെയ്യുന്ന ബോധമാണ് മനുഷ്യ സമൂഹത്തിൽ നിലനില്ക്കുന്നതെന്നർത്ഥം.

ധാർമിക ബോധത്തെ സംബന്ധിച്ച ആശയവാദപരവും ആത്മനിഷ്ഠ വാദപരവുമായ സങ്കല്പങ്ങൾക്ക് ഈ യാഥാർഥ്യത്തിനു മുമ്പിൽ നിലനില്പി ല്ലാതാവുന്നു. മനുഷ്യന്റെ സാമൂഹ്യബോധത്തിന്റെ വിവിധ രൂപങ്ങളിലൊന്നാണ് അവന്റെ നൈതിക-ധാർമികബോധം. അതിനെ രൂപപ്പെടുത്തുന്നതിലും

രൂപാന്തരപ്പെടുത്തുന്നതിലും അതതു കാലത്ത് അതതു സമൂഹത്തിൽ നിലനില്ക്കുന്ന ഉത്പാദന ബന്ധങ്ങൾ നിർണായക പങ്ക് വഹിക്കുന്നുണ്ട്. ധാർമികതയുടെ ഈ ആപേക്ഷികത മനസ്സിലാക്കാൻ പഴയ മൂല്യബോധ ത്തിന്റെ ഉദാഹരണങ്ങൾ പരിശോധിച്ചാൽ മതിയാവും.

കാലിച്ചന്തകളിൽ ആടുമാടുകളെ ലേലം ചെയ്യുന്നതുപോലെ മനുഷ്യരെ ലേലം ചെയ്തിരുന്ന ഒരു കാലമുണ്ടായിരുന്നു. പതിനെട്ടാം നൂറ്റാണ്ടിൽ ആഫ്രിക്കൻ ഗ്രാമങ്ങളിൽനിന്ന് വെള്ളക്കാർ പിടിച്ചുകൊണ്ടുപോയ കറുത്ത മനുഷ്യരെ അടിമച്ചന്തകളിൽ ലേലത്തിൽ വില്ക്കുകയായിരുന്നു പതിവ്. അമേരിക്കയിലെ നീഗ്രോ നോവലിസ്റ്റ് അലെക്സ് ഹേലി അത്തരമൊരു രംഗം തന്റെ പ്രസിദ്ധ കൃതിയായ *റൂട്സിൽ* (വേരുകൾ) വിവരിക്കുന്നുണ്ട്.

“ചാട്ടവാറിന്റെ പിടിയും ചെറിയ കമ്പുകളുമുപയോഗിച്ച് അവരവന്റെ അടഞ്ഞ ചുണ്ടുകൾ കുത്തിവിടർത്തി പല്ലുകൾ പരിശോധിച്ചു. പിന്നീടവർ അവന്റെ ശരീരത്തിലുടനീളം - കക്ഷത്തിലും നെഞ്ചിലും പുറത്തും ലൈംഗി കാവയവത്തിലുമെല്ലാം-കൈകൾ പായിച്ചു. അതിനുശേഷം കുൻടയെ പരിശോധിച്ചിരുന്ന ചിലർ പിറകോട്ടു മാറി വിളിക്കാൻ തുടങ്ങി:

“മുന്നൂറ് ഡോളർ... മുന്നൂറ്റമ്പത്?”

മനുഷ്യൻ വില്പനച്ചരക്കാകുന്നതാണ് *റൂട്സിൽ* നാം കാണുന്നതെങ്കിൽ, ഹോമറിന്റെ *ഒഡിസി* അടിമ-ഉടമ സമൂഹത്തിൽ അടിമകളനുഭവിക്കേണ്ടി വന്ന അവർണ്യമായ പീഡനങ്ങളുടെ ചിത്രമാണ് വായനക്കാരുടെ മുമ്പിൽ വരച്ചിടുന്നത്. ഉടമവർഗത്തിന്റെ നീതിബോധത്തിനു നിരക്കാത്തതെന്തോ ചെയ്ത ഒരടിമയ്ക്കു നൽകപ്പെട്ട ശിക്ഷ ഹോമർ ഇങ്ങനെ വിവരിക്കുന്നു.

“പിന്നീടവർ മിലാൻതിയസിനെ പുറത്തേക്കു കൊണ്ടുപോയി. മൂർച്ച യുള്ള ആയുധമെടുത്ത് അവർ അയാളുടെ മൂക്കും ചെവികളും അരിഞ്ഞു. പട്ടികൾക്കു പച്ചയായി തിന്നാൻവേണ്ടി അവർ അയാളുടെ മർമ്മഭാഗങ്ങൾ പുറത്തെടുത്തു. കോപാന്ധരായ അവർ അയാളുടെ കൈകാലുകൾ വെട്ടി മാറ്റി.”

അടിമകളോട് ഉടമകൾ കാണിച്ച ഈ ക്രൂരത ഒറ്റപ്പെട്ട സംഭവമല്ല. അടിമത്ത സമൂഹത്തിലെ നടപ്പുനീതിയായിരുന്നു അത്. അന്നത്തെ ധർമ്മ ശാസ്ത്രപ്രകാരം ‘സംസാരിക്കുന്ന ഉപകരണം’ എന്നതിലപ്പുറം മറ്റൊന്നും ആകാനുള്ള അവകാശം അടിമകൾക്കുണ്ടായിരുന്നില്ല. അവർ അനുസരണ യുള്ള ജന്തുക്കളാകണമെന്നതായിരുന്നു ഉടമകളുടെ ആവശ്യം. ഏതെങ്കിലും അടിമ സ്വന്തം വ്യക്തിത്വം ഉയർത്തിപ്പിടിക്കുകയോ ധീരത പ്രകടിപ്പിക്കുകയോ ചെയ്യുന്നതു പൊറുക്കാനാവാത്ത അപരാധമായിട്ടാണ് കണക്കാക്കപ്പെട്ടത്. ചോദ്യംചെയ്യപ്പെട്ടുകൂടാത്ത യജമാനന്മാരായി ഉടമകളെ കാണുകയെന്ന ‘സദ്ഗുണം’ പ്രകടിപ്പിച്ച അടിമകളായിരുന്നു ‘നല്ല’ അടിമകൾ. ഈ ‘സദ്ഗുണ’ത്തിൽനിന്ന് വ്യതിചലിച്ച മിലാൻതിയസിനെപ്പോലുള്ളവരത്രേ,

അധർമകാരികളായി ചിത്രീകരിക്കപ്പെട്ട്, അംഗഛേദനത്തിനും അറുകൊലയ്ക്കും വിധേയരാക്കപ്പെട്ടത്.

അടിമത്ത കാലഘട്ടത്തിലെ ഈ ധർമനീതിയും മൂല്യബോധവും അടിമത്ത കാലഘട്ടത്തിനു മുമ്പുള്ള സമൂഹമോ അതിനുശേഷം നിലവിൽവന്ന സമൂഹമോ അംഗീകരിക്കുന്നതല്ല. ചരിത്രത്തിന്റെ വ്യത്യസ്തഘട്ടങ്ങളിൽ ഗുണപരമായി വ്യത്യസ്തത പുലർത്തുന്ന നൈതിക വിചാരങ്ങൾ നിലനിന്നിട്ടുണ്ടെന്നാണിതു സൂചിപ്പിക്കുന്നത്. വ്യത്യസ്തങ്ങളായ സാമൂഹിക വ്യവസ്ഥകളുള്ള സമൂഹങ്ങൾ ധാർമികതയുടെ കാര്യത്തിലും വ്യതിരിക്തത പുലർത്തിയിട്ടുണ്ട്. ശ്രീരാമന്റെ ശംബുകവധവും അബ്രഹാമിന്റെ ഹാജറാ സ്വീകരണവും ആധുനിക മനുഷ്യന്റെ ധാർമികബോധത്തിനു മുമ്പിൽ ചോദ്യചിഹ്നങ്ങളായി അവശേഷിക്കാൻ കാരണം മറ്റൊന്നല്ല. തപസ്സനുഷ്ഠിക്കുക വഴി ശൂദ്രമുനി ചെയ്ത 'മാപ്പർഹിക്കാത്ത അപരാധ'ത്തിനു നൽകപ്പെട്ട വധശിക്ഷ ചാതുർവർണ്യാധിഷ്ഠിത സമൂഹത്തിലെ ഉപരിവർഗത്തിൽപ്പെട്ട പുരുഷന്മാരുടെ ധർമബോധത്തെ പ്രതിഫലിപ്പിക്കുമ്പോൾ അടിമയുവതിയായ ഹാജറയെ ഉടമവർഗത്തിൽപെട്ട പുരുഷന്മാർ വെറും കാഴ്ചപ്പണ്ടമായി വീക്ഷിക്കുന്ന മനോഭാവം അടിമ-ഉടമ സമൂഹത്തിലെ ഉപരിവർഗ ധാർമികതയിലേക്കു വെളിച്ചം വീശുന്നു. വർഗവിഭജിത സമൂഹങ്ങളിലെല്ലാം മേധാവിത്വം വഹിക്കുന്ന വർഗത്തിന്റെ ധർമവിചാരമാണ് അംഗീകൃത ധാർമികതയായി നിലനിന്നതെന്ന കാര്യം ഇവിടെ ഓർമിക്കാം.

സാമൂഹ്യ വികാസപ്രക്രിയയ്ക്കിടയിൽ പ്രധാനപ്പെട്ട നാലുതരം ധാർമിക വ്യവസ്ഥകളിലൂടെയെങ്കിലും മാനവരാശി കടന്നുപോയിട്ടുണ്ട്. പ്രാകൃത അവർഗസമൂഹത്തിൽ ഒരു കുലത്തിലെയോ ഗോത്രത്തിലെയോ അംഗങ്ങൾക്കിടയിൽ നിലനിന്ന സ്വാഭാവിക ബന്ധങ്ങളാണ് ധാർമികതയുടെ ആദ്യരൂപം. മനുഷ്യന്റെ ബോധം അങ്ങേയറ്റം അവികസിതവും അവിഭജിതവുമായിരുന്ന ഇക്കാലത്ത് 'വ്യക്തി' എന്ന സങ്കല്പമേ ഉണ്ടായിരുന്നില്ല. ഓരോരുത്തരും ഗോത്രവുമായി താദാത്മ്യം പ്രാപിച്ച് ഗോത്രജീവിയായി മാറുകയായിരുന്നു അന്നത്തെ പതിവ്. തുടക്കത്തിൽ ഫ്രോമിനെ ഉദ്ധരിച്ചു സൂചിപ്പിച്ചതുപോലെ. സാധനങ്ങൾ മിച്ചമില്ലാതിരുന്ന ഈ സമൂഹത്തിൽ ചൂഷണാധിഷ്ഠിത മനുഷ്യബന്ധങ്ങൾക്കു പ്രസക്തിയുണ്ടായിരുന്നില്ല. പ്രാകൃത മനുഷ്യന്റെ വർഗരഹിത ഗോത്ര ധാർമികതയാണ് അവിടെ നിലനിന്നത്.

സ്വകാര്യസ്വത്തിന്റെ ആവിർഭാവത്തോടുകൂടി ഭൗതികമായ അസമത്വം നിലവിൽ വരാൻതുടങ്ങി. അതോടെ പഴയ ഗോത്ര വ്യവസ്ഥയും അതിന്റെ അവർഗ ധാർമികതയും തകർന്നു. സമ്പത്തും അധികാരവുമുള്ള ഒരു വർഗവും ഇതു രണ്ടുമില്ലാത്ത മറ്റൊരു വർഗവും രൂപപ്പെടുകയും ഇരുവർഗങ്ങളും തമ്മിലുള്ള സംഘർഷവും ശത്രുതയും വർധിക്കുകയും ചെയ്തതോടെ വർഗ താത്പര്യങ്ങൾ പ്രതിഫലിപ്പിക്കുന്ന ധർമസംഹിത ഉടലെടുക്കാൻ തുടങ്ങി.

അടിമത്ത സമൂഹത്തിലാണ് അത് ആദ്യം ഉടലെടുത്തത്. വ്യക്തികളെ മറ്റുള്ളവർ കീഴൊതുക്കുന്നതിനു ന്യായീകരണം കണ്ടെത്തുന്ന ഈ ധർമ സംഹിത, സമൂഹം ഫ്യൂഡൽ സാമൂഹിക വ്യവസ്ഥയിലേക്കു വികസിച്ച പ്പോൾ കൂടുതൽ കരുത്താർജിച്ചു. സാമൂഹ്യശ്രേണിയിൽ വ്യക്തികൾക്കും വിഭാഗങ്ങൾക്കുമുള്ള 'അനുയോജ്യ'പദവികൾ നിശ്ചയിക്കപ്പെട്ടു. പ്രഭുവും പുരോഹിതനും അടിയാളനും അടിമയുമൊക്കെ പാലിക്കേണ്ട 'മര്യാദകൾ' നിലവിൽ വന്നു. വിവിധ സാമൂഹ്യവിഭാഗങ്ങൾ തമ്മിൽ പുലർത്തേണ്ട അകലത്തെക്കുറിച്ചുള്ള കർശനമായ ബോധം വിവിധങ്ങളായ വിലക്കു കളിലൂടെയും ആചാരാനുഷ്ഠാനങ്ങളിലൂടെയും, വേണ്ടിവന്നാൽ ആയുധ പ്രയോഗത്തിലൂടെയും ഉറപ്പുവരുത്തപ്പെട്ടു. 'ഓരോരുത്തരുടെയും സ്ഥാന മറിയുക' എന്നത് ദൈവിക കല്പനയാണെന്ന് വരുത്തിത്തീർത്തുകൊണ്ടാണ് ഫ്യൂഡൽ സമൂഹത്തിൽ പ്രഭുവർഗാനുകൂലമായ ധാർമികത നടപ്പിലാക്ക പ്പെട്ടത്.

ഫ്യൂഡൽ ഉത്പാദന ബന്ധങ്ങൾ മുതലാളിത്ത ഉത്പാദന ബന്ധ ങ്ങൾക്കു വഴിമാറിയപ്പോൾ ധാർമിക മൂല്യങ്ങളിലും മാറ്റം വരാൻ തുടങ്ങി. ഫ്യൂഡൽ വ്യവസ്ഥയിൽ സാമൂഹികാർഥത്തിൽ അസമൻമാരായ ആളു കളുടെ പരസ്പരമുള്ള വൈയക്തികാശ്രിതത്വമായിരുന്നു ധാർമികതയുടെ മുഖമുദ്രയെങ്കിൽ മുതലാളിത്ത വ്യവസ്ഥയിൽ നിയമദൃഷ്ട്യാ തുല്യരും സ്വതന്ത്രരുമായ ആളുകൾ തമ്മിലുള്ള ഭൗതികാശ്രിതത്വമായി ധാർമികത യുടെ കാതൽ. ഫ്യൂഡൽ പ്രഭു-അടിയാളൻ എന്ന ദ്വന്ദ്വത്തിന്റെ സ്ഥാനം മുതലാളി-തൊഴിലാളി എന്ന ദ്വന്ദ്വത്തിനു വഴിമാറി. ഏതു മാർഗമുപയോഗി ച്ചായാലും മൂലധനത്തിന്റെ വളർച്ചയ്ക്കും പുനരുത്പാദനത്തിനുമുള്ള പ്രവർത്തനങ്ങളിൽ ഏർപ്പെടുകയെന്നതായി ജനങ്ങളുടെ മുഖ്യകർത്തവ്യം. കുമാർഗങ്ങൾ സ്വീകരിച്ചായാലും പണമുണ്ടാക്കുന്നവനെ 'ജീവിക്കാൻ പഠിച്ചവൻ' എന്നു വാഴ്ത്തുന്ന രീതി ഈ മുതലാളിത്ത ധാർമികതയുടെ സൃഷ്ടിയത്രേ.

പ്രാഗ് മുതലാളിത്ത കാലഘട്ടത്തിൽ സങ്കല്പിക്കാൻ പ്രയാസമായിരുന്ന ലോക കമ്പോളം എന്ന ആശയം യാഥാർഥ്യമാകാൻ തുടങ്ങി എന്നതാണ് മുതലാളിത്ത കാലഘട്ടത്തിലെ മറ്റൊരു പ്രധാന സവിശേഷത. ഇതോടെ എല്ലാ മനുഷ്യബന്ധങ്ങളും പണാധിഷ്ഠിതവും വ്യാപാരാധിഷ്ഠിതവുമായി ത്തീർന്നു. ഫ്യൂഡൽ കാലഘട്ടത്തിലെ മതസമൂഹങ്ങളെ സംബന്ധിച്ചിടത്തോളം തികച്ചും അന്യമായിരുന്ന സ്ത്രീധന സമ്പ്രദായം മുതലാളിത്ത കാലഘട്ട ത്തിലെ മതസമൂഹങ്ങൾ ആവേശത്തോടെ ജീവിതത്തിൽ പകർത്തുന്നതിനു പിന്നിലുള്ളത് മനുഷ്യബന്ധങ്ങളുടെ സ്വഭാവത്തിൽ വന്നുപെട്ട ഈ മാറ്റ മാണ്. കൈക്കൂലി കിട്ടാൻ സാധ്യതയുള്ള ജോലിക്കൂടുതൽ അഭികാമ്യമായി ത്തീരുന്നതും 'കിമ്പള' സാധ്യതയുള്ള വരന്മാർക്കു മാർക്കറ്റു വർധിക്കു ന്നതും ഈ മാറ്റം കൊണ്ടുതന്നെ.

അതതു കാലഘട്ടത്തിലെ ഉത്പാദന ബന്ധങ്ങളും സാമൂഹിക പരിതോവസ്ഥകളുമാണ് ഓരോ കാലഘട്ടത്തിലെയും ധാർമികബോധത്തെ നിർണയിക്കുന്നതെന്നു പറയുമ്പോൾ മനുഷ്യന്റെ ധാർമികബോധത്തിന് അതിന്റേതായ ആപേക്ഷിക സ്വാതന്ത്ര്യം ഇല്ലെന്നർഥമില്ല. ധർമത്തെയും സദാചാരത്തെയും നീതിയെയും സംബന്ധിക്കുന്ന മനുഷ്യബോധത്തെ സാമൂഹിക വ്യവസ്ഥ സ്വാധീനിക്കുമ്പോൾ തന്നെ, സ്വയം രൂപപ്പെടാനുള്ള സാധ്യതയും സ്വാതന്ത്ര്യവും ധാർമികതയ്ക്കുണ്ട്. ആത്മീയജീവിതത്തിന്റെ ഏതു മണ്ഡലവും ഒരിക്കൽ രൂപപ്പെട്ടുകഴിയുന്നതോടെ ഒരു പരിധിവരെ സ്വാതന്ത്ര്യം കൈവരിക്കുന്നു എന്ന എംഗൽസിന്റെ നിരീക്ഷണം ഇവിടെ സ്മരണീയമാണ്. സാമൂഹ്യബോധത്തിന്റെ വിവിധ രൂപങ്ങളായ കല, സാഹിത്യം, ശാസ്ത്രം എന്നിവയിലെന്നപോലെ ധാർമികതയുടെ കാര്യത്തിലും അടഞ്ഞ സാമ്പത്തിക നിർണയവാദത്തിനു പ്രസക്തിയില്ല.

സാമൂഹിക-സാമ്പത്തിക ഘടകങ്ങളിലാണ് ധാർമികതയുടെ വേരുകൾ കിടക്കുന്നതെങ്കിലും ചിലപ്പോഴതു സ്വതന്ത്ര പ്രവണതകൾ പ്രകടിപ്പിക്കുന്നതു കാണാം. അടിമത്തത്തിനെതിരെയുള്ള പ്രതിരോധം ഒരുന്നത മൂല്യമായി അടിമത്ത കാലഘട്ടത്തിൽ ഉയർന്നുവരുമ്പോൾ സംഭവിക്കുന്നത് അതാണ്. ഫറവോയുടെ മുഖത്തു നോക്കി, “എന്റെ ജനതയെ പോകാൻ അനുവദിക്കുക” എന്ന് മോസസ് പറയുമ്പോൾ നിലനില്ക്കുന്ന ധാർമികതയെ മറികടക്കുന്ന ഒരു നവധാർമികതയാണ് രംഗപ്രവേശം ചെയ്യുന്നത്.

ഇതിനർത്ഥം മനുഷ്യന്റെ ധാർമികാന്വേഷണങ്ങൾ വസ്തുനിഷ്ഠ സാമൂഹിക സാഹചര്യങ്ങളുടെ സകല കെട്ടുപാടുകൾക്കും വെളിയിൽ നില്ക്കുന്നു എന്നാണോ? ഒരിക്കലുമല്ല. അന്തിമ വിശകലനത്തിൽ ധാർമികതയുടെ ഊടും പാവും നിർണയിക്കുന്നതു സാമൂഹിക സാഹചര്യങ്ങൾതന്നെ. അതേസമയം സമൂഹത്തിന്റെ പുനഃസംരചനയെ സംബന്ധിച്ച തന്റെ പ്രതീക്ഷകളും പ്രത്യാശകളും സഫലീകരിക്കുന്നതിനുള്ള മനുഷ്യന്റെ ആത്മനിഷ്ഠാഭിവാഞ്ഛകളുടെ ഒരു മണ്ഡലവും കൂടിയായി ധാർമികത പ്രവർത്തിക്കുന്നു. ധാർമികതയിലെ വസ്തുനിഷ്ഠതയും ആത്മനിഷ്ഠതയും തമ്മിലുള്ള ഈ ദ്വന്ദ്വാത്മകതയാണ് ഒരു സാമൂഹ്യാവശ്യത്തെ ഒരു വ്യക്തിയുടെ മനഃസാക്ഷിയുടെ ആവശ്യമാക്കി പരിവർത്തിപ്പിക്കുന്നത്. അഞ്ചര പതിറ്റാണ്ടുമുമ്പ് തിരുവിതാംകൂർ മഹാരാജാവ് ക്ഷേത്രപ്രവേശന വിളംബരത്തിൽ ഒപ്പുവച്ചപ്പോൾ ഈ ദ്വന്ദ്വാത്മകതയാണവിടെ പ്രവർത്തിച്ചത്.

(1993)

■

ചരിത്രത്തിനു മതമില്ല

കേരള-കാലിക്കറ്റ് സർവകലാശാലകൾ യഥാക്രമം എം.എയ്ക്കും ബി.എയ്ക്കും പുതുതായി തയ്യാറാക്കിയ പാഠ്യപദ്ധതികളിൽനിന്ന് 'ഇസ്ലാമിക ചരിത്രം' ഒഴിവാക്കി എന്ന ആരോപണം ചില കേന്ദ്രങ്ങളിൽനിന്ന് ഉയരുകയുണ്ടായി. എന്നാൽ ഒഴിവാക്കപ്പെട്ട ഇസ്ലാമിക ചരിത്രത്തിനു പകരം ഹൈന്ദവചരിത്രമോ ക്രൈസ്തവചരിത്രമോ മറ്റേതെങ്കിലും മതവിഭാഗ ചരിത്രമോ സിലബസ്സിൽ ഉൾപ്പെടുത്തിയതായി ആരോപണകർത്താക്കൾ പോലും പറയുന്നില്ല. അങ്ങനെ പറയാൻ അവർക്കു സാധിക്കാത്തതിന്റെ കാരണം ഹൈന്ദവചരിത്രം, ക്രൈസ്തവചരിത്രം എന്നിങ്ങനെയുള്ള 'ചരിത്രങ്ങൾ' ഇപ്പോഴെന്നല്ല, പണ്ടും നമ്മുടെ മതേതര സർവകലാശാലകളിൽ പഠിപ്പിച്ചുപോന്നിട്ടില്ല എന്നതാണ്.

ഹൈന്ദവ ഭൂരിപക്ഷമുള്ള ഇന്ത്യയിലെ യൂനിവേഴ്സിറ്റികളിൽ ഹൈന്ദവ ചരിത്രം പാഠ്യപദ്ധതിയുടെ ഭാഗമാകാത്തതെന്തുകൊണ്ട്? കാലിക്കറ്റ്-കേരള സർവകലാശാലകളിൽ ബി.എ. ഇസ്ലാമിക ചരിത്രവും എം.എ. ഇസ്ലാമിക ചരിത്രവുമുള്ളപ്പോൾ കേരളത്തിലോ മറ്റേതെങ്കിലും സംസ്ഥാനങ്ങളിലോ ബി.എ. ഹൈന്ദവചരിത്രവും എം.എ. ഹൈന്ദവചരിത്രവും ഇല്ലാത്തത് എന്തുകൊണ്ട്? ഉത്തരം വ്യക്തം. ചരിത്രത്തിനു ഹൈന്ദവമുദ്ര ചാർത്തി അതു പാഠ്യപദ്ധതിയിൽ ചേർക്കാൻ ഇവിടെ ആരും ശ്രമിച്ചിട്ടില്ല.

ലോകചരിത്രം, ഇന്ത്യാചരിത്രം, അമേരിക്കൻ ചരിത്രം, അറേബ്യൻ ചരിത്രം, ജാപ്പനീസ് ചരിത്രം, കേരളചരിത്രം എന്നിങ്ങനെ ചരിത്രത്തെ ഭൂഭാഗാടിസ്ഥാനത്തിൽ വർഗീകരിക്കാറുണ്ട്. കാലഘട്ടാടിസ്ഥാനത്തിൽ പൗരാണിക ചരിത്രം, മധ്യകാലചരിത്രം, ആധുനികചരിത്രം എന്നിങ്ങനെയാണ് ചരിത്രത്തിന്റെ തരംതിരിവ്. സാമൂഹിക രൂപവത്ക്കരണാടിസ്ഥാനത്തിലാവട്ടെ അതതു കാലഘട്ടത്തിൽ അതതു പ്രദേശങ്ങളിൽ നിലനിന്ന അതതു സാമൂഹികഘടനയുടെ വെളിച്ചത്തിൽ പ്രീ ഫ്യൂഡൽ, ഫ്യൂഡൽ, പോസ്റ്റ് ഫ്യൂഡൽ എന്ന നിലയിൽ ചരിത്രം വർഗീകരിക്കപ്പെടുന്നു. മേലാളവർഗ ചരിത്രം, കീഴാളവർഗചരിത്രം എന്ന രീതിയിൽ ചരിത്രത്തെ സമീപിക്കുന്ന

സമ്പ്രദായവും നിലവിലുണ്ട്. പക്ഷേ, കേവലമായ മതാടിസ്ഥാനത്തിൽ ചരിത്രത്തെയോ ചരിത്ര കാലഘട്ടങ്ങളെയോ വീക്ഷിക്കുന്ന രീതി ശാസ്ത്രീയമോ അംഗീകൃതമോ ആശാസ്യമോ അല്ല.

ക്രിസ്തുവിനു മുൻപു ജീവിച്ച, ചരിത്രത്തിന്റെ പിതാവ് എന്നറിയപ്പെടുന്ന ഹെറഡോട്ടസ് മുതലിങ്ങോട്ടുള്ള പ്രമുഖചരിത്രകാരന്മാരെല്ലാം, അവർ പിന്തുടർന്ന രീതിശാസ്ത്രം വ്യത്യസ്തമാവാമെങ്കിലും, മനുഷ്യനും മനുഷ്യനും തമ്മിലും മനുഷ്യനും പ്രകൃതിയും തമ്മിലുമുള്ള പരസ്പര ക്രിയകളുടെ നൈരന്തര്യമായാണ് ചരിത്രത്തെ അഭിവീക്ഷിച്ചുപോന്നത്. മതവിശ്വാസത്തിന്റെ അടിസ്ഥാനത്തിൽ മനുഷ്യരെ വേർതിരിച്ച് മാനവചരിത്രം പഠിക്കാനോ രേഖപ്പെടുത്താനോ അവരാരും തുനിഞ്ഞിട്ടില്ല. പതിനാലാം നൂറ്റാണ്ടിൽ ജീവിച്ച ഇബ്ൻ ഖാൽദൂൻ എഴുതിയത് 'മാനവസമൂഹത്തിന്റെ അഥവാ ലോക സംസ്കാരത്തിന്റെ രേഖയാണ്' ചരിത്രം എന്നത്രെ. അദ്ദേഹം തുടർന്നു: 'മനുഷ്യസമൂഹത്തിന്റെ സ്വഭാവത്തിൽ വരുന്ന മാറ്റങ്ങളുടെയും... ഒരു വിഭാഗം ജനങ്ങൾ മറ്റൊരു വിഭാഗത്തിനെതിരിൽ നടത്തുന്ന വിപ്ലവങ്ങളുടെയും... മനുഷ്യർ ഒന്നുകിൽ ജീവസന്ധാരണത്തിനുവേണ്ടി അല്ലെങ്കിൽ ശാസ്ത്രങ്ങളിലും വിദഗ്ദ്ധ തൊഴിലുകളിലും വ്യാപൃതരാകുന്നതിന്റെ ഭാഗമായി നടത്തുന്ന പ്രവർത്തനങ്ങളുടെയും രേഖയാണത്. മൊത്തത്തിൽ പറഞ്ഞാൽ, സമൂഹത്തിന്റെ സഹജസ്വഭാവം നിമിത്തം സമൂഹത്തിൽ വരുന്ന സമസ്ത പരിവർത്തനങ്ങളുടെയും രേഖയാണ് ചരിത്രം.'

ഇബ്ൻ ഖാൽദൂൻ എന്ന മഹാപണ്ഡിതൻ ചരിത്രത്തെ നിർവചിക്കുമ്പോൾ മനുഷ്യനെ മാത്രമേ കാണുന്നുള്ളൂ എന്നതു പ്രത്യേകം ശ്രദ്ധിക്കേണ്ടതാണ്. മതാതീതനായ മനുഷ്യന്റെ വികാസപരിണാമങ്ങളുടെ കഥയാണ് അദ്ദേഹത്തിനു ചരിത്രം. ആധുനിക ചിന്തകനായ ഇ.എച്ച്. കാർ 'വർത്തമാനവും ഭൂതവും തമ്മിലുള്ള അനന്തസംവാദ'മായി ചരിത്രത്തെ വിലയിരുത്തുമ്പോൾ അദ്ദേഹവും മതങ്ങളുടെ സങ്കുചിതവലയങ്ങൾ ക്കപ്പുറത്തുള്ള മനുഷ്യനെയാണ് കാണുന്നത്. ഒരു പ്രത്യേക മതത്തിന്റെയോ ഒരു പ്രത്യേക പ്രദേശത്തിന്റെയോ ഇടുങ്ങിയ അതിർവരമ്പുകൾക്കകത്തു തളയ്ക്കാവുന്നതല്ല മനുഷ്യന്റെ ചരിത്രം. അന്യമതദേശങ്ങളിൽപ്പെട്ടവരുമായുള്ള സമ്പർക്കവും ഇടപെടലുകളും ഓരോ ജനതയുടെയും ജീവിതരീതി-വികാസങ്ങളെ ഗാഢമായി സ്വാധീനിക്കുന്നുണ്ട്. എറിക് ഹോബ്സ്ബാമിന്റെ വാക്കുകളിൽ പറഞ്ഞാൽ, 'വ്യത്യസ്ത ഘടനകളുള്ളതും വിവിധ ഭൂഭാഗങ്ങളിൽ നിവസിക്കുന്നതുമായ ജനവിഭാഗങ്ങൾ തമ്മിൽ നടക്കുന്നതും അവരെ പരസ്പരം പരിവർത്തിപ്പിക്കുന്നതുമായ ഇടപെടലുകളെയാണ് ചരിത്രം എന്നു പറയുന്നത്. ഇബ്ൻ ഖാൽദൂന്റെ (നാടോടികളായ) ബദുക്കളെയും സ്ഥിരതാമസക്കാരെയും വേർതിരിക്കൽ എത്രത്തോളം അസാധ്യമാണോ അത്രത്തോളം തന്നെ അസാധ്യമാണ് യൂറോപ്പിനെയും യൂറോപ്പിതര ദേശത്തെയും വേർതിരിക്കുന്നത്. (See Etic Hobsbawm, On History, 1999, p.228).

ഒരു ജനവിഭാഗത്തിന്റെ ചരിത്രത്തെ മറ്റൊരു ജനവിഭാഗത്തിന്റെ ചരിത്രത്തിൽനിന്നു മുറിച്ചു മാറ്റാനോ വേർതിരിച്ചു നിർത്താനോ സാധിക്കുകയില്ല എന്നതാണ് ഹോബ്സ്ബാമിന്റെ നിരീക്ഷണത്തിന്റെ കാതൽ. മലബാറിന്റെ ചരിത്രത്തെ മദിരാശിയുടെയോ തിരുവിതാംകൂറിന്റെയോ ചരിത്രത്തിൽനിന്നു മുറിച്ചു മാറ്റാനാവില്ല. മലബാറിലെ മാപ്പിളമാരുടെ ചരിത്രത്തെ മലബാറിലെ ഹിന്ദുക്കളുടെ ചരിത്രത്തിൽനിന്ന് അടർത്തിയെടുക്കാൻ കഴിയില്ല. അവ പരസ്പരം ബന്ധപ്പെട്ടു കിടക്കുന്നു. അഖിലേന്ത്യാ തലത്തിൽ നോക്കുമ്പോൾ ഇന്ത്യയിലെ മുസ്ലിങ്ങളുടെ ചരിത്രത്തെ ഇന്ത്യയിലെ ഹിന്ദുക്കളുടെ ചരിത്രത്തിൽ നിന്നോ മറിച്ചോ വിച്ഛേദിക്കുക സാധ്യമല്ല. ഇന്ത്യാ ഉപഭൂഖണ്ഡത്തിലെ ഹിന്ദുക്കൾ ഉൾപ്പെടെയുള്ള അമുസ്ലിം ജനവിഭാഗങ്ങളിൽ നിന്ന് വേറിട്ട ഒരു 'മുസ്ലിം ചരിത്രം' ഇന്ത്യയിലെ മുസ്ലിങ്ങൾക്കില്ല. എ.ഡി. 711-ൽ മുഹമ്മദ് ബിൻ കാസിം എന്ന മുസ്ലിം പടനായകനും സിന്ധിലെ ദാഹിർ എന്ന ഹിന്ദു ഭരണാധികാരിയും തമ്മിലുള്ള ഇടപെടലുകൾ തൊട്ടിങ്ങോട്ടുള്ള കാര്യങ്ങൾ വിശകലനം ചെയ്താൽ ബോധ്യപ്പെടാവുന്നതേയുള്ളൂ ഇക്കാര്യം. രജപുത്രരുടെയും മറാത്തക്കാരുടെയും ചരിത്രവുമായി ബന്ധപ്പെടുത്തിക്കൊണ്ടല്ലാതെ ഇന്ത്യയിലെ മുഗൾ ചരിത്രത്തെ സമീപിക്കുക സാധ്യമല്ല തന്നെ. മുഗൾ ചരിത്രമെന്നത് മുസ്ലിം ചരിത്രമോ ഇസ്ലാമിക ചരിത്രമോ അല്ല, ആ കാലഘട്ടത്തിലെ ഇന്ത്യക്കാരുടെ ചരിത്രമാണ് എന്നു സാരം.

ആഗോള തലത്തിൽ വീക്ഷിക്കുമ്പോഴും 'ഇസ്ലാമിക ചരിത്രം' എന്നത് ഒരു പാഴ്നാമമാണ്. ഇസ്ലാമിന്റെ ആവിർഭാവവും വളർച്ചയും വ്യാപനവുമെല്ലാം മറ്റു മതങ്ങളിലോ വിശ്വാസസംഹിതകളിലോ പെട്ടു വിവിധ ജനവിഭാഗങ്ങളുമായി ഒരു മട്ടിലല്ലെങ്കിൽ മറ്റൊരു മട്ടിൽ ബന്ധപ്പെട്ടു കിടക്കുന്നു. ഏഴാം നൂറ്റാണ്ടിൽ അറേബ്യയിലുണ്ടായിരുന്ന ജൂതരും ക്രൈസ്തവരും വിഗ്രഹാരാധകരായ പാഗനുകളുമുൾപ്പെടെ വ്യത്യസ്ത ജനവിഭാഗങ്ങളുമായി നടന്ന പരസ്പര ക്രിയകളിലൂടെയാണ് ഇസ്ലാം വളർന്നത്. പിന്നീടത് ആഫ്രിക്ക, ഏഷ്യ, യൂറോപ്പ് എന്നീ വൻകരകളിലേക്കു വ്യാപിച്ചപ്പോഴും വിവിധ മതവിഭാഗങ്ങളുമായും വിവിധ സാമൂഹിക വ്യവസ്ഥകളുമായും അതു ഗാഢമായി ഇടപഴകിയിട്ടുണ്ട്. അതുകൊണ്ടു തന്നെ ജലബന്ധിത അറകളിൽ മാറ്റി നിർത്താവുന്ന വിധം ഇസ്ലാമിനോ മുസ്ലിങ്ങൾക്കോ മാത്രമായി ഒരു ചരിത്രമില്ല.

മതമില്ലാത്ത ചരിത്രത്തെ മതത്തിന്റെ അടിസ്ഥാനത്തിൽ തരംതിരിക്കുന്നതു മിതമായി പറഞ്ഞാൽ അസംബന്ധമാണ്. ഇസ്ലാമിക ചരിത്രം, ഹൈന്ദവ ചരിത്രം, ക്രൈസ്തവ ചരിത്രം എന്നിങ്ങനെ ചരിത്രത്തെ വർഗീകരിക്കുമ്പോൾ യഥാർത്ഥത്തിൽ സംഭവിക്കുന്നതു ചരിത്ര നിഷേധമത്രേ. അത്തരം വർഗീകരണം ആവശ്യപ്പെടുന്നവർ ചരിത്രബോധമല്ല, മതദുർവാശിയാണ് പ്രകടിപ്പിക്കുന്നത്. ചരിത്രത്തോടു നീതി പുലർത്തുന്ന ഒരു സർവകലാശാലയും ഈദൃശ ദുർവാശിക്കു വഴങ്ങിക്കൂടാത്തതാണ്.

(2000)

■

സ്ത്രീവിരുദ്ധ സ്ത്രീസംഘങ്ങൾ

അറുപതു വർഷം മുമ്പ് ബ്രിട്ടീഷ് ഭരണകാലത്ത് ഇന്ത്യയിൽ നിലവിൽ വന്ന മുസ്‌ലിം വ്യക്തിനിയമങ്ങളും അവയെ വ്യാഖ്യാനിക്കാൻ അവലംബിച്ച 'മുഹമ്മദൻ ലോ' എന്ന ഗ്രന്ഥവും അന്യൂനമല്ല. ഒട്ടേറെ അപാകതകൾ അവയിലുണ്ട്. തികച്ചും പിതൃമേധാവിത്വപരമാണ് അവയുടെ ഘടനയും വിന്യാസവും. മുസ്‌ലിം വ്യക്തിനിയമ (ശരിഅത്ത്)പ്രയോഗ ആക്ട് നടപ്പിലായി രണ്ടുവർഷം പിന്നിട്ടപ്പോൾ 1939ൽ ബ്രിട്ടീഷുകാർ തന്നെ കൊണ്ടുവന്ന മുസ്‌ലിം വിവാഹ വിഘടന ആക്ട് മാറ്റിനിർത്തിയാൽ സ്വതന്ത്ര ഇന്ത്യ പിന്തുടർന്നുവന്ന മുസ്‌ലിം പേഴ്സണൽ ലാ തീർത്തും സ്ത്രീ വിരുദ്ധമാണ്. ലിംഗനീതിക്കും ലിംഗസമത്വത്തിനും ആ നിയമാവലി എതിരാണ്. വിവരവും വിവേകവുമുള്ള ആർക്കും നിഷേധിക്കാനാകാത്ത ഒരു യാഥാർത്ഥ്യമാണിത്. ഇക്കാര്യം കാലാകാലങ്ങളിൽ ചൂണ്ടിക്കാണിച്ചവരെയൊക്കെ മുസ്‌ലിം വിരുദ്ധരും ശരിഅത്ത് വിരുദ്ധരുമായി അപഹസിക്കുകയാണ് മറുപക്ഷത്തു നില്ക്കുന്നവർ ചെയ്തു പോന്നിട്ടുള്ളത്. ദേശീയ വനിതാ കമ്മീഷന്റെ ആഭിമുഖ്യത്തിൽ ഈയിടെ കോഴിക്കോട്ട് നടന്ന സെമിനാറിൽ മുസ്‌ലിം വനിതാ സംഘടനകൾ സ്വീകരിച്ച അടവും ഇതുതന്നെ.

ഭരണഘടനാ രൂപീകരണ വേളയിൽ, ഭരണഘടനയുടെ മാർഗനിർദ്ദേശക തത്ത്വങ്ങളിൽ ഏകീകൃത പൗരനിയമം എന്ന ആവശ്യം ഉൾക്കൊള്ളിച്ചതിനെപ്പോലും മുസ്‌ലിം യാഥാസ്ഥിതികപക്ഷം എതിർക്കുകയാണ് ചെയ്തത്. ഭരണഘടനാ നിർമാണ സഭയിലെ മുസ്‌ലിം അംഗങ്ങളിൽ ബീഹാറിൽ നിന്നുള്ള താജ്മുൽ ഹുസൈനെ ഒഴിച്ചു നിർത്തിയാൽ ബാക്കിയെല്ലാവരും ഭരണഘടനയുടെ 44-ാം വകുപ്പിനെ ശക്തിയായി എതിർത്തവരാണ്. മുഹമ്മദ് ഇസ്മായിൽ സാഹിബ്, നസിറുദ്ധീൻ അഹമ്മദ്, ബി. പോക്കർ സാഹിബ് തുടങ്ങിയവർ ഏകീകൃത പൗരനിയമം പരാമർശിക്കുന്ന പ്രസ്തുത വകുപ്പിനെ വിമർശിച്ചവരിൽ പെടുന്നു. ഭരണഘടനാ നിർമാണ സഭയിൽ മുസ്‌ലിം പക്ഷത്ത് ഒരു സ്ത്രീ പോലുമുണ്ടായിരുന്നില്ല എന്ന കാര്യം പ്രത്യേകം ശ്രദ്ധിക്കേണ്ടതുണ്ട്. മുസ്‌ലിം സ്ത്രീകളെക്കൂടി ബാധിക്കുന്ന പ്രശ്നത്തിൽ

അഭിപ്രായം പറഞ്ഞതും തീരുമാനങ്ങളെടുത്തതുമെല്ലാം മുസ്ലിം പുരുഷന്മാർ മാത്രമാണ്. അവരെ സ്വാധീനിച്ചതാകട്ടെ പിതൃമേധാവിത്വപരമായ മൂല്യങ്ങളും കാഴ്ചപ്പാടുകളുമാണുതാനും.

ഇതിനർത്ഥം സ്വാതന്ത്ര്യലബ്ധിയുടെയും ഭരണഘടനാ നിർമ്മാണത്തിന്റെയും നാളുകളിൽ മുസ്ലിം പക്ഷത്തു വ്യക്തിനിയമങ്ങളെ ആധുനിക വീക്ഷണത്തോടെ സമീപിക്കുന്നവർ തീരെ ഉണ്ടായിരുന്നില്ല എന്നല്ല. അവരുടെ ശബ്ദം താരതമ്യേന വളരെ ദുർബലമായിരുന്നു എന്നതാണ് കാര്യം. ഈ വിഭാഗത്തിൽ പെടുന്നവരാണ് പില്ക്കാലത്ത്, അറുപതുകളിൽ, മുസ്ലിം വ്യക്തിനിയമ പരിഷ്കരണത്തിന്റെയും ഏകീകൃത പൗരനിയമത്തിന്റെയും വക്താക്കളായി മാറിയത്. അവരിൽ പ്രധാനിയായിരുന്നു മുഹമ്മദ് കരീം ഛഗ്ല. 1961 തൊട്ട് പാക്കിസ്താനിൽ മുസ്ലിം വ്യക്തിനിയമത്തിൽ ഒട്ടേറെ പരിഷ്കാരങ്ങൾ നടപ്പിലായത് ഛഗ്ളയെപ്പോലുള്ളവർക്കു പ്രോത്സാഹജനകമായി. ആ സന്ദർഭത്തിലാണ് 1964 ജനുവരിയിൽ ന്യൂദൽഹിയിൽ പൗരസ്ത്യവാദികളുടെ അന്താരാഷ്ട്രസമ്മേളനം (International Congress of Orientalists) നടന്നത്. ഇന്ത്യയിൽനിന്നും മധ്യപൗരസ്ത്യ രാജ്യങ്ങളിൽ നിന്നുമായി അറുനൂറോളം പ്രതിനിധികൾ പങ്കെടുത്ത ഈ സമ്മേളനം മുസ്ലിം വ്യക്തിനിയമത്തിൽ മാറ്റങ്ങൾ എന്ന വിഷയം സംബന്ധിച്ച് ഒരു സിംപോസിയം സംഘടിപ്പിച്ചിരുന്നു. അന്നത്തെ കേന്ദ്ര വിദ്യാഭ്യാസ മന്ത്രിയും മുൻ ചീഫ് ജസ്റ്റിസ്സുമായ എം സി ഛഗ്ലയായിരുന്നു അതിൽ അധ്യക്ഷൻ. ഇന്ത്യയിൽ ഒരേകീകൃത പൗരനിയമം ആവശ്യമാണെന്ന നിർദ്ദേശം അദ്ദേഹം സിംപോസിയത്തിൽ അവതരിപ്പിച്ചു. ഇറാനിൽനിന്നുള്ള ശിയാ മുസ്ലിം പണ്ഡിതൻ സയ്യിദ് ഹുസൈൻ നദ്ർ മാത്രം അതിനെ എതിർത്തപ്പോൾ ഈജിപ്ത്, തുർക്കി തുടങ്ങിയ രാജ്യങ്ങളിൽനിന്നുള്ളവരും ഇറാനിൽ നിന്നുതന്നെയുള്ള മറ്റുള്ളവരും അതിനെ പിന്താങ്ങി. പക്ഷേ ഇന്ത്യയിലെ യാഥാസ്ഥിതിക മുസ്ലിം പുരോഹിത–പണ്ഡിതവൃന്ദം ഛഗ്ലയുടെ നിർദ്ദേശ ത്തിൽ രോഷം കൊള്ളുകയാണ് ചെയ്തത്. സ്ത്രീപ്രാതിനിധ്യമില്ലാത്ത മതപണ്ഡിത സഭകൾ മുസ്ലിം വ്യക്തിനിയമം ദൈവികമാണെന്നും അതിൽ ആരും കൈകടത്താൻ പാടില്ലെന്നുമുള്ള തികച്ചും പ്രതിലോമപരമായ നിലപാട് സ്വീകരിച്ചു. അവരെല്ലാം ചേർന്ന് അതേ വർഷം മുസ്ലിം മജ്ലിസെ മുശാവറ എന്ന സംഘടനയ്ക്കു രൂപം നൽകിയതിനു പിന്നിലുള്ള പ്രധാനപ്പെട്ടൊരു കാരണം ഛഗ്ലയെപ്പോലുള്ളവർ സ്ത്രീവിരുദ്ധമായ മുസ്ലിം വ്യക്തിനിയമത്തെ വിമർശിച്ചതും പൊതു പൗരനിയമം നിർദ്ദേശിച്ചതുമാണെന്നു വ്യക്തം.

ഛഗ്ലയെപ്പോലുള്ളവർ പ്രകടിപ്പിച്ച ധീരമായ അഭിപ്രായങ്ങളുടെ വെളിച്ചത്തിൽ കേന്ദ്ര സർക്കാർ അറുപതുകളുടെ അവസാനത്തിലും എഴുപതുകളുടെ ആരംഭത്തിലും മുസ്ലിങ്ങൾ ഉൾപ്പെടെ എല്ലാ സമുദായങ്ങളിലുംപെട്ട

വിവാഹ മുക്തകൾക്കും ഭർത്താവിനാൽ ഉപേക്ഷിക്കപ്പെട്ട സ്ത്രീകൾക്കും ജീവനാംശം ലഭിക്കുന്ന വിധത്തിൽ നിയമ ഭേദഗതി കൊണ്ടുവരുന്നതിനെക്കുറിച്ച് ആലോചിക്കാൻ തുടങ്ങി. മുസ്ലിം യാഥാസ്ഥിതിക വിഭാഗങ്ങൾ എതിർപ്പുമായി രംഗത്തിറങ്ങിയെങ്കിലും സർക്കാർ പിന്തിരിഞ്ഞില്ല. ക്രിമിനൽ നടപടിക്രമത്തിൽ ആവശ്യമായ ഭേദഗതികൾ വരുത്തി, എല്ലാ സമുദായങ്ങളിലും പെട്ട സ്ത്രീകൾക്ക് ഉപേക്ഷിച്ചു പോകുന്ന ഭർത്താക്കന്മാരിൽനിന്നു ജീവനാംശം കിട്ടാൻ അവകാശമുണ്ടെന്ന നിയമം 1973ൽ സർക്കാർ കൊണ്ടുവന്നു.

ഈ നിയമനിർമ്മാണത്തെക്കുറിച്ചു പാർലമെണ്ടിൽ ചർച്ച നടക്കുന്ന സന്ദർഭത്തിലാണ് 1972 ഡിസംബറിൽ ബോംബെയിൽ മുസ്ലിം മതമൗലിക-യാഥാസ്ഥിതിക വിഭാഗങ്ങൾ അഖിലേന്ത്യാ മുസ്ലിം വ്യക്തിനിയമ ബോർഡിനു രൂപം നൽകിയത്. പരിത്യക്തരായ മുസ്ലിം സ്ത്രീകൾക്കു ജീവനാംശം ലഭിക്കാൻ അർഹതയുണ്ടെന്ന നിയമം സർക്കാർ നടപ്പാക്കാൻ ശ്രമിക്കുമ്പോളത്രേ, അത്തരം നീക്കങ്ങളെ പ്രതിരോധിക്കുന്നതിനുവേണ്ടി, മുസ്ലിം വ്യക്തിനിയമ ബോർഡ് രൂപവത്ക്കരിക്കപ്പെട്ടത് എന്ന കാര്യം അടിവരയിട്ടു മനസ്സിലാക്കേണ്ടതുണ്ട്. ഭരണഘടനാ നിർമാണ സഭയിലെന്നപോലെ പ്രസ്തുത ബോർഡിലും മുസ്ലിം സ്ത്രീകൾക്കു പ്രാതിനിധ്യമുണ്ടായിരുന്നില്ല; ഇപ്പോഴുമില്ല. ബോർഡിന്റെ രൂപവത്കരണം തൊട്ട് ഇന്നുവരെ മുസ്ലിം സ്ത്രീകൾക്കു ന്യായമായി ലഭിക്കേണ്ട അവകാശങ്ങൾ, ഇസ്ലാമിക ശരിഅത്തനുസരിച്ചുള്ള അവകാശങ്ങൾ, നിഷേധിക്കാനാണ് വ്യക്തി നിയമ ബോർഡ് ശ്രമിച്ചിട്ടുള്ളത്. കോളിളക്കം സൃഷ്ടിച്ച ഷാബാനു ബീഗം കേസ്സിൽ ബോർഡ് സ്വീകരിച്ച നിലപാട് ഇതിനുള്ള തെളിവാണ്.

നാല്പത്തിമൂന്നുവർഷത്തെ ദാമ്പത്യത്തിനുശേഷം വൃദ്ധയായ ഷാബാനു ബീഗത്തെ വിവാഹമോചനം ചെയ്ത മുഹമ്മദ് അഹമദ്ഖാൻ കോടതിയിൽ വാദിച്ചത്, ക്രിമിനൽ നടപടിക്രമത്തിന്റെ 127-ാം വകുപ്പ് പ്രകാരം ഷാബാനു ബീഗത്തിനു നൽകേണ്ട തുകയായ മഹർ[1] വിവാഹമോചനാനന്തരം താൻ നൽകിയിരിക്കുന്നുവെന്നും ഇനി താൻ അവർക്കു യാതൊന്നും നൽകാൻ ബാധ്യസ്ഥനല്ല എന്നുമാണ്. മഹർ വിവാഹമോചനസമയത്തു നൽകേണ്ട തുകയല്ലെന്നും അതു വിവാഹസമയത്തു നൽകേണ്ടതാണെന്നും ചൂണ്ടിക്കാണിച്ചുകൊണ്ട് സുപ്രീം കോടതി അഹമ്മദ്ഖാന്റെ വാദം തള്ളിക്കളയുകയായിരുന്നു. ഇസ്ലാമിക ശരിഅത്തിന്റെ വെളിച്ചത്തിൽ തികച്ചും ന്യായമായിരുന്ന ഈ വിധിയെ എതിർക്കുകയും വിവാഹമോചന വേളയിൽ, ഷാബാനുവിനു മൂവ്വായിരം രൂപ മഹർ നൽകി കൈ കഴുകിയ അഹമ്മദ്ഖാന്റെ ഭാഗത്തു നില്ക്കുകയുമാണ് മൗലാനാ അബുൽ ഹസൻ അലി നദ്‌വിയുടെ അധ്യക്ഷതയിലുള്ള ഓൾ ഇന്ത്യാ മുസ്ലിം പേഴ്സണൽ ലാ ബോർഡ് ചെയ്തത്.

1. വിവാഹ വേളയിൽ ഭർത്താവ് ഭാര്യയ്ക്കു നൽകുന്ന ധനമാണ് മഹർ

അക്കാലത്തു രാജ്യത്തുടനീളം മുസ്ലിം വ്യക്തിനിയമം സജീവ ചർച്ചയ്ക്കു വിധേയമായപ്പോൾ ബോർഡും മുസ്ലിം യാഥാസ്ഥിതിക സംഘടനകളും മതം അപകടത്തിൽ എന്ന പതിവു വൈകാരിക മുദ്രാവാക്യമുയർത്തി നിർധനരായ മുസ്ലിം സ്ത്രീകൾ ശരിഅത്തിന്റെ പേരിൽ അനുഭവിക്കുന്ന ദുരിതങ്ങൾക്കു മറയിടാനാണ് ശ്രമിച്ചത്. സ്ത്രീകൾക്കു നേരെയുള്ള വിവേചനത്തിന്റെയും ക്രൂരതകളുടെയും പ്രശ്നങ്ങളെ ആ നിലയ്ക്കു കാണുന്നതിനു പകരം മതത്തിനും മതപരമായ വ്യക്തിത്വത്തിനും നേരെ ഉയരുന്ന ഭീഷണിയും വെല്ലു വിളിയുമായി അവ ചിത്രീകരിക്കപ്പെട്ടു. ബഹുഭാര്യത്വം, തൽക്ഷണ വിവാഹമോചനം തുടങ്ങിയ തിന്മകൾക്കു ബാലിശമായ ന്യായീകരണങ്ങൾ ചമയ്ക്കപ്പെടുകയും ചെയ്തു. ഇസ്ലാമിനും മുസ്ലിം വ്യക്തി നിയമത്തിനും കീഴിൽ ജീവിക്കുന്ന സ്ത്രീകൾക്ക് യാതൊരു വിധ പ്രശ്നങ്ങളും പരാധീനതകളു മില്ല എന്ന വിധിയെഴുത്തുമുണ്ടായി. ഇതെല്ലാം നടത്തിയത് മുസ്ലിം മത-രാഷ്ട്രീയ സംഘടനകളുടെ തലപ്പത്തിരിക്കുന്ന പുരുഷന്മാരായിരുന്നു. ഇസ്ലാമിനെയോ ഇസ്ലാമികനിയമങ്ങളെയോ അവയുടെ ചരിത്രപരതയിൽ വീക്ഷിക്കാനോ സ്ത്രീപക്ഷത്തു നിന്നുകൊണ്ട് ഇസ്ലാമികാധ്യാപനങ്ങളെ വിലയിരുത്താനോ ശ്രമിച്ച ഒരാൾപോലും അക്കൂട്ടത്തിലുണ്ടായിരുന്നില്ല.

ഇപ്പോൾ പത്തു വർഷങ്ങൾക്കുശേഷം ചില മുസ്ലിം വനിതാ സംഘടനകൾ, ഷാബാനു ബീഗം കേസ്സിന്റെ കാലത്ത് മുസ്ലിം പുരുഷപുരോഹിത പരിഷകൾ ഉരുക്കഴിച്ച അതേ വാദങ്ങൾ ആവർത്തിക്കുകയാണ് കോഴിക്കോട്ടു നടന്ന വനിതാകമ്മീഷൻ സെമിനാറിൽ ചെയ്തത്. മുമ്പ് മുസ്ലിം പുരുഷ മതമേലാളന്മാരാണ് കടുത്ത സ്ത്രീവിരുദ്ധ നിലപാട് സ്വീകരിക്കുകയും ഇസ്ലാമിനെ പുരുഷനുവേണ്ടിയുള്ള മതമായി അവതരിപ്പിക്കുകയും ചെയ്തതെങ്കിൽ, ഇപ്പോൾ ആ ജോലി തുല്യശക്തിയോടെ നിർവ്വഹിക്കാൻ ഏതാനും മുസ്ലിം സ്ത്രീ സംഘടനകൾകൂടി സജ്ജമാക്കപ്പെട്ടിരിക്കുകയാണ്. സ്ത്രീകൾ സ്ത്രീകൾക്കെതിരിൽ ഇത്ര പ്രത്യക്ഷമായ നിലപാട് സ്വീകരിക്കുന്നത് കേരളത്തിൽ ഇതാദ്യമാണെന്നു പറയാം.

പിതൃമേധാവിത്വപരമായ പ്രത്യയശാസ്ത്രങ്ങളുടെയും സാമൂഹിക ഘടനകളുടെയും ഇരകൾ മാത്രമല്ല അവയുടെ പുനരുത്പാദനത്തിൽ പങ്കുവഹിക്കുന്നവർകൂടിയാണ് സ്ത്രീകൾ എന്ന് പാക്കിസ്താനിലെ, ഷഹ്നാസ് റൂസ് എന്ന എഴുത്തുകാരി നിരീക്ഷിച്ചിട്ടുണ്ട്. (Religion and Political Conflicts in South Asia എന്ന പുസ്തകം നോക്കുക) അക്ഷരംപ്രതി ശരിയാണാ നിരീക്ഷണം എന്നു തെളിയിക്കും വിധമുള്ള വാദങ്ങളാണ് മുസ്ലിം ലീഗിന് കീഴിലുള്ളതോ മുസ്ലിം ലീഗിനോട് ആഭിമുഖ്യം പുലർത്തുന്നതോ ആയ വനിതാ സംഘടനകളുടെ പ്രതിനിധികൾ കോഴിക്കോട്ടെ സെമിനാറിൽ അവതരിപ്പിച്ചത്. തുടർന്ന് പത്രങ്ങൾക്കു നൽകിയ അഭിമുഖങ്ങളിലും അതേ വാദങ്ങൾ അവർ ആവർത്തിക്കുകയുണ്ടായി.

ബഹുഭാര്യത്വത്തെ ന്യായീകരിക്കാനുള്ള ശ്രമങ്ങളായിരുന്നു അവയിൽ ഏറ്റവും അപഹാസ്യം. മധ്യകാല സമൂഹങ്ങളിൽ വ്യാപകമായി നിലനിന്നതും മുഹമ്മദ് നബി ദുഷ്കരമായ ഉപാധികൾ വച്ച് ഫലത്തിൽ നിരോധിച്ചതുമായ ഈ ദുരാചാരത്തിന് സർവകാല പ്രസക്തിയുണ്ടെന്നാണ് മുസ്‌ലിം വനിതാ ലീഗിന്റെ സംസ്ഥാനതല നേതാക്കൾ അവകാശപ്പെട്ടത്. കേരളത്തിലെ യാഥാസ്ഥിതിക മുസ്‌ലിം പുരുഷ പണ്ഡിതന്മാർ നൂറ്റൊന്നാവർത്തിച്ച അറുപിന്തിരിപ്പൻ ന്യായീകരണങ്ങൾ യാതൊരു മനസ്സാക്ഷിക്കുത്തുമില്ലാതെ വീണ്ടുമെടുത്തു പ്രയോഗിക്കുകയായിരുന്നു അവർ. ഭാര്യ രോഗിയോ തളർവാതം പിടിപെട്ടു കിടക്കുന്നവളോ ആണെങ്കിൽ ഭർത്താവ് മറ്റൊരു സ്ത്രീയെ വിവാഹം കഴിക്കുന്നതിൽ എന്താണ് തെറ്റ് എന്നാണവരുടെ ചോദ്യം. സ്വന്തം ഭാര്യയെ വെറും ലൈംഗികോപകരണമായി കാണുന്ന ഏതെങ്കിലും പുരുഷനാണ് ഇതു ചോദിച്ചതെങ്കിൽ മനസ്സിലാക്കാമായിരുന്നു. പക്ഷേ ഒരു സ്ത്രീ ഇതു ചോദിക്കുമ്പോൾ താൻ മനുഷ്യവ്യക്തിയല്ല, വെറും ലൈംഗികോപകരണം മാത്രമാണ് എന്ന കാഴ്ചപ്പാടിന് ആ സ്ത്രീ അടിപ്പെട്ടിരിക്കുന്നു എന്നല്ലേ അതിനർത്ഥം? രോഗിയായ ഭാര്യ മനുഷ്യസ്ത്രീയാണെന്നും അവർക്കു മാനുഷികമായ വികാരങ്ങളുണ്ടെന്നും താൻ ശയ്യാവലംബിയാകുമ്പോൾ ഭർത്താവ് മറ്റൊരുത്തിയെ കെട്ടിയാൽ അവർ കൂടുതലും തകരുകയും അത് അവരുടെ രോഗം മൂർച്ഛിപ്പിക്കുകയുമാണ് ചെയ്യുകയെന്നും മനസ്സിലാക്കാൻ സാമാന്യ ബുദ്ധി മതി. ഭാര്യയുടെ രോഗത്തിനോ തളർവാതത്തിനോ ഭർത്താവിന്റെ രണ്ടാം വിവാഹം മരുന്നാവില്ല എന്നു മനസ്സിലാക്കാനും സാധാരണയിൽ കവിഞ്ഞ ബുദ്ധി വേണ്ട. ഭാര്യയ്ക്കു ഭർത്താവ് നൽകേണ്ടത് മികച്ച വൈദ്യശ്രദ്ധയും സ്നേഹവും പരിചരണവും സർവ്വോപരി മനസ്സമാധാനവുമാണ്. ഭർത്താവിന്റെ രണ്ടാംഭാര്യ ലോകത്തിൽ ഏതു പെണ്ണിനാണ് മനസ്സമാധാനം പകർന്നുകൊടുത്തിട്ടുള്ളത് എന്നു മുസ്‌ലിം വനിതാ ലീഗുകാരോട് ചോദിച്ചിട്ടു കാര്യമില്ല. രോഗിയായ ഭർത്താവിനെ ഒഴിവാക്കാൻ മുസ്‌ലിം വ്യക്തിനിയമം സ്ത്രീക്കും അവകാശം നൽകിയിട്ടുണ്ടല്ലോ എന്ന 'പയറഞ്ഞാഴി' മറുപടിയാണ് അവർ നൽകുക. ഭർത്താവ് രോഗിയായി മാറുമ്പോൾ അയാളെ ഉപേക്ഷിച്ച് മറ്റൊരു വിവാഹം കഴിച്ചുപോകുന്ന സ്ത്രീ ഇസ്ലാമിലെ സ്ത്രീ സങ്കല്പത്തിനു തന്നെ അപമാനകരമാണെന്നെങ്കിലും ഓർക്കേണ്ടതില്ലേ?

ബഹു ഭാര്യത്വത്തിനും പുരുഷനു തോന്നുന്ന മാത്രയിൽ അയാൾ ഏകപക്ഷീയമായി നടത്തുന്ന വിവാഹമോചനത്തിനും മുടന്തൻ ന്യായങ്ങൾ തേടിപ്പോകുന്നവർ ഈ മധ്യകാല പുരുഷവികൃതികൾ ഇപ്പോഴും നടക്കുന്നത് ദരിദ്ര മുസ്‌ലിം കുടുംബങ്ങളിലാണെന്ന വസ്തുത കാണാതെ പോകുന്നു. ബഹുഭാര്യത്വം സ്ത്രീകൾക്കു സുഖമാണ് എന്നു പ്രസംഗിക്കുന്നവർ രണ്ടാം ഭാര്യയോ മൂന്നാംഭാര്യയോ ആകാൻ വിധിക്കപ്പെട്ട സ്ത്രീകളാരും ആ അവസ്ഥ ഇഷ്ടപ്പെടുന്നില്ല എന്ന യാഥാർഥ്യം മറച്ചുപിടിക്കുകയാണ്. കടുത്ത

ദാരിദ്ര്യം മൂലം മാത്രമാണ് അവർ ഈ ദുർവിധി ഏറ്റുവാങ്ങുന്നത്. ഇങ്ങനെ ദാമ്പത്യ ജീവിതത്തിൽ പ്രവേശിക്കുന്ന മിക്ക സ്ത്രീകളുടെയും ഭാര്യാപദവി മൂന്നോ നാലോ വർഷത്തിലപ്പുറം പോകാറില്ലെന്നതും പരമാർഥമാണ്. രണ്ടു പെറ്റുകഴിയുമ്പോൾ ഭർത്താവ് അവളെ മുത്ത്വലാഖ് ചൊല്ലി കൂടുതൽ ചെറുപ്പ ക്കാരിയായ സ്ത്രീയെ തേടിപ്പോകും. പുരുഷന്റെ ഈ ക്രൂരവിനോദത്തിനു കൂട്ടുനില്ക്കാൻ അഖിലേന്ത്യാ മുസ്ലിം വ്യക്തിനിയമ ബോർഡും രാജ്യത്തെ മുസ്ലിം മത-രാഷ്ട്രീയ സംഘടനകളും പരമജാഗ്രതയോടെ കാത്തുസൂക്ഷി ക്കുന്ന മുസ്ലിം വ്യക്തിനിയമം എന്ന നിധിയുണ്ടുതാനും.

ഈ നിധി കാക്കുന്ന ഭൂതങ്ങളുടെ കൂട്ടത്തിലേക്കാണ് ഇപ്പോൾ ഏറ്റവും ഒടുവിൽ ചില മുസ്ലിം വനിതാ സംഘടനകൾ കൂടി ഇറങ്ങി വന്നിരിക്കുന്നത്. മുസ്ലിം സ്ത്രീകൾക്കു പള്ളിപ്രവേശം വേണമെന്നു പറയുന്നവർ മുസ്ലിം സ്ത്രീകൾക്ക്, ഇസ്ലാമിനോ മനുഷ്യത്വത്തിനോ നിരക്കാത്ത മുസ്ലിം വ്യക്തി നിയമത്തിൽനിന്ന് മോചനം വേണ്ട എന്നാണ് ശഠിക്കുന്നത്. അവർ പക്ഷേ കപ്പലിൽ കള്ളനുണ്ടെന്ന കാര്യം മറക്കാതിരിക്കുന്നതു കൊള്ളാം. മുസ്ലിം വ്യക്തി നിയമത്തിൽ അപാകതകളുണ്ടെന്നു സെമിനാറിൽ പറഞ്ഞ ഗേൾസ് ഇസ്ലാമിക് ഓർഗനൈസേഷനും മതത്തിന്റെ ചായക്കൂട്ടുള്ള സംഘടനയാണ്. പള്ളിപ്രവേശത്തിലെന്ന പോലെ മുസ്ലിം വ്യക്തി നിയമ പ്രശ്നത്തിലും മുസ്ലിം മതസംഘടനകൾ ചേരിതിരിഞ്ഞു കഴിഞ്ഞിരിക്കുന്നു എന്നാണിതു സൂചിപ്പിക്കുന്നത്. ഇനിയുള്ള കാലം വ്യക്തിനിയമ പ്രശ്നത്തെ വെറും ഫാസിസ്റ്റ്- മാർക്സിസ്റ്റ് ഗൂഢാലോചന എന്ന് അപഹസിച്ചു തടിതപ്പാനാ വില്ലെന്നു ചുരുക്കം.

(1997)

∎

കുറ്റവും അശിക്ഷയും

സ്വാതന്ത്ര്യാനന്തര ഇന്ത്യയിൽ നടന്ന രണ്ടു ഡിസംബർ ദുരന്തങ്ങളിൽ അവസാനത്തേത് (1992 ഡിസംബർ 6-ലെ ബാബറി മസ്ജിദ് നശീകരണം) ഇപ്പോഴും നമ്മുടെ രാഷ്ട്രീയസ്മൃതിയിൽ മിന്നിമറയാറുണ്ടെങ്കിലും ആദ്യത്തേത് (1984 ഡിസംബർ 3-ലെ ഭോപ്പാൽ വാതക ചോർച്ച) കാലപ്പഴക്കം കൊണ്ടാവാം, നമ്മുടെ ഓർമയുടെ തീരങ്ങളിൽ നിന്ന് ഏറക്കുറെ അപ്രത്യക്ഷമായിരിക്കുന്നു. പതിനഞ്ചുവർഷം മുൻപ് ഭോപ്പാലിലെ യൂനിയൻ കാർബൈഡ് ഫാക്ടറിയിൽ നടന്ന വാതകചോർച്ച ലോകത്തിലെ ഏറ്റവും ബീഭത്സമായ വ്യാവസായിക ദുരന്തമായാണ് വിശേഷിപ്പിക്കപ്പെട്ടത്. മിതൈൽ ഐസോസൈനേറ്റ് എന്ന വിഷവാതകം ശ്വസിച്ച് രണ്ടായിരത്തിൽപരം മനുഷ്യർ ഒറ്റ രാത്രികൊണ്ടു മരിച്ചു. പതിനായിരങ്ങൾ ജീവച്ഛവങ്ങളായി. പക്ഷേ, ഒന്നേകാൽ വ്യാഴവട്ടക്കാലം കഴിഞ്ഞിട്ടും ഈ ഭീകരവ്യാവസായിക കുറ്റകൃത്യത്തിന് ഉത്തരവാദികളായവർ ശിക്ഷിക്കപ്പെടുകയോ ദുരന്തത്തിന് വിധേയരായവർക്കു മതിയായ നീതി ലഭിക്കുകയോ ചെയ്തിട്ടില്ല.

കുറ്റവാളികൾക്കെതിരിൽ നിയമനടപടികൾ സ്വീകരിക്കാനും യൂണിയൻ കാർബൈഡ് കോർപ്പറേഷനിൽ നിന്നു നഷ്ടപരിഹാരം നേടിയെടുക്കാനുമുള്ള ദുർബലശ്രമങ്ങൾ നടന്നത് ഇവിടെ ഓർക്കാതിരിക്കുന്നില്ല. പക്ഷേ, നീണ്ട പതിനഞ്ചുവർഷങ്ങൾക്കുശേഷവും വിഷവാതകചോർച്ചയുടെ ദുരന്തങ്ങളനുഭവിച്ചവർക്ക് അർഹമായ ആശ്വാസമെത്തിക്കാൻ അധികൃതർക്കു സാധിച്ചിട്ടില്ല എന്ന വസ്തുത ബാക്കിനില്ക്കുന്നു. മരിച്ചവരെക്കുറിച്ചോ നാശനഷ്ടങ്ങളെക്കുറിച്ചോ ഉള്ള വിശ്വസനീയമായ കണക്കുകൾപോലും ബന്ധപ്പെട്ട ഉദ്യോഗസ്ഥന്മാരുടെ കൈവശമില്ല; മരിച്ചവരുടെ ആശ്രിതർക്കു നഷ്ടപരിഹാരം നിർണയിക്കാനുള്ള സ്വീകാര്യമായ മാനദണ്ഡം ഉണ്ടാക്കാൻ അവർക്കിതുവരെ കഴിഞ്ഞിട്ടില്ല. യൂണിയൻ കാർബൈഡ് പ്ലാന്റിൽ നിന്നു യഥാർഥത്തിൽ ചോർന്നത് എന്താണെന്നും അതിന്റെ രാസക്കൂട്ട് എന്താണെന്നും ഇതുവരെ കൃത്യമായി വെളിപ്പെടുത്തപ്പെട്ടിട്ടില്ല എന്നതിനാൽ ചോർന്ന വാതകം ആളുകളിൽ ഉണ്ടാക്കാവുന്ന ശാരീരിക-മാനസിക

പ്രത്യാഘാതങ്ങളെക്കുറിച്ച് ഗവേഷണം നടത്താൻ വൈദ്യശാസ്ത്ര മേഖലയ്ക്കു സാധിക്കാതെയും പോയി. എല്ലാറ്റിനും പുറമെ, നഷ്ടപരിഹാരത്തിനുള്ള ആയിരക്കണക്കിന് അപേക്ഷകളിന്മേൽ, അവയുടെ അർഹത നിർണയിച്ചു തീരുമാനമെടുക്കാൻ പതിനഞ്ചാണ്ടുകൾക്കു ശേഷവും അധികൃതർക്കു കഴിയാത്ത അവസ്ഥയാണുള്ളത്. (1999 ജനുവരിയിലെ 'സെമിനാർ' കാണുക.)

കുറ്റകൃത്യം നടന്ന് ഒന്നര ദശാബ്ദം പിന്നിട്ടിട്ടും കുറ്റവാളികൾ ശിക്ഷിക്കപ്പെടുകയോ ദുരിതമനുഭവിച്ചവർക്കു നീതി ലഭിക്കാതിരിക്കുകയോ ചെയ്തിട്ടില്ലാത്ത ഒരേയൊരു സംഭവമല്ല ഭോപ്പാൽ ദുരന്തം, ഭോപ്പാലിലെ വാതകചോർച്ച നടക്കുന്നതിന് ഒരു മാസം മുൻപാണ് അന്നത്തെ പ്രധാനമന്ത്രി ശ്രീമതി ഇന്ദിരാഗാന്ധി, സിഖ്മതസ്ഥരായ സ്വന്തം അംഗരക്ഷകരുടെ വെടിയേറ്റു മരിച്ചത്. 1984 ഒക്ടോബർ 31നായിരുന്നു ആ സംഭവം. പ്രസ്തുത കേസിലെ പ്രതികൾക്കുനേരെ നിയമത്തിന്റെ ഹസ്തങ്ങൾ നീണ്ടുചെല്ലാൻ ഒട്ടും വൈകിയില്ല. പ്രതികൾ യഥാസമയം ശിക്ഷിക്കപ്പെടുകയും ചെയ്തു. അത്രയും നല്ല കാര്യം. എന്നാൽ ഇന്ദിരാഗാന്ധിയുടെ കൊലപാതകത്തോടുള്ള പ്രതികാരമെന്നോണം 1984 നവംബർ ഒന്നിന് ദില്ലിയിലെ തെരുവുകളിൽ രണ്ടായിരത്തി അഞ്ഞൂറിലേറെ നിർദ്ദോഷികളായ സിഖുകാർ കൊലചെയ്യപ്പെട്ടു. ഈ കൂട്ടനരഹത്യയ്ക്കു നേതൃത്വം നല്കിയവരോ അതിൽ ആപാദചൂഡം പങ്കെടുത്തവരോ പതിനഞ്ചുവർഷം കഴിഞ്ഞിട്ടും ശിക്ഷിക്കപ്പെട്ടിട്ടില്ല! ദൽഹിയിലെ സിഖ് നരമേധത്തിനു നേതൃത്വവും അനുഗ്രഹാശിസ്സുകളും നൽകി എന്നാരോപിക്കപ്പെട്ട മൂന്നു രാഷ്ട്രീയനേതാക്കന്മാരുണ്ട്. എച്ച്.കെ.എൽ. ഭഗത്, ജഗദീഷ് ടൈറ്റ്ലർ, സജ്ജൻകുമാർ എന്നിവരാണവർ. ഇവരെല്ലാം പിന്നീടും രാഷ്ട്രീയ ജീവിതത്തിൽ, അധികാരത്തിന്റെ ഔന്നത്യങ്ങളിൽ, നിറഞ്ഞുനിന്നു. ഇക്കഴിഞ്ഞ സംസ്ഥാന തിരഞ്ഞെടുപ്പിൽ ദില്ലിയിൽ കോൺഗ്രസ്സിന്റെ വിജയത്തിനു പിന്നിൽ പ്രവർത്തിച്ചവരിൽ പ്രധാനി സജ്ജൻകുമാറായിരുന്നു എന്നോർക്കുമ്പോഴാണ്, 1984 ഒക്ടോബർ 31, നവംബർ 1 തീയതികളിൽ ദില്ലിയിലെ തെരുവീഥികളിൽ നിഷ്കരുണം വേട്ടയാടപ്പെട്ട ആയിരക്കണക്കിനു സിഖുകാരെ നാം എത്ര നിർദ്ദയം മറന്നുവെന്നും, കുറ്റവാളികൾ രക്ഷപ്പെടുന്നതിൽ നാം എത്ര അധിക്ഷേപകരമാംവിധം ഉദാസീനരാണെന്നുമുള്ള വസ്തുത നമുക്കു ബോധ്യപ്പെടുക.

രണ്ടാമത്തെ ഡിസംബർ ദുരന്തം കഴിഞ്ഞിട്ടും കൊല്ലം ആറ് പിന്നിട്ടിരിക്കുന്നു. 464 വർഷം പഴക്കമുള്ള ഒരു ദേവാലയം, ഒരു ചരിത്രസ്മാരകം, ഇടിച്ചുതകർക്കുന്നതിന് ആസൂത്രണ–നേതൃത്വങ്ങൾ പ്രദാനം ചെയ്തവരോ ആ 'യജ്ഞ'ത്തിൽ നേരിട്ടു പങ്കെടുത്തവരോ യാതൊരു പോറലുമേല്ക്കാതെ ഇന്നും സമൂഹത്തിൽ 'വീരകേസരി'കളായി വിലസുന്നു. അവരിൽ പലരും പില്ക്കാലത്ത് എം.എൽ.എമാരും എം.പി.മാരുമായി മാറി. ചിലരാകട്ടെ കേന്ദ്രമന്ത്രിസഭയിൽ ഉന്നതസ്ഥാനങ്ങൾ അലങ്കരിക്കുന്നു!

ഭോപ്പാൽ ദുരന്തവും ദില്ലിയിലെ സിഖ് കൂട്ടക്കുരുതിയും നടന്നിട്ട് പതിനഞ്ചു വർഷമേ ആയുള്ളൂ. അവയ്ക്കുമുമ്പു നടന്ന ഒട്ടേറെ സംഘടിത നരഹത്യകൾ സ്വതന്ത്ര ഇന്ത്യയുടെ ചരിത്രത്തിലുണ്ട്. സ്വാതന്ത്ര്യലബ്ധിക്കുശേഷം 1984 വരെയുണ്ടായ വർഗീയ കലാപങ്ങളാണ് ഇവിടെ വിവക്ഷിക്കുന്നത്. 1961ലെ ജബൽപൂർ കലാപം, 1964-ലെ ജാംഷെഡ്പൂർ കലാപം, 1967ലെ റാഞ്ചി കലാപം, 1969ലെ അഹമ്മദാബാദ് കലാപം, 1970ലെ ഭീവണ്ടികലാപം, 1980ലെ മുറാദാബാദ് കലാപം, 1981 ലെ ബീഹാർശരീഫ് കലാപം തുടങ്ങിയവ അവയിൽ ചിലതുമാത്രമാണ്. 1984ന് ശേഷവും ഒട്ടനവധി വർഗീയകലാപങ്ങൾ രാജ്യത്തു നടന്നു. 1987ലെ മീററ്റ് കലാപവും 1989ലെ ഭഗൽപൂർ കലാപവും 1992-93ലെ ബോംബെ കലാപവും ഭീകരതയും വ്യാപ്തിയും കൊണ്ട് വേറിട്ടുനിൽക്കുന്നു.

കഴിഞ്ഞ അരനൂറ്റാണ്ടിനിടയ്ക്കു നടന്ന ഇത്തരം നൂറുകണക്കിനു വർഗീയലഹളകളിൽ ആയിരക്കണക്കിനാളുകൾ കൊല്ലപ്പെടുകയും പതിനായിരങ്ങൾ അനാഥരായിത്തീരുകയും കോടിക്കണക്കിന് രൂപയുടെ സ്വത്തുക്കൾ നശിപ്പിക്കപ്പെടുകയും ചെയ്തിട്ടുണ്ട്. മനുഷ്യത്വഹീനമായ ഈ കൊടുംപാതകങ്ങൾ നടത്തിയവരും അവയ്ക്കു പ്രേരണ നൽകിയവരുമായ ആരെങ്കിലും അർഹമായ അളവിൽ ശിക്ഷിക്കപ്പെട്ടിട്ടുണ്ടോ? ചില പോലീസ് ഉദ്യോഗസ്ഥന്മാർ സസ്പെന്റ് ചെയ്യപ്പെടുകയും ഏതാനും വ്യക്തികൾ അങ്ങിങ്ങ് അറസ്റ്റുചെയ്യപ്പെടുകയും ചെയ്തിട്ടുണ്ടെന്നതു ശരിയാണ്. പക്ഷേ, ആസൂത്രിതമായി വർഗീയ ലഹളകൾ സംഘടിപ്പിക്കുകയും അവയിൽ ഭാഗഭാക്കാവുകയും ചെയ്ത യഥാർഥകുറ്റവാളികൾ പിടിക്കപ്പെട്ട ചരിത്രം അപൂർവമാണെന്നതാണ് സത്യം.

കുറ്റകൃത്യങ്ങൾ യഥേഷ്ടം അരങ്ങേറുന്നു; ശിക്ഷ ഒരിക്കലും നൽകപ്പെടാതെ പോവുകയും ചെയ്യുന്നു. വർഗീയഹിംസയുടെ കാര്യത്തിൽ വിശേഷിച്ചും ഇതാണവസ്ഥ. ലഹളകൾ പ്രതികൂലമായി ബാധിച്ചവർക്കു സർക്കാർവക പതിവു നഷ്ടപരിഹാരം ലഭിക്കുന്നുണ്ടാവാം. നാമമാത്രമായ പുനരധിവാസ പ്രവർത്തനങ്ങളും നടക്കുന്നുണ്ടായിരിക്കാം. അതിനപ്പുറം, വർഗീയഹിംസയിൽ അഭിരമിക്കുന്ന രക്തദാഹികളെ തളയ്ക്കാനും പിടികൂടാനും സർക്കാർ എന്തു ചെയ്യുന്നു?

വർഗീയകലാപങ്ങൾ നടന്നുകഴിഞ്ഞാൽ അവയെക്കുറിച്ച് അന്വേഷിക്കാൻ സർക്കാർ കമ്മീഷനുകളെ നിയമിക്കാറുണ്ട്. ജഗ്മോഹൻ റെഡ്ഡി കമ്മീഷൻ, ഡി.പി.മദൻ കമ്മീഷൻ, ജോസഫ് വിതയത്തിൽ കമ്മീഷൻ. വേണുഗോപാൽ കമ്മീഷൻ തുടങ്ങിയവ ഏതാനും ഉദാഹരണങ്ങൾ മാത്രം. ഒട്ടേറെ ഊർജ്ജവും സമയവും ധനവും വ്യയംചെയ്ത് ഇത്തരം കമ്മീഷനുകൾ വിശദമായ റിപ്പോർട്ടുകളും ശുപാർശകളും സർക്കാറിന് സമർപ്പിക്കാറുണ്ട്. പക്ഷേ, കുറ്റവാളികൾ ശിക്ഷിക്കപ്പെടാൻ ഈ റിപ്പോർട്ടുകൾ പലപ്പോഴും

പര്യാപ്തമാവാറില്ല എന്ന ദുഃഖസത്യം അവശേഷിക്കുന്നു. അതിനുള്ള പ്രമുഖ കാരണങ്ങളിലൊന്ന് അന്വേഷണകമീഷനുകളുടെ പരിമിതികളാണ്. 1952ലെ അന്വേഷണകമ്മീഷൻ ആക്ടനുസരിച്ചാണ് വർഗീയകലാപങ്ങളെക്കുറിച്ച് അന്വേഷിക്കാനുള്ള കമ്മീഷനുകൾ നിയമിക്കപ്പെടുന്നത്. അവ വസ്തുതകൾ കണ്ടെത്താനുള്ള ഒരുപകരണം മാത്രമാണെന്നതാണ് യാഥാർഥ്യം. കോടതികളുടെ പദവി അവയ്ക്കില്ല. ലഹളകളുടെ സാമൂഹിക-സാമ്പത്തിക പശ്ചാത്തലം, സംഭവപരമ്പരകളുടെ വിശദാംശങ്ങൾ എന്നിവ കണ്ടെത്തുകയും കുറ്റവാളികൾക്കുനേരെ വിരൽചൂണ്ടുകയുമാണ് കമീഷനുകളുടെ കർത്തവ്യം. അതോടെ കമ്മീഷനുകളുടെ ജോലി അവസാനിക്കുന്നു.

വർഗീയലഹളകളെക്കുറിച്ച് അന്വേഷിക്കാൻ കാലാകാലങ്ങളിൽ നിയുക്തമായ കമ്മീഷനുകൾ മിക്കതും, പരിമിതികൾക്കും സമ്മർദങ്ങൾക്കുമകത്തുനിന്നുകൊണ്ടാണെങ്കിലും, അവയുടെ ജോലി ഭംഗിയായി നിർവഹിച്ചിട്ടുണ്ടെന്നതിൽ തർക്കമില്ല. ഒട്ടേറെ സാക്ഷികളെ വിസ്തരിക്കുകയും സംഭവങ്ങളെ അവയുടെ സമഗ്രതയിൽ, പക്ഷപാതരഹിതമായി വിലയിരുത്തി വസ്തുനിഷ്ഠവും വിശദവുമായ റിപ്പോർട്ടുകൾ അവ ഗവൺമെന്റിനു സമർപ്പിക്കുകയും ചെയ്തിട്ടുണ്ട്. അത്തരം റിപ്പോർട്ടുകളെ ആധാരമാക്കി അനന്തര നടപടികൾ സ്വീകരിക്കേണ്ട ഭരണകൂടങ്ങൾ പക്ഷേ അതതു കാലത്തു നീതിനിഷ്ഠയോടെ ഉണർന്നു പ്രവർത്തിച്ചിട്ടില്ല എന്നതാണ് പരിതാപകരമായ വസ്തുത.

ഏറ്റവും ഒടുവിൽ നടന്ന വൻ വർഗീയകലാപത്തെക്കുറിച്ച് (1993ലെ ബോംബെ കലാപത്തെക്കുറിച്ച്) അന്വേഷിച്ച ജസ്റ്റീസ് ശ്രീകൃഷ്ണകമ്മീഷന്റെ അനുഭവം നമ്മുടെ മുൻപിലുണ്ട്. കമ്മീഷന്റെ ജോലി പാതിവഴി എത്തിനില്ക്കെ മഹാരാഷ്ട്രയിൽ ശിവസേനാ-ബി.ജെ.പി. സഖ്യം അധികാരത്തിലേറിയപ്പോൾ അവർ കമ്മീഷന്റെ പ്രവർത്തനം നിർത്തിവച്ചു. സമ്മർദ്ദങ്ങളുടെ ഫലമായി കമ്മീഷന്റെ ജോലി പുനരാരംഭിക്കാൻ നിർബന്ധിക്കപ്പെട്ടപ്പോൾ, 1993 ജനുവരിയിൽ ബോംബെയിൽ നടന്ന ബോംബ് സ്ഫോടനങ്ങൾകൂടി അവർ കമ്മീഷന്റെ അന്വേഷണ പരിധിയിൽ കൊണ്ടുവന്നു. ബോംബ് സ്ഫോടനങ്ങളെക്കുറിച്ചുള്ള കേസ്സുകൾ ഒരു സ്പെഷൽ കോടതി കൈകാര്യം ചെയ്തുകൊണ്ടിരിക്കെയാണ് സർക്കാർ ഇപ്പണി ചെയ്തത്. ഒടുവിൽ ജസ്റ്റീസ് ശ്രീകൃഷ്ണ തന്റെ റിപ്പോർട്ട് സമർപ്പിച്ചപ്പോൾ അതിന്റെ ഉള്ളടക്കം വെളിപ്പെടുത്താൻ സർക്കാർ കൂട്ടാക്കിയില്ല. രാഷ്ട്രീയ സമ്മർദ്ദങ്ങൾ നിമിത്തം വളരെ വൈകി റിപ്പോർട്ട് മേശപ്പുറത്തു വച്ചപ്പോൾ 'ഹിന്ദുവിരുദ്ധം' എന്നാക്ഷേപിച്ച് പ്രസ്തുതറിപ്പോർട്ട് ഫലത്തിൽ തള്ളിക്കളയുകയാണ് മഹാരാഷ്ട്രയിലെ ശിവസേനാ-ബി.ജെ.പി. സർക്കാർ ചെയ്തത്. ബോംബെ കലാപത്തിൽ ശിവസേനയ്ക്കും അതിന്റെ മേധാവി ബാൽ താക്കറെയ്ക്കുമുള്ള പങ്ക് അനാവരണം ചെയ്തു എന്നതിനാലാണ്

ശ്രീകൃഷ്ണകമ്മീഷൻ റിപ്പോർട്ട് 'ഹിന്ദുവുരുദ്ധം' എന്ന് മുദ്രയടിക്കപ്പെട്ടത് എന്നതു സുവിദിതമാണ്.

അന്വേഷണകമ്മീഷനുകൾ സമർപ്പിക്കുന്ന റിപ്പോർട്ടുകളുടെ വിധി ഇതാണെങ്കിൽ, വർഗീയ ഹിംസയിലേർപ്പെടുന്നവരെ നിയമത്തിനുമുൻപിൽ കൊണ്ടുവരാൻ അവ അപര്യാപ്തമാണെന്ന് വ്യക്തം. അനേകം പേരുടെ മരണത്തിനും കനത്ത സ്വത്തു നാശത്തിനും ഇടവരുത്തുക മാത്രമല്ല, വിവിധ ജനവിഭാഗങ്ങൾ തമ്മിൽ ഒടുങ്ങാത്ത സ്പർധയ്ക്കും വിദ്വേഷത്തിനും വഴിവയ്ക്കുകകൂടി ചെയ്യുന്ന വർഗീയ കുറ്റകൃത്യങ്ങളിൽ ഏർപ്പെടുന്നവർ യഥാസമയം പിടിക്കപ്പെടുന്നതിനും യഥാർഹം ശിക്ഷിക്കപ്പെടുന്നതിനുമുള്ള ഫലപ്രദമായ സംവിധാനങ്ങൾ രാഷ്ട്രം കണ്ടെത്തേണ്ടിയിരിക്കുന്നു. ഭോപ്പാൽ വാതക ചോർച്ചപോലുള്ള മാരക വ്യാവസായിക ദുരന്തങ്ങൾ സൃഷ്ടിക്കുന്നവർ പോറലേതുമേല്ക്കാതെ രക്ഷപ്പെടുന്നതു തടയാനും രാഷ്ട്രത്തിനു കഴിയണം. കുറ്റമെന്തുമാവാം, ശിക്ഷയേതുമില്ല എന്ന അവസ്ഥ മാറിയേ തീരൂ.

(1999)

■

ലിബറലിസം പിൻവാങ്ങുകയാണോ?

തസ്ലിമാ സംഭവം ഇന്ത്യയിലെ പുരോഗമനവാദികളായ മുസ്ലിങ്ങൾക്കിടയിൽ സൃഷ്ടിച്ച തണുത്ത പ്രതികരണം ശ്രദ്ധിക്കപ്പെടാതിരുന്നുകൂടാ. ഉത്തരേന്ത്യൻ സംസ്ഥാനങ്ങളെ അപേക്ഷിച്ച് ഇത്തരം പ്രശ്നങ്ങളിൽ കൂടുതൽ തീക്ഷ്ണമായി പ്രതികരിക്കാറുള്ള പ്രഗതിവാദികളായ കേരളീയ മുസ്ലിങ്ങൾപോലും ബംഗ്ലാദേശിലെ വിവാദ നോവലിസ്റ്റിനു നേരെ രണോത്സുക മതമൗലിക വാദികൾ വധഭീഷണി ഉയർത്തിയപ്പോൾ പണ്ടില്ലാത്ത വിധം മൗനം ദീക്ഷിക്കുകയാണ് ചെയ്തത്. ഒരു വർഷം മുമ്പ് ദുരൂഹ സാഹചര്യങ്ങളിൽ ചേകന്നൂർ മൗലവി സമൂഹമധ്യത്തിൽനിന്നു വലിച്ചു മാറ്റപ്പെട്ടപ്പോഴും സ്ഥിതി വ്യത്യസ്തമായിരുന്നില്ല. മൗലവിക്കുവേണ്ടി അങ്ങിങ്ങ് ഒറ്റപ്പെട്ട ശബ്ദങ്ങൾ മുഴങ്ങി എന്നതു ശരിയാണെങ്കിലും അർഹിക്കുന്ന ഗൗരവത്തോടെയും ആർജ്ജവത്തോടെയും മൗലവിയുടെ തിരോധാനത്തോടു പ്രതികരിക്കാൻ മുസ്ലിം ഉൽപതിഷ്ണു വിഭാഗം തയ്യാറായില്ല എന്ന സത്യം അവശേഷിക്കുന്നു.

അത്യന്തം നിർഭാഗ്യകരമായ ഈ പ്രതികരണ മാന്ദ്യത്തിന്റെ ആഴം മനസ്സിലാകണമെങ്കിൽ എൺപതുകളുടെ മധ്യത്തിൽ നാം കണ്ട പ്രതികരണ തീക്ഷ്ണതയിലേക്കു തിരിഞ്ഞു നോക്കേണ്ടിയിരിക്കുന്നു. 1985-ൽ ഷാബാനു ബീഗം കേസിൽ സുപ്രീം കോടതി നൽകിയ ഐതിഹാസിക വിധിക്കെതിരെ മതവലതുപക്ഷം സമരോൽസുകതയോടെ രംഗത്തു വരികയും അവരെ പ്രീതിപ്പെടുത്തുവാൻ രാജീവ് ഗാന്ധി സർക്കാർ തികച്ചും പ്രതിലോമകരമായ മുസ്ലിം വനിതാബിൽ പാസ്സാക്കുകയും ചെയ്തപ്പോൾ ഇന്ത്യയിലുടനീളം രോഷമിരമ്പി. വിജ്ഞാനവിരോധികളായ മതമൗലിക വാദികളോടും താൽക്കാലിക രാഷ്ട്രീയ ലാഭങ്ങൾക്കു വേണ്ടി അവരെ വഴിവിട്ടു പ്രീണിപ്പിക്കുന്ന കേന്ദ്രഗവൺമെന്റിനോടും ആശയപരമായും രാഷ്ട്രീയമായും പൊരുതാൻ അന്ന് മുന്നിട്ടിറങ്ങിയവരുടെ മുൻപന്തിയിലുണ്ടായിരുന്നത് മുസ്ലിം പുരോഗമന വാദികളായിരുന്നു. ആരിഫ് മുഹമ്മദ്ഖാനെപ്പോലുള്ളവർ കേന്ദ്ര മന്ത്രിപദവും രാഷ്ട്രീയഭാവിയും ബലികഴിച്ചുകൊണ്ടാണ് അക്കാലത്ത് മത യാഥാസ്ഥിതികത്വത്തോട് അടരാടിയത്. ഇങ്ങ് കേരളത്തിൽ മുൻമന്ത്രിമാരും

സാഹിത്യ-സാംസ്കാരിക നായകരും ഉൾപ്പെടെ നിരവധി മുസ്ലിം ഉദാരതാവാദികൾ അന്ന് അഖിലേന്ത്യാ മുസ്ലിം പേഴ്സണൽ ലാ ബോർഡിനെ വെല്ലുവിളിച്ചു കൊണ്ടുപോലും മുസ്ലിം വ്യക്തിനിയമ പരിഷ്കരണത്തിനുവേണ്ടി ഒരത്യുജ്ജ്വല സമരമുന്നണിക്കു തന്നെ രൂപം നൽകുകയുണ്ടായി.

അതുകഴിഞ്ഞ് ഏതാണ്ട് മൂന്നു വർഷം പിന്നിടുമ്പോഴാണ് ആയത്തുള്ള ഖൊമേനിയുടെ അതിവിചിത്രമായ സാഹിത്യവിമർശനം പുറത്തുവന്നത്. *സാത്താനിക വചനങ്ങൾ* എഴുതിയ സൽമാൻ റുഷ്ദിക്ക് ഭാവനയോ പ്രതിഭയോ കലാവിരുതോ ഇല്ലെന്നല്ല, ആ നോവലിസ്റ്റിന് തല വേണ്ടെന്നാണ് ഇറാനിലെ അന്നത്തെ ആത്മീയനേതാവ് വിധിച്ചത്. പരമമായ കാരുണ്യവും ക്ഷമാശീലവും ഉപദേശിച്ച ഇസ്ലാമിന് തീർത്തും വിരുദ്ധമായ ഒരു 'മതവിധി'യിലൂടെ റുഷ്ദിയെ ഉൻമൂലനം ചെയ്യാൻ ഖൊമേനി വിശ്വാസികളെ ആഹ്വാനം ചെയ്തപ്പോൾ ലോകത്തെമ്പാടും അതിനെ ചോദ്യം ചെയ്യാനും വിമർശിക്കാനും ആളുകളുണ്ടായി. ഇന്ത്യാ ഗവൺമെന്റ് *സാത്താനിക വചനങ്ങൾക്ക്* ഇവിടെ വിലക്ക് ഏർപ്പെടുത്തിയെങ്കിലും ഇന്നാട്ടിലെ ലിബറൽ ചിന്താഗതിക്കാർ ഖൊമേനിയുടെ 'ഫത്വ'യെയും സർക്കാർ നടപടിയെയും പൊതുവിൽ ശക്തമായി എതിർക്കുകയാണ് ചെയ്തത്. പക്ഷേ ഒരു വ്യത്യാസമുണ്ടായിരുന്നു. 1985-ൽ കണ്ട പ്രതികരണതീവ്രത 1989-ൽ മുസ്ലിം ലിബറൽ പക്ഷത്തു കാണുകയുണ്ടായില്ല.

1992-ലെ മുഷീറുൽ ഹസൻ സംഭവം റുഷ്ദി വിവാദത്തിന്റെ തുടർച്ചയായിരുന്നു. ദൽഹിയിലെ കേന്ദ്രസർവകലാശാലയായ ജാമിയ മില്ലിയ ഇസ്ലാമിയയിലെ പ്രൊ. വൈസ് ചാൻസലർ പ്രൊഫ. മുഷീറുൽ ഹസൻ ഒരു വാരികയ്ക്കു നൽകിയ അഭിമുഖത്തിൽ, സാത്താനിക വചനങ്ങൾക്ക് ഏർപ്പെടുത്തപ്പെട്ട വിലക്ക് പരാമർശിക്കവെ, പുസ്തകനിരോധനം അഭിപ്രായ പ്രകടന സ്വാതന്ത്ര്യവുമായി പൊരുത്തപ്പെടുകയില്ലെന്ന് സൂചിപ്പിച്ചത് മൗലികവാദികളെ ക്ഷുഭിതരാക്കി. ജാമിയ മില്ലിയയിലെ മതതീവ്രവാദികളായ ഒരു പറ്റം വിദ്യാർഥികൾ മുഷീറുൽ ഹസന്റെ സ്ഥാനത്യാഗം മാത്രമല്ല രക്തവുംകൂടി അവശ്യപ്പെട്ട് തെരുവിലിറങ്ങി. പ്രൊ വൈസ് ചാൻസലർക്കു നേരെയുള്ള വധഭീഷണിയെയും ശകാരവർഷങ്ങളെയും ന്യായീകരിക്കാൻ വിസമ്മതിച്ച വൈസ് ചാൻസലർ ബഷീറുദ്ദീൻ അഹമദിന്റെ രാജിയും പ്രക്ഷോഭകർ ആവശ്യപ്പെടുകയുണ്ടായി. ഒരുവിധത്തിലും ന്യായീകരിക്കാനാവാത്ത ഈ പ്രക്ഷോപാഭാസം വിവിധ കേന്ദ്രങ്ങളുടെ രൂക്ഷവിമർശനത്തിനു വിധേയമായെങ്കിലും മുസ്ലിം ഉൽപതിഷ്ണുക്കളിൽനിന്നു താരതമ്യേന ദുർബലമായ പ്രതികരണം മാത്രമെ ഇക്കാര്യത്തിൽ പുറത്തുവരികയുണ്ടായുള്ളു.

ഷാർജയിൽ ഒരു നാടകം അവതരിപ്പിച്ചതിന് ഏതാനും മലയാളി സുഹൃത്തുക്കൾ തദ്ദേശീയ ഭരണകൂടത്താൽ പീഡിപ്പിക്കപ്പെട്ടപ്പോഴും റുഷ്ദിയുടെ

വിവാദനോവൽ തുർക്കിഭാഷയിലേക്കു ഭാഷാന്തരപ്പെടുത്താ നൊരുങ്ങിയ നസിം അസിമിനെതിരെ അന്നാട്ടിലെ ഫണ്ടമെന്റലിസ്റ്റുകൾ കൊലവിളി നടത്തിയപ്പോഴും മുൻകാലങ്ങളിൽ നിന്നു ഭിന്നമായി, ഞാനൊന്നു മറിഞ്ഞി ല്ലെന്ന ഭാവത്തിൽ മുഖംതിരിച്ചിരിക്കാനുള്ള വ്യഗ്രതയാണ് ഇവിടെ ഉദാരതാ വാദികളുടെ ഭാഗത്തു ദൃശ്യമായത്. ഇപ്പോൾ ഏറ്റവും ഒടുവിൽ ബംഗ്ലാ ദേശിലെ തസ്ലിമ നസ്റീൻ എന്ന സ്ത്രീപക്ഷവാദിയായ എഴുത്തുകാരിയുടെ ശിരസ്സ് ആവശ്യപ്പെട്ടുകൊണ്ട് ആ രാജ്യത്തെ മതതീവ്രവാദികൾ ഉറഞ്ഞു തുള്ളുകയും തസ്‌ലിമയ്ക്കു ജന്മദേശത്തുനിന്നു പലായനം ചെയ്യേണ്ടി വരികയും ചെയ്തിട്ടും ഇന്ത്യയിലെ, വിശേഷിച്ച് ഉൽബുദ്ധ കേരളത്തിലെ, മുസ്‌ലിം ലിബറൽ ചിന്താഗതിക്കാർക്കു മൗലികവാദ ഭ്രാന്തിനെതിരെ ദൃഢ സ്വരത്തിൽ ശബ്ദിക്കാൻ സാധിച്ചുകാണുന്നില്ല.

അതേ അവസരത്തിൽ ബംഗ്ലാദേശിൽ തികച്ചും വ്യത്യസ്തമായ ഒരു ചിത്രമാണ് നാം കാണുന്നത്. അവിടെ തസ്ലിമക്കെതിരെ മൗലികവാദ സംഘ ങ്ങൾ അഴിച്ചുവിട്ട കുപ്രചാരണങ്ങൾക്കും 'ദുർമന്ത്രവാദിനി വേട്ട'യ്ക്കു മെതിരിൽ അതിശക്തമായ പ്രതിരോധം അന്നാട്ടിലെ മുസ്‌ലിം ബുദ്ധിജീവി കളും അക്കാദമിക പണ്ഡിതരും വിദ്യാർത്ഥികളും പ്രമുഖ പ്രതിപക്ഷ പാർട്ടി യിലെ ആയിരക്കണക്കിന് അംഗങ്ങളും ചേർന്നു സംഘടിപ്പിക്കുകയുണ്ടായി ശ്രീമതി നസ്റിന്റെ അറസ്റ്റിനുവേണ്ടി ജൂൺ 30-ന് മതമൗലികവാദികൾ ഹർത്താൽ സംഘടിപ്പിച്ചപ്പോൾ അതിനെതിരിൽ അതേദിവസം പുരോഗമനാ ശയക്കാർ പൊതുപണിമുടക്കിനാഹ്വാനം ചെയ്തു. മതത്തിന്റെ ചൈതന്യ ത്തിനും മാനവികതയ്ക്കും നിരക്കാത്തമട്ടിൽ മൗലികവാദികൾ നടത്തുന്ന കൊലവിളിക്കെതിരെ അവിടെ സ്വജീവൻ തൃണവൽഗണിച്ച് രംഗത്തിറങ്ങിയ പതിനായിരക്കണക്കിനു വിദ്യാർഥികളുണ്ട്. ധാക്കയിലെ ജനകാന്ത എന്ന പ്രസിദ്ധീകരണം അഭിപ്രായപ്രകടന സ്വാതന്ത്ര്യത്തിനുവേണ്ടി തുറന്ന ആശയ സമരത്തിനുതന്നെ തയ്യാറായി. സർക്കാരേതര സംഘടനകളിൽ പ്രവർത്തി ക്കുന്ന ഒട്ടേറെ വനിതാ പ്രവർത്തകരും തസ്‌ലിമയ്ക്കുവേണ്ടി ബംഗ്ലാദേശിൽ പ്രക്ഷോഭ രംഗത്തിറങ്ങി. എന്തിനേറെപ്പറയണം, ഒരു മുസ്‌ലിം മതസംഘടന യായ "ബംഗ്ലാദേശ് ഇസ്ലാമിക് റവലൂഷണറി മൂവ്മെന്റ്" വരെ ഫണ്ടമെന്റ ലിസ്റ്റുകളുടെ ഹിംസാത്മകതയെയും രക്തദാഹത്തെയും അടച്ചാക്ഷേപിക്കാൻ അവിടെ മുന്നോട്ടുവന്നു. പ്രസ്തുത മതസംഘടനയുടെ നേതാക്കൾ പറഞ്ഞത് തസ്‌ലിമ നസ്റീൻ വിശുദ്ധ ഖുർ ആനെ അപഹസിക്കുകയോ അധിക്ഷേപിക്കുകയോ ചെയ്തിട്ടുണ്ടെങ്കിൽ അതിനുള്ള ശിക്ഷ നിർണയി ക്കുന്ന കാര്യം സർവശക്തനു വിട്ടുകൊടുക്കേണ്ടതാണ് എന്നത്രേ. അവർ ഇപ്രകാരം കൂട്ടിച്ചേർക്കാനും മറന്നില്ല. ഇന്ന് ഇസ്ലാമിനുവേണ്ടി മുതലക്കണ്ണീ രൊഴുക്കുന്നവർ മുമ്പ് ബംഗ്ലാദേശിന്റെ വിമോചനത്തെ എതിർത്തവരാണ്. വിമോചന യുദ്ധഘട്ടത്തിൽ അവർ നിരവധി പേരെ കൊല്ലുകയും ഒട്ടേറെ സ്ത്രീകളെ മാനഭംഗപ്പെടുത്തുകയും ചെയ്തിട്ടുമുണ്ട്.

തസ്ലിമാ വിരുദ്ധ നീക്കങ്ങൾക്കെതിരെ ബംഗ്ലാദേശിൽ ഇത്ര ശക്തവും വ്യാപകവുമായ പ്രതിഷേധ-പ്രതിരോധങ്ങൾ ഉയർന്നു വന്നിട്ടുണ്ടെങ്കിൽ അതു കാണിക്കുന്നത് അവിടെ മതനിരപേക്ഷതയുടെ പതാകയേന്തുന്ന പുരോഗമനവാദികളും മതമൗലികവാദത്തിന്റെ പതാകയേന്തുന്ന പ്രതിലോമ ശക്തികളായ മതാധിഷ്ഠിത രാഷ്ട്രവാദികളും തമ്മിൽ ഒരു രണ്ടാംയുദ്ധം നടക്കുന്നുണ്ടെന്നാണ്. 1971-ൽ ബംഗ്ലാദേശിനുവേണ്ടി അങ്കക്കളത്തിലിറങ്ങിയ ദേശീയവാദികളും മതാധിഷ്ഠിതവാദികളും തമ്മിൽ നടന്ന യുദ്ധത്തിന്റെ തുടർച്ചയാണിത്.

ഇത്തരമൊരു സംഘർഷത്തിനു നിമിത്തമായി ഭവിച്ച തസ്ലിമാ സംഭവ ത്തോട് ഇന്ത്യയിലെയും കേരളത്തിലെയും ഉൽപതിഷ്ണുക്കളിൽ നിന്ന്, വിശിഷ്യാ മുസ്ലിം ലിബറൽ ചിന്താഗതിക്കാരിൽനിന്ന്, വളരെ ദുർബലമായ പ്രതികരണം മാത്രമെ ഉണ്ടായുള്ളൂ എന്നത് എന്തിന്റെ സൂചനയാണ്? സർവ നിയന്ത്രണങ്ങളും ഭേദിച്ച് ആഞ്ഞുവീശാൻ ശ്രമിക്കുന്ന മതമൗലികവാദ ത്തിനു മുമ്പിൽ ലിബറലിസം മുട്ടുമടക്കുന്നു എന്നതിന്റെ സൂചനയാണോ അത്? എങ്കിൽ അതിന്റെ ഫലം വിനാശകരമായിരിക്കും. അയൽനാട്ടിൽ മതനിരപേക്ഷതയെ നിരങ്കുശം അരിഞ്ഞുവീഴ്ത്തി മതാധിഷ്ഠിത രാഷ്ട്രീയം പകരം വയ്ക്കാൻ ശ്രമിക്കുന്ന മുസ്ലിം ഫണ്ടമെന്റലിസത്തെയും അതിന്റെ ഇന്ത്യൻ പതിപ്പിനെയും ഭയന്ന് ഇവിടെ മുസ്ലിം ലിബറലിസം പിൻവാങ്ങു കയും ബംഗ്ലാദേശിൽ നടന്നുവരുന്ന മതനിരപേക്ഷതാ സംരക്ഷണപ്പോരാട്ട ങ്ങൾക്കുനേരെ അതു നിസ്സംഗത പാലിക്കുകയും ചെയ്യുന്നത് ഇന്ത്യയിൽ നാസി മാതൃകയിൽ മുസ്ലിം വിരുദ്ധ സമൂഹഹത്യകൾ സംഘടിപ്പിക്കാൻ ശ്രമിക്കുന്ന ഹൈന്ദവ മതമൗലികവാദത്തെ വളർത്താനാണ് സഹായിക്കുക. മുസ്ലിം ഭൂരിപക്ഷരാജ്യങ്ങളിൽ മതനിരപേക്ഷത ഗളഹസ്തം ചെയ്യപ്പെടു ന്നതിൽ ഇന്ത്യൻ മുസ്ലിങ്ങൾക്കിടയിലെ പുരോഗമനാശയക്കാർക്കുപോലും പ്രതിഷേധമോ ആശങ്കയോ ഇല്ലെങ്കിൽ ഹൈന്ദവ ഭൂരിപക്ഷമുള്ള ഇന്ത്യയിൽ അതു നിലനിർത്തണമെന്ന് ഹൈന്ദവർ എന്തിനു ശഠിക്കണം എന്ന സംഘ പരിവാറിന്റെ ചോദ്യം കൂടുതൽ കൂടുതൽ ഹൈന്ദവ ഹൃദയങ്ങളിൽ അനുകൂല പ്രതികരണങ്ങൾ സൃഷ്ടിക്കുന്ന അവസ്ഥയാണ് വന്നുചേരുക. അത് പര്യവസാനിക്കുക ഇന്ത്യൻ മതനിരപേക്ഷതയുടെ മരണത്തിലായിരിക്കും എന്നു കാണാൻ വലിയ ക്രാന്തദർശിത്വം ആവശ്യമില്ല.

(1994)

ഭീകരവാദം: ഉത്പാദനവും ഉന്മൂലനവും

ഭീകരവാദം ഉത്പാദിപ്പിച്ചവർതന്നെ അതിനെ ഉന്മൂലനം ചെയ്യാനെന്ന പേരിൽ സർവായുധ സന്നദ്ധരായി പടക്കളത്തിലിറങ്ങിയ കാലയളവായിട്ടായിരിക്കും ഇരുപത്തൊന്നാം നൂറ്റാണ്ടിലെ പ്രഥമദശകത്തിലെ ആദ്യപാദം ചരിത്രത്തിൽ അറിയപ്പെടുക. 2001 സെപ്തംബർ 11ന് അമേരിക്കയുടെ മസ്തകത്തിനേറ്റ പ്രഹരത്തെത്തുടർന്ന് ആ രാജ്യം 'ഭീകരവാദത്തിനെതിരെ യുദ്ധം' പ്രഖ്യാപിച്ച് ആദ്യം അഫ്ഗാനിസ്താനെയും പിന്നീട് ഇറാഖിനെയും ചുട്ടുകരിച്ചു. ഇരു രാജ്യങ്ങളിലെയും നിരപരാധികളും നിസ്സഹായരുമായ ജനങ്ങളുടെമേൽ കണ്ണിൽ ചോരയില്ലാതെ മിസൈൽ-ബോംബ് വർഷം നടത്തുമ്പോൾ ഭീകരവാദത്തിന്റെ വേരുകൾ കിടക്കുന്നത് കൊളോണിയൽ ഭൂതകാലത്തിലാണെന്ന വസ്തുത ബുഷ്-ബ്ലെയർ ഭരണകൂടങ്ങൾ കണ്ടില്ലെന്നു നടിക്കുകയായിരുന്നു.

വൈദേശികമോ വർഗപരമോ ആയ മേധാവിത്വങ്ങൾക്കെതിരെ വിവിധ ജനസമൂഹങ്ങൾ നടത്തിയ വിമോചനപ്പോരാട്ടങ്ങളിൽ മിക്കതിലും ഭീകരവാദപരമായ ഒരംശം കാണാവുന്നതാണ്. ഇന്ത്യയുടെ സ്വാതന്ത്ര്യസമരത്തിൽ ഭഗത്സിങ് പ്രതിനിധീകരിച്ച റാഡിക്കൽ വിഭാഗം, അയർലണ്ടിലെ ഐറിഷ് റിപ്പബ്ലിക്കൻ ആർമി, റഷ്യയിലെ നരോദ്നിക്കുകൾ എന്നിവർ ഉദാഹരണങ്ങളാണ്. പാശ്ചാത്യരുടെ കോളനിഭരണം നിലനിന്ന രാജ്യങ്ങളിലെല്ലാം അതതു കാലങ്ങളിൽ നടന്ന സ്വാതന്ത്ര്യസമരങ്ങളിൽ തീവ്രവാദപരവും ഭീകരവാദപരവുമായ നിലപാടുകളെടുത്ത ഒന്നോ അതിലധികമോ ഗ്രൂപ്പുകളുണ്ടായിരുന്നു എന്നതാണു സത്യം. തങ്ങളുടെ മണ്ണുമാത്രമല്ല, തങ്ങളുടെ സംസ്കാരവും കൂടി വൈദേശിക ഭരണാധികാരികൾ തകർക്കുന്നുവെന്നതായിരുന്നു അവരുടെ വ്യഥ. സ്വത്വാത്മകമായ സംഘർഷമാണവർ അനുഭവിച്ചത്. തന്മൂലം സ്വത്വാത്മകമായ ഏകീകരണത്തിലും അപരസ്വത്വനിരാകരണത്തിലും അവർ അതിതീവ്ര നിലപാടെടുത്തു.

അനിരുദ്ധ് ദേശ്പാണ്ഡെ ചൂണ്ടിക്കാണിച്ചതുപോലെ, ചരിത്രപരമായി വീക്ഷിക്കുമ്പോൾ ഭീകരവാദത്തിന്റെ ഉറവിടം കിടക്കുന്നത് അന്തർസമൂഹപരമോ സമൂഹാന്തരമോ (inter society or intra society) ആയ സാമൂഹിക-

സാമ്പത്തിക വിവേചനങ്ങളുടെയും സംഘർഷങ്ങളുടെയും ഫലമായുണ്ടാകുന്ന സ്വതാത്മക ഏകീകരണത്തിലാണ്. ഒന്നുകൂടി ലളിതമായി പറഞ്ഞാൽ, വിവേചനങ്ങൾക്കിരയാകുന്ന ജനവിഭാഗം മതത്തിന്റെയോ വംശത്തിന്റെയോ അതുപോലുള്ള മറ്റു ഘടകങ്ങളുടെയോ അടിസ്ഥാനത്തിൽ സ്വത്വബോധം വളർത്തുകയും ആ രീതിയിൽ സംഘടിക്കുകയും ചെയ്യുമ്പോഴാണ് ഭീകരവാദം ഉണ്ടാകുന്നത്. പ്രശ്നത്തിന്റെ മൂലകാരണം സാമൂഹികമോ സാമ്പത്തികമോ ആയ വിവേചനങ്ങളാണ്. പ്രസ്തുത വിവേചനങ്ങളുടെ പേരിൽ മതാത്മക സ്വത്വത്തിന്റെ ബലത്തിൽ, ജനസംഘാടനം നടത്തുമ്പോൾ മതഭീകരവാദം പിറവിയെടുക്കുന്നു.

അമേരിക്ക അഫ്ഗാൻ ആക്രമണം (2001) നടത്തിയത് മതഭീകരവാദം തകർക്കുകയെന്ന ഉദ്ദേശ്യത്തോടെയാണെന്നത്രേ അവകാശപ്പെട്ടത്. പക്ഷേ, അഫ്ഗാനിസ്താനിൽ മതഭീകരവാദം നാമ്പെടുക്കുകയും വളരുകയും ചെയ്തത് എങ്ങനെയാണ്? ഭീകരവാദത്തിന്റെ ഉദയത്തിനാവശ്യമായ സ്വത്വാത്മക സംഘർഷം ആ രാജ്യത്തു സൃഷ്ടിക്കപ്പെടാനിടയായ ചരിത്രപശ്ചാത്തലമെന്താണ്? വിദേശശക്തികൾ അഫ്ഗാനിസ്താനിൽ പലപ്പോഴായി നടത്തിയ യുദ്ധങ്ങളും അധിനിവേശങ്ങളുമാണ് അതിന്റെ പിന്നിൽ. ആദ്യത്തെ രണ്ട് അഫ്ഗാൻ യുദ്ധങ്ങൾ നടന്നത് പത്തൊമ്പതാം നൂറ്റാണ്ടിലാണ്. ഒന്നാം യുദ്ധം 1839-42ലും രണ്ടാമത്തേത് 1878-80ലും നടന്നു. റഷ്യൻ സാമ്രാജ്യത്തിന്റെ വികാസം ഭയന്ന ബ്രിട്ടീഷുകാർ അഫ്ഗാനിസ്താനെ തങ്ങളുടെ വരുതിയിൽ നിർത്താൻ ശ്രമിച്ചതിന്റെ ഭാഗമായാണ് ഈ രണ്ടു യുദ്ധങ്ങളുമുണ്ടായത്. അവ അഫ്ഗാനിസ്താനിൽ ദൂരവ്യാപക സാമൂഹ്യ-സാമ്പത്തിക-സാംസ്കാരിക പ്രത്യാഘാതങ്ങൾ ഉളവാക്കി. 1919ൽ ബ്രിട്ടീഷുകാർ നടത്തിയ മൂന്നാം അഫ്ഗാൻ യുദ്ധവും ജനങ്ങളിൽ സ്വത്വസംഘർഷം ഉളവാക്കുന്നതുൾപ്പെടെ ഏറെ ദുഷ്ഫലം ചെയ്തു. അമേരിക്കാനുകൂലശക്തികൾ കാബൂളിൽ അധികാരത്തിലേറുന്നത് തടയുകയെന്ന ലക്ഷ്യം മുൻനിർത്തി 1979-89 കാലത്ത് സോവിയറ്റുസേന ആ രാജ്യത്തു നിലയുറപ്പിച്ചത് മുസ്ലിം തീവ്രവാദവും ഭീകരവാദവും വളർത്താനുള്ള സുവർണാവസരമായി അമേരിക്ക ഉപയോഗിച്ചതും സ്ഥിതിഗതികൾ വഷളാക്കി. മതാന്ധതയിലും തീവ്രവാദത്തിലുമൂന്നിയ താലിബാൻ അഫ്ഗാനിസ്താനിൽ വളർന്നതിനു പിന്നിൽ അമേരിക്കയുടെ കുടിലതന്ത്രങ്ങൾ പ്രവർത്തിച്ചിട്ടുണ്ട്. ഒരുവശത്ത് ബ്രിട്ടനെപ്പോലുള്ള വിദേശശക്തികൾ നടത്തിയ അധിനിവേശത്തിലൂടെ അഫ്ഗാൻ ജനത സ്വത്വസംഘർഷങ്ങൾക്കു വിധേയമാക്കപ്പെട്ടു. മറുഭാഗത്ത് പാശ്ചാത്യ സാമ്രാജ്യത്വത്തിന്റെ ശത്രുവായ കമ്യൂണിസത്തെ തകർക്കുവാൻ പാക് സഹായത്തോടെ അമേരിക്ക ബോധപൂർവം അഫ്ഗാനിസ്താനിൽ ജിഹാദി ഇസ്ലാം വളർത്തി. അങ്ങനെയാണ്. ആ രാജ്യത്തിൽ മതഭീകരവാദികൾ ഉയർന്നുവന്നത്.

ലോക വ്യാപാരകേന്ദ്ര ദുരന്തത്തെത്തുടർന്ന്, ഒസാമാ ബിൻ ലാദന് അഭയം നൽകുന്ന താലിബാൻ ഭരണകൂടത്തെയും ലാദന്റെ 'അൽക്വയ്ദ' എന്ന ഭീകരസംഘത്തെയും തകർക്കാനെന്നപേരിൽ ബുഷ് ഭരണകൂടം അഫ്ഗാനിസ്താനിൽ നടത്തിയ നിഷ്ഠുരമായ ആക്രമണത്തിന്റെ നീക്കി ബാക്കിയെന്താണ്? താലിബാനും അൽക്വയ്ദയും തകർക്കപ്പെട്ടുവെന്ന് വൈറ്റ്ഹൗസ് കരുതുന്നുണ്ടാവും. എന്നാൽ, അമേരിക്ക അഫ്ഗാനിസ്താനിൽ നടത്തിയ നരഹത്യ താലിബാന്റെയും അൽക്വയ്ദയുടെയും കൂടുതൽ ശക്തവും കരാളവുമായ രൂപങ്ങൾക്കു ജന്മം നൽകാനാണ് സാധ്യത. യുദ്ധങ്ങൾ കൊണ്ട് ഭീകരവാദത്തെ തൽക്കാലം അടിച്ചമർത്താൻ സാധിച്ചെന്നുവരാം. എന്നാൽ, ഭാവിയിൽ കൂടുതൽ രൗദ്രതയോടെ ഭീകരവാദം തലപൊക്കാൻ യുദ്ധങ്ങൾ കാരണമാകും. എവിടെയൊക്കെ അമേരിക്കയുടെ അവിഹിത സൈനിക സാന്നിദ്ധ്യമുണ്ടായിട്ടുണ്ടോ അവിടെയെല്ലാം തീവ്രവാദവും ഭീകര വാദവും കിളിർത്തതായാണ് ചരിത്രം. മറ്റു രാജ്യങ്ങളിലുള്ള യു.എസ്. ഇടപെടൽ എല്ലായ്പ്പോഴും വിപരീതഫലമാണ് ഉളവാക്കിയത്. വിയത്നാമും ഫിലിപ്പൈൻസും ഇറാനും സോമാലിയയും മറ്റും ഉദാഹരണങ്ങളാണ്. ഏറ്റവു മൊടുവിൽ ഇറാഖിൽ യു.എസ്.-യു.കെ. സഖ്യം നടത്തിയ അധിനിവേശവും ഭീകരവാദത്തിന്റെ ശക്തിയും വ്യാപ്തിയും വർധിപ്പിക്കുന്നതിലാണ് കലാശി ക്കാൻ പോവുന്നത്.

യുദ്ധങ്ങളും അധിനിവേശങ്ങളും, ബന്ധപ്പെട്ട സമൂഹങ്ങളിൽ, വിശേഷിച്ച് മതസമൂഹങ്ങളിൽ സ്വത്വബോധം ദൃഢീകരിക്കുന്ന രാസത്വരകങ്ങളായി വർത്തിക്കുന്നുവെന്നതാണു ശ്രദ്ധിക്കേണ്ട കാര്യം. മധ്യശതകങ്ങളിൽ നടന്ന കുരിശുയുദ്ധങ്ങൾതൊട്ടുള്ള ചരിത്രം പരിശോധിച്ചാൽ ഇക്കാര്യം വ്യക്ത മാകും. അറബികളും ഇസ്ലാമും യൂറോപ്പിലേക്കു പടരുന്നതു തടയുക എന്ന ലക്ഷ്യത്തോടെ യൂറോപ്പിലെ ക്രൈസ്തവ ഫ്യൂഡൽ ഭരണവർഗം നടത്തിയ യുദ്ധങ്ങൾ ഇരു മത സമൂഹങ്ങളിലും മതാത്മക സ്വത്വബോധം ദൃഢപ്പെടു ത്തുകയും അപരമത സമൂഹത്തെ കൊടും ശത്രുവായി കാണാനുള്ള പ്രവണത ഊട്ടിയുറപ്പിക്കുകയും ചെയ്തു. പത്തൊമ്പത്-ഇരുപതു നൂറ്റാണ്ടു കളിൽ യൂറോപ്യൻ ശക്തികൾ ഏഷ്യനാഫ്രിക്കൻ രാജ്യങ്ങളിൽ നടത്തിയ അധിനിവേശവും ബന്ധപ്പെട്ട സമൂഹങ്ങളിൽ, പ്രത്യേകിച്ച്, കീഴടക്കപ്പെട്ട മത സമൂഹങ്ങളിൽ, സ്വത്വാത്മക ദൃഢീകരണം സൃഷ്ടിച്ചു. അധിനിവേശ ശക്തികൾ തങ്ങളുടെ മതത്തിന്റെയും അതുമായി ബന്ധപ്പെട്ട സംസ്കാര ത്തിന്റെയും ശത്രുക്കളാണെന്ന അവബോധം പരാജിതമത സമൂഹങ്ങളിൽ ബലപ്പെട്ടു. ഈജിപ്തു തൊട്ട് ഇന്തോനേഷ്യവരെയുള്ള രാജ്യങ്ങളിൽ മുസ്ലിം മൗലികവാദത്തെയും തീവ്രവാദത്തെയും പ്രതിനിധീകരിക്കുന്ന വിഭാഗങ്ങൾ ഉയർന്നുവന്നതിനെ ഈ പശ്ചാത്തലത്തിൽ വേണം കാണാൻ.

മുസ്ലിം ഭീകരവാദം മാത്രമേ അമേരിക്ക കാണുന്നുള്ളൂ. എന്നാൽ, അതേ പോലെത്തന്നെ മറ്റൊരു യാഥാർത്ഥ്യമാണ് സയണിസ്റ്റ് ഭീകരവാദം. ഇസ്ലാമിക

ഭീകരതയ്ക്കെന്നപോലെ സയണിസ്റ്റു ഭീകരതയ്ക്കും ഒരു ചരിത്ര പശ്ചാത്തലമുണ്ട്. ഹിറ്റ്ലറുടെ നാസി ജർമനി ജൂതസമൂഹത്തിനുനേരെ നടത്തിയ വംശീയ ഉന്മൂലനം (The Holocaust) ഉൾപ്പെടെയുള്ള കൊടുംഹിംസ കളിലാണ് അതിന്റെ വേരുകൾ കിടക്കുന്നത്. ഹിറ്റ്ലറാൽ പീഡിപ്പിക്ക പ്പെട്ടവരും അല്ലാത്തവരുമായ ജൂതർക്കു ബ്രിട്ടനും അമേരിക്കയും ചേർന്ന് പലസ്തീനികളുടെ ജന്മഗേഹത്തിൽ, പലസ്തീൻ വിഭജിച്ച് ഒരു രാഷ്ട്രം (ഇസ്രായേൽ) നൽകിയത് ഒരു തെറ്റിനെ മറ്റൊരു തെറ്റുകൊണ്ടു തിരുത്താ നുള്ള ശ്രമമായിരുന്നു. പിറന്ന നാട്ടിൽനിന്ന് ആട്ടിയോടിക്കപ്പെട്ടു പലസ്തീ നികൾ. അതോടെ സാമ്രാജ്യത്വത്തിന്റെ സൃഷ്ടിയായ ഇസ്രായേൽ എന്ന ജൂതരാഷ്ട്രം പലസ്തീനികളുടെ ശത്രുവായി. തിരിച്ച് ജൂതർ പലസ്തീനി കളെയും ശത്രുക്കളായി കണ്ടു. കാര്യങ്ങൾ അവിടെ അവസാനിച്ചില്ല. 1967ൽ നടന്ന യുദ്ധത്തിൽ അമേരിക്കയുടെ പിന്തുണയുള്ള ഇസ്രായേൽ കൂടുതൽ അറബ് പ്രദേശങ്ങൾ കയ്യടക്കി. ബ്രിട്ടീഷ് സാമ്രാജ്യത്വത്തിന്റെ കുതന്ത്ര ങ്ങളും നാസി ജർമനിയുമാണ് സയണിസ്റ്റു ഭീകരതയ്ക്കു ഹേതുവെങ്കിൽ, അമേരിക്കയുടെ നയതന്ത്രപരവും സൈനികവുമായ സഹായത്തോടെ ഇസ്രായേൽ നടത്തിയ വെട്ടിപ്പിടിത്തങ്ങളും അടിച്ചമർത്തലുകളുമാണ് പലസ്തീൻ മേഖലയിൽ മുസ്ലിം ഭീകരവാദത്തിനു വിത്തിടുകയും വളം ചേർക്കുകയും ചെയ്തത്. അമേരിക്ക ഉൾപ്പെടെയുള്ള സാമ്രാജ്യത്വശക്തി കളാൽ സൃഷ്ടിക്കപ്പെട്ട പലസ്തീൻ പ്രശ്നം ഇല്ലാതിരുന്നുവെങ്കിൽ, നിലവിൽ ഇസ്ലാമിക ഭീകരവാദം ആർജിച്ചിരിക്കുന്ന ശക്തിയും മാനവും അതിനു കൈവരുമായിരുന്നില്ല.

സയണിസ്റ്റു ഭീകരത, ഭരണകൂട ഭീകരതയായിട്ടാണ് ഇപ്പോൾ നിലനില്ക്കു ന്നതും പ്രവർത്തിക്കുന്നതും. മനുഷ്യാവകാശങ്ങൾ സംബന്ധിച്ച അന്താ രാഷ്ട്രനിയമങ്ങളും മര്യാദകളും ലംഘിച്ച് പലസ്തീനികളെ അതു വേട്ട യാടുന്നു. 'ഭീകരവാദത്തിനെതിരെ യുദ്ധം' പ്രഖ്യാപിച്ച അമേരിക്കയുടെ ദൃഷ്ടിയിൽ പക്ഷേ, ഇസ്രായേൽ ഭരണകൂടം ദശകങ്ങളായി നടത്തി ക്കൊണ്ടിരിക്കുന്ന ആക്രമണങ്ങളും മനുഷ്യഹത്യയും ഭീകരപ്രവർത്തനമല്ല! നീതീകരണലേശമില്ലാത്ത ഈ ഇരട്ടത്താപ്പ് ഇസ്ലാമിക ഭീകരവാദത്തിനു സാധൂകരണം ലഭിക്കുന്നതിലും അതു കൂടുതൽ മേഖലകളിലേക്കു വ്യാപിക്കുന്നതിനും ഇട നൽകുകയാണ് ചെയ്യുന്നത്. ഇസ്രായേലിന്റെ വികസനമോഹത്തിനും ഭീകരപ്രവർത്തനങ്ങൾക്കും യുഎസ് ഭരണാധി കാരികൾ കൂട്ടുനിന്നിരുന്നില്ലെങ്കിൽ ന്യൂയോർക്കിലെ ഗോപുരദ്വയത്തിൽ ഇസ്ലാമിക ഭീകരവാദത്തിന്റെ ചാവേർ ആക്രമണം നടക്കുമായിരുന്നില്ലെന്നു മനസ്സിലാക്കാൻ വൈറ്റ്ഹൗസിലെ വിശ്വമേധാവിത്വമോഹികൾക്ക് ഇപ്പോഴും സാധിക്കുന്നില്ല.

രണ്ടാംലോക യുദ്ധത്തിനുശേഷം, ശീതസമരത്തിന്റെ നാളുകളിൽ, അമേരിക്കയുടെ വിദേശനയത്തിൽ പ്രമുഖസ്ഥാനം വഹിച്ചുപോന്ന രണ്ടു

രാജ്യങ്ങളാണ് ഇസ്രായേലും പാക്കിസ്താനും. സോവിയറ്റ് യൂണിയനെയും ചൈനയെയും പ്രതിരോധിക്കുന്നതിന് പാക്കിസ്താനുമേൽ നിർണായക സ്വാധീനം അമേരിക്കയ്ക്കാവശ്യമായിരുന്നു. അതുകൊണ്ട് ഇസ്രായേലിൽ സയണിസ്റ്റു ഭീകരതയുടെ നേരെയെന്നപോലെ പാക്കിസ്താനിൽ ഇസ്ലാമിക ഭീകരതയെ പ്രതിനിധീകരിക്കുന്ന ജിഹാദി ഗ്രൂപ്പുകളുടെ നേരെയും വാഷിങ്ടൺ കണ്ണടച്ചു. പാക്കിസ്താനിലെ മുസ്‌ലിം തീവ്രവാദ-ഭീകരവാദ പ്രസ്ഥാനങ്ങൾ കാശ്മീർവഴി ഇന്ത്യയെയാണ് ഉന്നമിടുന്നതെന്നതും വാഷിങ്ടണിന്റെ മൗനത്തിനു കാരണമായിട്ടുണ്ടാവും. ഏതായാലും പാക്കിസ്താൻ ആസ്ഥാനമായി പ്രവർത്തിച്ചുകൊണ്ട് ഇന്ത്യയ്ക്കെതിരെ കാശ്മീരിൽ ജിഹാദ് നടത്തുന്ന ലഷ്കറെ തോയിബ പോലുള്ള ഭീകര സംഘടനകൾ പാക്കിസ്താനിലെ ഇസ്ലാമിക തീവ്രവാദത്തിന് അമേരിക്ക നൽകിപ്പോന്ന പ്രോൽസാഹനത്തിന്റെ ഗുണഭോക്താക്കളാണ്.

മേല്പറഞ്ഞ കാര്യങ്ങളിൽനിന്നു വ്യക്തമാകുന്ന മൂന്നു വസ്തുതകളുണ്ട്. ഒന്ന്, കോളനി മേധാവികളും അമേരിക്ക ഉൾപ്പെടെയുള്ള സാമ്രാജ്യശക്തികളും വിവിധ രാഷ്ട്രങ്ങളിൽ നടത്തിയ യുദ്ധങ്ങളും അധിനിവേശവും കീഴടക്കപ്പെട്ട ജനസമൂഹങ്ങളിൽ സൃഷ്ടിച്ച സ്വത്വാത്മക സംഘർഷങ്ങളിൽ നിന്നാണ് ഭീകരവാദം നാമ്പെടുക്കാൻ തുടങ്ങിയത്. രണ്ട്, ഇപ്പോൾ ഭീകരവാദത്തെ എതിർക്കുന്നുവെന്നവകാശപ്പെടുന്ന അമേരിക്ക എല്ലാ ഭീകരവാദങ്ങളെയും എതിർക്കാൻ മുന്നോട്ടുവരുന്നില്ല. സയണിസ്റ്റു ഭീകരതയെ അതു വെള്ളപൂശുന്നു. മൂന്ന്, തങ്ങളുടെ സാമ്രാജ്യത്വ താത്പര്യങ്ങൾ സംരക്ഷിക്കുന്നതിന് അമേരിക്ക പലപ്പോഴും ഇസ്ലാമിക ഭീകരവാദത്തെ പ്രോൽസാഹിപ്പിച്ചിട്ടുണ്ട്.

അതേ അമേരിക്കയാണ് ഇപ്പോൾ ഭീകരവാദത്തെ ഉന്മൂലനം ചെയ്യാനുള്ള പോരാട്ടം നടത്തുകയാണെന്നും 'അഫ്ഗാൻ യുദ്ധ'വും 'ഇറാഖ് യുദ്ധ'വും അതിന്റെ ഭാഗങ്ങളാണെന്നും അവകാശപ്പെടുന്നത്. ഭീകരവാദത്തെ ഉന്മൂലനം ചെയ്യണമെങ്കിൽ, ഭീകരവാദം മുളച്ചുപൊങ്ങാനിടവരുത്തിയ സാമൂഹിക-സാമ്പത്തിക വിവേചനങ്ങളും സ്വത്വാത്മക സംഘർഷങ്ങളും ഇല്ലാതാക്കേണ്ടതുണ്ട്. എന്നാൽ, സോവിയറ്റ് യൂണിയന്റെ നിഷ്ക്രമണത്തോടെ ലോകത്തിലെ ഏക വൻശക്തിയായി മാറിയ അമേരിക്ക സ്വീകരിക്കുന്ന വിശ്വമേധാവിത്വമോഹത്തിലധിഷ്ഠിതമായ നയങ്ങൾ സ്വത്വാത്മക സംഘർഷങ്ങൾ മൂർച്ഛിപ്പിക്കുകയും സർവവിധ വിവേചനങ്ങളും വർധിപ്പിക്കുകയും ചെയ്യാൻ സഹായിക്കുന്നവയാണ്. 'ഒന്നുകിൽ ഞങ്ങൾക്കൊപ്പം, അല്ലെങ്കിൽ ഞങ്ങൾക്കെതിരെ' എന്ന് അമേരിക്ക പറയുമ്പോൾ അവരർത്ഥമാക്കുന്നത് ലോകം മുഴുവൻ തങ്ങളോടൊപ്പം നിന്നുകൊള്ളണമെന്നാണ്. നിൽക്കാത്തവർക്ക് ബിൻലാദന്റെയും സദ്ദാം ഹുസൈന്റെയും അനുഭവമാണുണ്ടാവുകയെന്ന് ടോമഹോക് മിസൈലുകളിലൂടെയും ബങ്കർ ബസ്റ്റർ ബോംബുകളിലൂടെയും അവർ മുന്നറിയിപ്പു നൽകുകയും ചെയ്യുന്നു.

ഇതിനർത്ഥം വിയോജിപ്പിന് ഇടം നൽകാൻ വാഷിങ്ടൺ തയ്യാറില്ലെന്നാണ്. വിയോജിപ്പിന്റെ സ്ഥലികൾ ചുരുങ്ങിവരുന്തോറും സ്വത്വാത്മക സംഘർഷവും വളരും. പശ്ചിമേഷ്യയുടെയും അതിന്റെ ഭാഗമായ ഇസ്രായേലിന്റെയും കാര്യത്തിൽ യുഎസ് ഭരണകൂടം പറയുന്നതു മാത്രമാണ് ശരിയെന്ന നിലപാടു സ്വീകരിച്ചാൽ അവിടെ മുസ്ലിം ഭീകരവാദം ശക്തിപ്പെടുകയേ ചെയ്യൂ. സയണിസ്റ്റു ഭീകരതയെ തള്ളിപ്പറയാനും പ്രതിരോധിക്കാനും വാഷിങ്ടൺ തയ്യാറാവാത്തിടത്തോളം കാലം ലോകത്തിലെ വിവിധ മുസ്ലിം മേഖലകളിൽ ഇസ്ലാമിസത്തിനു പൂർവാധികം വേരോട്ടം ലഭിക്കും. ഫലം മറ്റൊന്നുമാവില്ല. സയണിസ്റ്റ്-ഇസ്ലാമിസ്റ്റ് ഭീകരതകൾ തമ്മിലുള്ള പോര് വിവിധ രൂപങ്ങളിൽ ലോകത്തിന്റെ വ്യത്യസ്ത ഭാഗങ്ങളിലേക്കു പടരും.

ആയുധബലംകൊണ്ട് ഭീകരവാദത്തെ തകർക്കാമെന്നാണ് അമേരിക്കൻ ഭരണകൂടം ഇപ്പോഴും കരുതുന്നത്. സ്വത്വാത്മക സംഘർഷങ്ങൾക്കുള്ള പ്രതിവിധി യുദ്ധമല്ല. സമത്വാധിഷ്ഠിത വികസനവും ബഹുസ്വരതയും ജനാധിപത്യവും ഉറപ്പുവരുത്തിക്കൊണ്ടേ സ്വത്വങ്ങളെ കേന്ദ്രീകരിച്ചുള്ള സംഘർഷങ്ങളിൽ അയവുവരുത്താനും ക്രമേണ ഭീകരവാദമുക്തമായ സാമൂഹിക സാഹചര്യം നിലവിൽ വരുത്താനും സാധിക്കൂ. ഇതിനാവട്ടെ, അനിരുദ്ധ് ദേശ്പാണ്ഡെ അഭിപ്രായപ്പെട്ടതുപോലെ, മതാത്മകവും പ്രത്യയശാസ്ത്രപരവുമായ അന്ധതകളെ പ്രതിരോധിക്കുകയും സാർവത്രിക പുരോഗമന മൂല്യങ്ങളെ പാശ്ചാത്യമുതലാളിത്ത ആധുനികതയിൽനിന്നു മോചിപ്പിക്കുകയും ചെയ്യണം. സർവോപരി വർധിച്ചുവരുന്ന അമേരിക്കാവിരുദ്ധതയുടെ നേതൃത്വം കയ്യടക്കാൻ ശ്രമിക്കുന്ന മതഭീകരവാദികളിൽനിന്ന് മതേതര ജനാധിപത്യവാദികൾ അതു തിരിച്ചുപിടിക്കണം. 'അമേരിക്കനിസ'ത്തിനുള്ള ബദൽ 'ടെററിസ'മല്ല. രണ്ടും ഒരുപോലെ മാനവരാശിക്കാപത്താണ്. അതുകൊണ്ട് അമേരിക്കാവിരുദ്ധതയുടെ പതാക ഭീകരവാദികളുടെ കൈകളിലല്ല, ജനാധിപത്യവാദികളുടെ കൈകളിലാണിരിക്കേണ്ടത്.

(2003)

■

വിഭജനം ഒഴിവാക്കാമായിരുന്നില്ലേ?

ഇന്ത്യാ വിഭജനത്തിന്റെയും പാക്കിസ്താന്റെയും ഉത്പത്തിയെക്കുറിച്ച് അന്വേഷിക്കുന്നവർ സാധാരണ ചെന്നെത്താറ് പത്തൊമ്പതാം നൂറ്റാണ്ടിന്റെ ഉത്തരാർദ്ധത്തിൽ അലിഗഢിൽ മുഹമ്മദൻ ആംഗ്ലോ ഓറിയന്റൽ കോളേജ് സ്ഥാപിച്ച സയ്യിദ് അഹമ്മദ്ഖാന്റെയും സുഹൃത്തുക്കളുടെയും പ്രവർത്തനങ്ങളിലാണ്. ഹൈന്ദവ മേധാവിത്വം എന്ന ഭീതി ആദ്യമായി ഉയർത്തുകയും ന്യൂനപക്ഷവാദത്തിന് ആദ്യമായി പ്രകാശനം നൽകുകയും ചെയ്തവർ എന്ന നിലയ്ക്കാണ് അവർ വിലയിരുത്തപ്പെടുന്നത്. വടക്കേ ഇന്ത്യയിലെ മുസ്ലിം വരേണ്യരുടെ പിന്തുണയോടെ അവർ തുടങ്ങിവച്ച വിഘടനാത്മക രാഷ്ട്രീയത്തിന്റെ തുടർച്ചയെന്നോണം മുസ്ലിം സർക്കാർ ഉദ്യോഗസ്ഥരും ഭൂവുടമകളും മറ്റും ചേർന്ന് 1906 ഒക്ടോബറിൽ 'സിംലാ ഡെപ്യൂട്ടേഷൻ' സംഘടിപ്പിക്കുകയും അതേവർഷം ഡിസംബറിൽ മുസ്ലിം ലീഗ് എന്ന സംഘടനയ്ക്കു രൂപം നൽകുകയും ചെയ്തു. ആ സംഘടനയുടെയും അതിന്റെ സമുന്നത നേതാവായി പില്ക്കാലത്ത് ഉയർന്നുവന്ന മുഹമ്മദലി ജിന്നയുടെയും ആശയങ്ങളും പ്രവർത്തനങ്ങളും, ബ്രിട്ടീഷ് ഭരണാധികാരികളുടെ കുതന്ത്രങ്ങളും കൂടി, രാജ്യത്തെ വിഭജനത്തിലേക്കു നയിച്ചു. സ്വാതന്ത്ര്യലബ്ധിയോടൊപ്പം ഇന്ത്യ രണ്ടായി (മൂന്നായി) വെട്ടിമുറിക്കപ്പെട്ടതിന്റെ ചരിത്രപശ്ചാത്തലം പലപ്പോഴും വിശദീകരിക്കപ്പെട്ടു പോന്നിട്ടുള്ളത് ഇവ്വിധമാണ്.

വിഭജനത്തിനു തൊട്ടുമുൻപുള്ള ദശകം സൂക്ഷ്മവിശകലനത്തിനു മിക്കപ്പോഴും വേണ്ടത്ര വിധേയമാക്കപ്പെടുന്നില്ല. മുപ്പതുകളിൽ ഒരു പ്രത്യേക മുസ്ലിം രാഷ്ട്രത്തിന്റെ രൂപരേഖയോ ഇസ്ലാമിക പതാകയോ പൊതുലക്ഷ്യങ്ങളോ ഒന്നും ബ്രിട്ടീഷിന്ത്യയിലെ മുസ്ലിങ്ങളുടെ മുമ്പാകെയുണ്ടായിരുന്നില്ല എന്നതാണ് നേര്. കേംബ്രിഡ്ജ് സർവകലാശാലയിലെ ബംഗാളി വിദ്യാർത്ഥി ചൗധരി റഹ്മത്ത് അലി, 1933ൽ ഉന്നയിച്ച പ്രത്യേക മുസ്ലിം രാഷ്ട്രം എന്ന പദ്ധതി 'അയഥാർഥവും അപ്രായോഗികവും' എന്ന നിലയ്ക്ക് മുസ്ലിംലീഗ് തന്നെ തള്ളിക്കളഞ്ഞിരുന്നു. കവിയും ദാർശനികനുമായ മുഹമ്മദ് ഇഖ്ബാൽ 1930 ഡിസംബറിൽ മുന്നോട്ടുവച്ച മുസ്ലിം ഭൂരിപക്ഷ

പ്രവിശ്യകളുടെ സ്വയംഭരണം എന്ന ആശയമാവട്ടെ, 'ഇന്ത്യൻ ഫെഡറേഷ' നകത്തു നില്ക്കുന്ന ഒരു രാഷ്ട്രീയ സംവിധാനത്തെക്കുറിച്ചുള്ള സങ്കല്പ മായിരുന്നു. ഒരു പ്രത്യേക മുസ്ലിം രാഷ്ട്രം എന്നത് അക്കാലത്ത് ഏതാനും വ്യക്തികളുടെ ഭാവനാവിലാസം മാത്രമായിരുന്നെങ്കിൽ, മുസ്ലിംലീഗ് എന്ന കൂട്ടായ്മ ആ നാളുകളിൽ ഒരു കടലാസ് സംഘടന എന്നതിലപ്പുറം ശക്തി പ്പെട്ടിരുന്നില്ല എന്നതാണ് ശ്രദ്ധേയമായ മറ്റൊരു കാര്യം. 1927ൽ മുസ്ലിം ലീഗിൽ 1330 അംഗങ്ങൾ മാത്രമാണുണ്ടായിരുന്നത്. ജിന്നയുടെ തട്ടകമായ ബോംബെയിൽ 71 ആയിരുന്നു ലീഗിന്റെ അംഗസംഖ്യ. 1929ൽ ലീഗ് സമ്മേളനം കോറം തികയാത്തതിന്റെ പേരിൽ മാറ്റിവയ്ക്കേണ്ട അവസ്ഥ പോലുമുണ്ടായി. 'ഇൻസൈഡ് ഇന്ത്യ' എന്ന ഗ്രന്ഥമെഴുതിയ ഹാലിദെ എദിബ് അഭിപ്രായപ്പെട്ടത് മുസ്ലിം വിധിയുടെ മധ്യസ്ഥൻ എന്ന നിലയിൽ മുസ്ലിം ലീഗിനെക്കുറിച്ച് 1935ൽ ആരും സംസാരിക്കുകപോലുമുണ്ടായില്ല എന്നത്രേ. (See Mushirul Hasan, Islam in the subcontinent. p.198)

മുപ്പതുകളിൽ അങ്ങേയറ്റം ദുർബലമായിരുന്ന മുസ്ലിം ലീഗിന്റെ നേതൃത്വത്തിലേക്കു വന്ന മുഹമ്മദലി ജിന്ന കോൺഗ്രസ്സുകാരനായാണ് രാഷ്ട്രീയജീവിതം ആരംഭിച്ചത്. മതത്തെ രാഷ്ട്രീയവുമായി കൂട്ടിക്കുഴക്കുന്ന ഗാന്ധിജിയുടെ രീതി(ഉദാ. ഖിലാഫത്ത് പ്രക്ഷോഭം)യോട് കടുത്ത വിയോ ജിപ്പ് പ്രകടിപ്പിച്ച അദ്ദേഹം തികഞ്ഞ മതനിരപേക്ഷവാദിയായാണ് മുപ്പതു കളുടെ അവസാനംവരെയും പ്രവർത്തിച്ചത്. 1935ലെ ഗവൺമെന്റ് ഓഫ് ഇന്ത്യ ആക്ടനുസരിച്ച് പ്രവിശ്യാ അസംബ്ലികളിലേക്കു നടന്ന തിരഞ്ഞെടു പ്പിനുശേഷവും കോൺഗ്രസ്സും മുസ്ലിം ലീഗും ചേർന്ന 'ഐക്യമുന്നണി'യെ ക്കുറിച്ചായിരുന്നു ജിന്നയുടെ സംസാരം. കോൺഗ്രസ്സിന്റെയും ലീഗിന്റെയും ആദർശങ്ങൾ ഭിന്നമല്ലെന്ന് 1937 സപ്തംബർ 18ന് അദ്ദേഹം നിരീക്ഷിക്കുക യുണ്ടായി (Quoted in Mushirul Hasan, p. 199) ഇന്ത്യയ്ക്കു വേണ്ടത് ഒരു ഐക്യ മുന്നണിയാണെന്ന ആശയം പൊക്കിപ്പിടിച്ച ജിന്ന നിങ്ങളുടെ ഗവൺമെന്റിനെ നിങ്ങൾ എന്തു പേരെടുത്തു വിളിക്കുന്നു എന്നതല്ല, ആ ഗവൺമെന്റ് ജന ങ്ങളുടെ, ജനങ്ങളാലുള്ള ജനങ്ങൾക്കുവേണ്ടിയുള്ള ഗവൺമെന്റാണോ എന്നതാണ് പ്രശ്നം എന്നു ചൂണ്ടിക്കാട്ടി. ജിന്നയുടെ ഈ നിരീക്ഷണമാണ് 'കോൺഗ്രസ്സിനേക്കാൾ വലിയ കോൺഗ്രസ്സാണ് ജിന്ന' എന്നു വൈസ്രോ യിയെക്കൊണ്ടു പറയിപ്പിച്ചത്.

മതനിരപേക്ഷ സമീപനങ്ങളുണ്ടായിരുന്ന ജിന്ന പിന്നീടെങ്ങനെ കടുത്ത കോൺഗ്രസ്സ്‌വിരോധിയും ദ്വിരാഷ്ട്രവാദിയുമായി മാറി? മുപ്പതുകളുടെ അവസാനം വരെ പരിക്ഷീണമായിരുന്ന ലീഗ് പൊടുന്നനെ ശക്തിപ്പെടാൻ ഇടയായതെങ്ങനെ? ഡോ. റഫീഖ് സകറിയ അഭിപ്രായപ്പെട്ടിട്ടുള്ളതുപോലെ, അതിസമർഥനായ രാഷ്ട്രീയക്കാരനായിരുന്നു ജിന്ന. മതാന്ധത തൊട്ടു തെറിച്ചിട്ടില്ലാതിരുന്ന അദ്ദേഹം താൻ ആരുടേയും താഴെയല്ലെന്ന ഉറച്ച

വിശ്വാസക്കാരനായിരുന്നു. കോൺഗ്രസ്സ് നേതാക്കളായ ഗാന്ധിജിയോടും നെഹ്റുവിനോടും തോളുരുമ്മി നില്ക്കാനുള്ള തന്റെ അർഹതയിൽ അദ്ദേഹത്തിനു സംശയമേ ഉണ്ടായിരുന്നില്ല. എന്നാൽ, അതേസമയം, പ്രവിശ്യാ അസംബ്ലി തെരഞ്ഞെടുപ്പിനുശേഷം കോൺഗ്രസുമായി ധാരണയ്ക്കു ശ്രമിക്കുന്നതിൽ ഈ ആത്മശ്രേഷ്ഠതാ ബോധമൊന്നും ജിന്നയ്ക്കു തടസ്സമായി വർത്തിച്ചതുമില്ല. പല ന്യായങ്ങളുടെ പേരിൽ അത്തരമൊരു ധാരണയെ- കോൺഗ്രസ്സും ലീഗും ഉൾപ്പെട്ട കൂട്ടുഗവൺമെന്റ് എന്ന ആശയത്തെ- എതിർത്തത് കോൺഗ്രസ്സാണ്.

കൂട്ടുഗവൺമെന്റിനെതിരിൽ 1937ൽ കോൺഗ്രസ്സ് കൈക്കൊണ്ട ദിർഘവീക്ഷണ രഹിത തീരുമാനം ലീഗിനു വളരാനുള്ള സാഹചര്യമൊരുക്കി. ജിന്നക്ക് പറയത്തക്ക യാതൊരു സ്വാധീനവുമില്ലാതിരുന്ന യുനൈറ്റഡ് പ്രോവിൻസി (യു.പി.)ൽ അദ്ദേഹത്തിന്റെ സ്വാധീനം പെട്ടെന്നു വർദ്ധിച്ചു. കോൺഗ്രസ്സ് മുസ്ലിം താത്പര്യങ്ങൾക്കു വില കല്പിക്കുന്നില്ലെന്ന സന്ദേശം വടക്കുപടിഞ്ഞാറൻ അതിർത്തിപ്രവിശ്യയിലും പഞ്ചാബിലും സിന്ധിലും ബംഗാളിലുമെത്തിക്കാൻ അദ്ദേഹത്തിനു പ്രയാസപ്പെടേണ്ടി വന്നില്ല. കോൺഗ്രസ്സ് നേരത്തെ നടത്തിയ ബഹുജനസമ്പർക്ക പരിപാടി ക്കെതിരിൽ ഒരു ബദൽ ബഹുജന സമ്പർക്ക പരിപാടി സംഘടിപ്പിക്കപ്പെട്ടു. മതത്തെ രാഷ്ട്രീയവുമായി കൂട്ടിക്കലർത്തുന്നതിനെ വിമർശിച്ചുപോന്ന ജിന്ന കോൺഗ്രസ്സിനെതിരിൽ മുസ്ലിം മതപണ്ഡിതരെ കൂട്ടുപിടിക്കാൻ തുടങ്ങി. ദിയൂബന്ദിലെ പ്രശസ്ത മതപണ്ഡിതനായ ശബീർ അഹമ്മദ് ഉസ്മാനിയേയും അശ്റഫ്അലിഥാനവിയെയും അദ്ദേഹം രംഗത്തിറക്കി. അലിഗഢ് സർവലാശാലയെയും അദ്ദേഹം തന്റെ വരുതിയിൽ കൊണ്ടുവന്നു. 1939 ജൂൺ 3ന് യു.പി. ഗവർണർ വൈസ്രോയിക്കയച്ച കത്തിൽ പറഞ്ഞതിങ്ങനെ: 'കൂട്ടുഗവൺമെന്റിനു കോൺഗ്രസ്സ് സമ്മതിച്ചിരുന്നുവെങ്കിൽ മുസ്ലിം ഐക്യദാർഢ്യം ദുർബ്ബലപ്പെട്ടേനെ.'

കോൺഗ്രസ്സിന്റെ കൂട്ടുഗവൺമെന്റ് നിരാകരണം ആക്രാമക ഹൈന്ദവ ദേശീയതയുടെ പ്രകാശനമായി ചിത്രീകരിക്കപ്പെട്ടു. മുസ്ലിം ന്യൂനപക്ഷത്തിനുമേൽ ഹിന്ദുക്കളുടെ മൃഗീയ ഭൂരിപക്ഷമുപയോഗിക്കുകയാണ് കോൺഗ്രസ്സ് ചെയ്യുന്നതെന്ന പ്രചാരണമുണ്ടായി. 1880കളിൽ സയ്യിദ് അഹമ്മദ്ഖാനും തുടർന്നു സിംലാ പ്രതിനിധിസംഘവും പ്രകടിപ്പിച്ച ആശങ്ക- ജനാധിപത്യ സംവിധാനം നൽകുന്ന അധികാരമുപയോഗിച്ച് അമുസ്ലിം ഭൂരിപക്ഷത്തിന് മുസ്ലിം ന്യൂനപക്ഷത്തിന്റെ താത്പര്യങ്ങൾ ഹനിക്കാൻ കഴിയുമെന്ന ഭീതി- യാഥാർഥ്യമാവുകയാണെന്നു മുസ്ലിം ലീഗുകാർക്കു പറയാനുള്ള അവസരമൊരുങ്ങി. ഈ അനുകൂല കാലാവസ്ഥയിൽ 1940ൽ ലാഹോർ സമ്മേളനത്തിൽ ജിന്നയുടെ നേതൃത്വത്തിൽ ലീഗ് പാക്കിസ്താൻ പ്രമേയം കൊണ്ടുവന്നു.

ലാഹോർ സമ്മേളനത്തിൽ പ്രത്യേക മുസ്‌ലിം രാഷ്ട്രം എന്ന ആവശ്യം ഉന്നയിക്കപ്പെടുകയും മുസ്‌ലിങ്ങളും ഹിന്ദുക്കളും രണ്ടു രാഷ്ട്രങ്ങളാണെന്ന വീക്ഷണം ജിന്ന അവതരിപ്പിക്കുകയും ചെയ്തെങ്കിലും, ഏകീകൃത ഇന്ത്യ എന്ന സങ്കല്പത്തിനുമേൽ അന്തിമതിരശ്ശീല വീണുകഴിഞ്ഞിരുന്നില്ല. പാക്കിസ്താൻ പ്രമേയത്തിലെ പ്രയോഗങ്ങൾ പലതും സന്ദിഗ്ധവും അവ്യക്തവുമായിരുന്നു. തന്റെ വിഭാവനയിലുള്ള രാഷ്ട്രത്തെ നിർവചിക്കാൻ ജിന്ന തയ്യാറായില്ല. ബോധപൂർവ്വം പലതും അവ്യക്തമായി നിലനിർത്തുകയാണ് അദ്ദേഹം ചെയ്തത്. കോൺഗ്രസ്സുമായി വിലപേശാനുള്ള ഒരായുധം എന്നതിൽ കവിഞ്ഞ് പാക്കിസ്താൻ എന്ന ആശയത്തിനു വലിയ വിലയൊന്നും ജിന്ന കല്പിച്ചിരുന്നില്ല എന്നതാണ് സത്യം. ഗൗരവബുദ്ധിയോടെയാണോ ജിന്ന പാക്കിസ്താൻ വാദമുയർത്തുന്നത് എന്നു ചോദിച്ചപ്പോൾ മൈസൂർ ദിവാനായിരുന്ന മീർസ ഇസ്മായിൽ 1946ൽ നൽകിയ മറുപടി നോക്കൂ: 'അല്ല, രാഷ്ട്രീയക്കളിയിലെ ഒരു കരുനീക്കം മാത്രമാണത്' (Quoted in Mushirul Hasan, p. 211)

'രാഷ്ട്രീയക്കളിയിലെ ഒരു കരുനീക്കം' പിന്നീടെങ്ങനെ രക്തപങ്കിലമായ ഒരു ചരിത്രയാഥാർഥ്യമായി മാറി? വ്യക്തമായി നിർവചിക്കപ്പെടാത്ത ഒരമൂർത്ത സങ്കല്പം എങ്ങനെ ജനക്കൂട്ടത്തെ ഇളക്കിമറിച്ചു? പാക്കിസ്താൻ എന്ന പ്രതീകത്തെ ജനകീയവത്ക്കരിക്കാൻ ജിന്നയ്ക്ക് എങ്ങനെ സാധിച്ചു? ദേശീയൈക്യത്തിനുവേണ്ടി നിലകൊണ്ട കോൺഗ്രസ്സ് എന്തുകൊണ്ട് ദ്വിരാഷ്ട്രവാദത്തിനു കീഴടങ്ങി? ആസാദ് ആരോപിക്കുന്നതുപോലെ ഒരു 'വഞ്ചന'യുടെ ഫലമായിരുന്നോ വിഭജനം? അതോ നെഹ്റുവിന്റെ രണ്ടു പ്രസ്താവനകളിലാണോ നാം വിഭജനത്തിന്റെ കാരണം തേടേണ്ടത്? 1940ൽ മാൽകം ഡാർലിങ്ങ് എന്ന ഉദ്യോഗസ്ഥനോട് നെഹ്റു പറഞ്ഞു: 'സ്വാതന്ത്ര്യം ലഭിക്കാതിരിക്കുക എന്നതിനേക്കാൾ എനിക്കു സ്വീകാര്യം പാക്കിസ്താനെ അംഗീകരിക്കുക എന്നതാണ്.' 'ദ ലാസ്റ്റ് ഡെയ്സ് ഓഫ് ദ ബ്രിട്ടീഷ് രാജ്' എന്ന പുസ്തകമെഴുതിയ ലിയണഡ് മൊസ്‌ലിയോട് 1960ൽ നെഹ്റു വെളിപ്പെടുത്തി: 'ഞങ്ങൾ ക്ഷീണിതരായിരുന്നു എന്നതും ഞങ്ങൾക്കു പ്രായം ഏറിവരികയായിരുന്നു എന്നതുമാണ് സത്യം...വിഭജനപദ്ധതി ഒരു വഴി തുറന്നു തന്നു. ഞങ്ങളതു സ്വീകരിച്ചു.' അതുമല്ലെങ്കിൽ, 1952ൽ ഒന്നാം പൊതുതിരഞ്ഞെടുപ്പിനു തൊട്ടുമുൻപ് കോൺഗ്രസ്സ് നൽകിയ വിശദീകരണമാണോ നാം സ്വീകരിക്കേണ്ടത്? 'സ്വാതന്ത്ര്യത്തിനു നൽകേണ്ടിവന്ന വിലയായിരുന്നു വിഭജനം' എന്നത്രേ കോൺഗ്രസ്സ് വെളിപ്പെടുത്തിയത്.

വിഭജനം എന്ന ദുരന്തനിർഭരമായ വില നൽകാതെ ഇന്ത്യയ്ക്കു സ്വാതന്ത്ര്യം നേടാൻ സാദ്ധ്യമായിരുന്നില്ലേ? ഉത്തരത്തിനു ചരിത്രത്തിലേക്കു നാം വീണ്ടും തിരിഞ്ഞുനോക്കണം. രണ്ടാം ലോക യുദ്ധത്തിൽ ബ്രിട്ടൻ ഉൾപ്പെട്ട സഖ്യ കക്ഷികൾ വിജയിച്ചതിനെത്തുടർന്നു വൈസ്രോയിയായിരുന്ന

വേവൽ പ്രഭു കോൺഗ്രസ്സ് നേതാക്കളെ ജയിൽവിമുക്തരാക്കി. കോൺഗ്രസ്സ്–ലീഗ് നേതാക്കളെ ഒരുമിച്ചിരുത്തി കൂടിയാലോചനയിലൂടെ പ്രശ്നത്തിനു പരിഹാരം തേടുക എന്ന ലക്ഷ്യത്തോടെ അദ്ദേഹം 1945ൽ സിംലയിൽ ചർച്ചാ വേദിയൊരുക്കി. ഇരുവിഭാഗവും സ്വീകരിച്ചത് അയവില്ലാത്ത സമീപനമായിരുന്നു. എങ്കിലും ആസാദിന്റെ അഭിപ്രായത്തിൽ, നെഹ്റുവും പട്ടേലും വിട്ടു വീഴ്ച്ചയ്ക്കു സന്നദ്ധരായിരുന്നെങ്കിൽ, ജിന്നയെമെരുക്കാൻ വൈസ്രോയിക്കു കഴിയുമായിരുന്നു. (See Rafiq Zakaria, The Widening Divide, p.68)

സിംലാ ചർച്ച പരാജയപ്പെട്ടു. യുദ്ധാനന്തരം ബ്രിട്ടനിൽ അധികാരത്തിൽ വന്ന ലേബർ കക്ഷിയുടെ പ്രധാനമന്ത്രി ക്ലമന്റ് ആറ്റ്ലി, സ്വാതന്ത്ര്യത്തിനു വേണ്ടി ദാഹിക്കുന്ന ഇന്ത്യയുടെ ഭരണഘടനാപരമായ പ്രശ്നങ്ങൾക്കു രമ്യമായ പരിഹാരം കണ്ടെത്തുന്നതിന് പെതിക്ലോറൻസ് പ്രഭുവിന്റെ അദ്ധ്യക്ഷതയിൽ കാബിനറ്റ് മിഷനെ ഇന്ത്യയിലേക്കയച്ചു. ഒരു സമവായത്തിലെത്തിക്കുക എന്ന ഉദ്ദേശ്യത്തോടെ മിഷൻ അംഗങ്ങൾ കോൺഗ്രസ്സിന്റേയും ലീഗിന്റേയും പ്രതിനിധികളുമായി പലവട്ടം ചർച്ചകൾ നടത്തി. ഒടുവിൽ ഇന്ത്യയുടെ ഐക്യം നിലനിർത്തുക എന്ന കാഴ്ചപ്പാടോടെ ഒരു ത്രിതല രാഷ്ട്രീയ സംവിധാനം മിഷൻ ശുപാർശ ചെയ്തു. കാബിനറ്റ് മിഷൻ പ്ലാൻ എന്നറിയപ്പെടുന്ന പ്രസ്തുത പദ്ധതിയിൽ ഒരു ഫെഡറൽ കേന്ദ്രവും രണ്ട് സബ് ഫെഡറൽ ഗ്രൂപ്പുകളുമാണ് വിഭാവനം ചെയ്യപ്പെട്ടിരുന്നത്. ഹിന്ദു ഭൂരിപക്ഷ പ്രവിശ്യകളുടേതായിരുന്നു ഒരു സബ്ഫെഡറൽ ഗ്രൂപ്പ്. മറ്റേതു മുസ്ലിം പ്രവിശ്യകളടങ്ങിയതും. രാജ്യരക്ഷയും വിദേശകാര്യവും വാർത്താവിനിമയവും കയ്യാളുന്ന ഫെഡറൽ കേന്ദ്രത്തിനു കീഴിൽ വിപുലമായ സ്വയംഭരണാവകാശം ഉപഫെഡറൽ ഗ്രൂപ്പുകൾക്കു നൽകപ്പെട്ടിരുന്നു. കോൺഗ്രസ്സും ലീഗും കാബിനറ്റ് മിഷൻ പദ്ധതിയെ തുടക്കത്തിൽ വിമർശിച്ചുവെങ്കിലും, ഇരു സംഘടനകളുടേയും പ്രവർത്തക സമിതികൾ ഒടുവിൽ അതംഗീകരിച്ചു.

പിന്നീടുണ്ടായ തികച്ചും അപ്രതീക്ഷിതമായ സംഭവവികാസം ഇന്ത്യാ ചരിത്രത്തിന്റെ ഗതി അപ്പാടെ മാറ്റിമറിച്ചു. ആയിടെ കോൺഗ്രസ്സ് പ്രസിഡന്റായി അവരോധിക്കപ്പെട്ട ജവഹർലാൽ നെഹ്റു കാബിനറ്റ് മിഷൻ നിർദ്ദേശിച്ച ഫെഡറൽ സബ്ഗ്രൂപ്പിംഗ് ഇന്ത്യയുടെ ഭരണഘടനാ നിർമാണ സഭയ്ക്കു ബാധകമാവില്ലെന്നു പ്രഖ്യാപിച്ചു. കോൺഗ്രസ്സ് സാരഥിയുടെ ഭാഗത്തു നിന്നുണ്ടായ അത്യന്തം ദൗർഭാഗ്യകരമായ ഒരു ചുവടുമാറ്റമായിരുന്നു അത്. ജിന്നയെ മാത്രമല്ല, കോൺഗ്രസ്സ് നേതാക്കളായ പട്ടേലിനേയും ആസാദിനെയുമെല്ലാം ഈ ചുവടുമാറ്റം അമ്പരപ്പിച്ചു. ഏകീകൃത ഇന്ത്യ സാക്ഷാത്കരിക്കാനുള്ള അവസാനത്തെ പ്രതീക്ഷയാണ് ഈ ചുവടുമാറ്റത്തോടെ പൊലിഞ്ഞു പോയതെന്ന് ആസാദ് തന്റെ 'ഇന്ത്യ സ്വാതന്ത്ര്യം നേടുന്നു' എന്ന ഗ്രന്ഥത്തിൽ വിലപിക്കുന്നുണ്ട്. രാം മനോഹർ ലോഹ്യ(The Guilty Men of Pakistan)യും എം.സി.ഛഗ്ല(Roses in December)യും ആസാദിന്റെ നിരീക്ഷണം പങ്കുവയ്ക്കുന്നു.

നെഹ്റുവിന്റെ ചുവടുമാറ്റത്തെത്തുടർന്നു ബ്രിട്ടീഷ് പ്രധാനമന്ത്രി ആറ്റ്ലി നെഹ്റുവും ജിന്നയുമുൾപ്പെടെയുള്ള നേതാക്കളെ ലണ്ടനിലേക്കു സംഭാഷണത്തിനു ക്ഷണിച്ചു. ഒരു സമവായത്തിലെത്താൻ പക്ഷേ, അവർക്കു കഴിഞ്ഞില്ല. കാബിനറ്റ് മിഷൻ പദ്ധതിയിൽനിന്നു പിറകോട്ടു പോകാൻ ആറ്റ്ലിയും തയ്യാറായിരുന്നില്ല. നെഹ്റു ലണ്ടനിൽ നിന്നു തിരിച്ചെത്തിയ ശേഷം കാബിനറ്റ് മിഷൻ പദ്ധതിയോടുള്ള പ്രതിജ്ഞാബദ്ധത തങ്ങൾ നിലനിർത്താമെന്നു കോൺഗ്രസ്സ് നേതൃത്വം അറിയിക്കുകയുണ്ടായി. അടിയ്ക്കടി വാക്കുമാറ്റുന്ന കോൺഗ്രസ്സിനെ വിശ്വസിക്കാൻ കൊള്ളില്ല എന്നാരോപിച്ച്, ജിന്ന മിഷൻ പദ്ധതിയിൽനിന്നു പിൻവലിഞ്ഞു.

ആർക്കാണ് തെറ്റുപറ്റിയത്, അഥവാ ആരാണു തെറ്റു ചെയ്തത് - ജിന്നയോ നെഹ്റുവോ; മുസ്ലിംലീഗോ കോൺഗ്രസ്സോ? ഈ ചോദ്യങ്ങൾക്കുള്ള ഉത്തരം എന്തായാലും, വിഷാദമിറ്റുന്ന ഒരു ചോദ്യം ബാക്കിനില്ക്കുകയാണ്: ഒരു ഘട്ടത്തിൽ കോൺഗ്രസ്സിന്റേയും ലീഗിന്റേയും പ്രവർത്തക സമിതികൾ അംഗീകരിച്ച കാബിനറ്റ് മിഷൻ പദ്ധതി അന്നു നടപ്പാക്കിയിരുന്നുവെങ്കിൽ ഇന്ത്യയുടെ വിഭജനം ഒഴിവാക്കാമായിരുന്നില്ലേ?

(2006)

■

മാനവിക വിരുദ്ധ ദൈവിക വ്യവസ്ഥ

രാഷ്ട്രീയ സ്വയംസേവക സംഘത്തിന്റെ വക്താക്കൾ തങ്ങളുടെ സംഘടന ഹൈന്ദവ നവോത്ഥാന പ്രസ്ഥാനമാണെന്നാണ് അവകാശപ്പെടാറുള്ളത്. അതുപോലെ ജമാഅത്തെ ഇസ്ലാമിക്കാർ തങ്ങളുടെ സംഘടന ഇസ്ലാമിക നവോത്ഥാന പ്രസ്ഥാനമാണെന്നും അവകാശപ്പെട്ടുപോരുന്നു. എന്നാൽ വസ്തുതകളുടെ വെളിച്ചത്തിൽ തങ്ങളുടെ അവകാശവാദം ശരിയാണെന്നു തെളിയിക്കാൻ അർ.എസ്.എസ്സുകാർക്കെന്നപോലെ ജമാഅത്തെ ഇസ്ലാമിക്കാർക്കും ഇന്നേവരെ സാധിച്ചിട്ടില്ല. ഏറ്റവും ഒടുവിൽ 'ജമാ അത്തെ നവോത്ഥാന പ്രസ്ഥാനംതന്നെ'എന്ന തലക്കെട്ടിൽ ശൈഖ് മുഹമ്മദ് കാരകുന്ന് എഴുതിയ ലേഖന (മലയാളം വാരിക 16.01.04)വും ഇക്കാര്യത്തിൽ ദയനീയമായി പരാജയപ്പെടുന്നു.

മൗദൂദിസം പുനരുത്ഥാനമല്ല, നവോത്ഥാനമാണെന്നു പറഞ്ഞുറപ്പിക്കാൻ ശ്രമിക്കുന്ന ലേഖകൻ "എല്ലാ നല്ലതിനേയും സ്വാംശീകരിക്കണമെന്നാണ് അതാവശ്യപ്പെടുന്നത് എന്നെഴുതിയിട്ടുണ്ട്. പക്ഷേ, ഏതെല്ലാം നന്മകളെയാണ് ജമാ അത്തെ ഇസ്ലാമി സ്വാംശീകരിച്ചതെന്നുമാത്രം അദ്ദേഹം വ്യക്തമാക്കുന്നില്ല. ജനാധിപത്യത്തിനുപകരം മുസ്ലിം പാരമ്പര്യത്തിലെ കാലഹരണപ്പെട്ട ദൈവികാധിപത്യം (ഹുക്കൂമത്തെ ഇലാഹി) എന്ന രാഷ്ട്രീയ സംവിധാനത്തിലേയ്ക്കു തിരിച്ചുപോവാനാണ് മൗദൂദി ആവശ്യപ്പെട്ടതെന്ന് ഈ ലേഖകൻ ചൂണ്ടിക്കാണിച്ചതിനുനേരെ മൗനം പാലിക്കുകയാണ് അദ്ദേഹം ചെയ്തത്. അതുകൊണ്ടു ചോദിക്കട്ടെ; പരമാധികാരം ജനങ്ങളിൽ നിക്ഷിപ്തമാക്കുകയും നിയമനിർമ്മാണാധികാരം പൂർണ്ണമായി ജനങ്ങൾക്കു നൽകുകയും ചെയ്യുന്ന ആധുനിക ജനാധിപത്യം നന്മയോ തിന്മയോ? ഭരണത്തിന്റെ മേഖലയിൽ നിന്നും മതം വിട്ടുനില്ക്കുക എന്ന അർത്ഥത്തിലുള്ള മതേതരത്വം നന്മയോ തിന്മയോ? സാമൂഹിക അസമത്വം ദൂരീകരിക്കാനുതകുന്ന സോഷ്യലിസ്റ്റു പ്രത്യയശാസ്ത്രം നന്മയോ തിന്മയോ?

ആധുനികസമൂഹം നന്മയുടെ പട്ടികയിലാണ് ജനാധിപത്യത്തേയും മതേതരത്വത്തേയും സോഷ്യലിസത്തേയും ഉൾപ്പെടുത്തുന്നത്. വിവിധ മതസ്ഥർക്കിടയിൽ പ്രവർത്തിക്കുന്ന മതനവോത്ഥാന പ്രസ്ഥാനങ്ങൾ പലതും

ഈ നന്മകളെ സ്വാംശീകരിക്കുന്നുമുണ്ട്. എന്നാൽ ജമാ അത്തെ ഇസ്ലാമിയുടെ ജീവാത്മാവും പരമാത്മാവുമായ മൗദൂദി മേല്പറഞ്ഞ മൂന്നു രാഷ്ട്രീയ പരികല്പനകളേയും 'ഇസ്ലാമിനും ഈമാനിനും കടകവിരുദ്ധം' എന്ന നിലയിൽ തിരസ്ക്കരിക്കുകയാണ് ചെയ്തത്. അദ്ദേഹത്തിന്റെ രാഷ്ട്രീയചിന്തകളുടെ കേന്ദ്രബിന്ദുതന്നെ 'ദൈവിക പരമാധികാരം' എന്ന സങ്കല്പമാണ്. ആ സങ്കല്പത്തിനു ചുറ്റുമാണ് തന്റെ ആശയപ്രപഞ്ചം മൗദൂദി കെട്ടിപ്പടുത്തത്. 'ദൈവിക പരമാധികാരത്തിൻ കീഴിൽ മനുഷ്യന്റെ പ്രാതിനിധ്യ ഭരണം' എന്നല്ലാതെ ജനങ്ങളുടെ പരമാധികാരത്തിൻ കീഴിൽ ജനങ്ങളുടെ പ്രാതിനിധ്യ ഭരണം' എന്ന ജനാധിപത്യ സങ്കല്പത്തിലേക്ക് അദ്ദേഹത്തിനു വളരാൻ കഴിഞ്ഞില്ല. ആധുനിക മതേതര ദേശീയ ജനാധിപത്യം നിങ്ങളുടെ ഇസ്ലാമിനും ഈമാനിനും കടകവിരുദ്ധമാണ് എന്നത്രേ അദ്ദേഹം മുസ്ലിങ്ങളെ ഉണർത്തിയത്. (മൗദൂദി, മതേതരത്വം, ദേശീയത്വം, ജനാധിപത്യം- ഒരു താത്ത്വികവിശകലനം, പു. 31) സോഷ്യലിസവും അതിന്റെ മാർക്സിയൻ രൂപവുമൊക്കെ അദ്ദേഹത്തിന്റെ ദൃഷ്ടിയിൽ 'വിഷച്ചെടി'യുമാണ്.

സങ്കുചിത മതബോധത്തെ അതിവർത്തിക്കുന്ന ജനാധിപത്യം, മതേതരത്വം, സോഷ്യലിസം തുടങ്ങിയ ആധുനിക രാഷ്ട്രീയ- മാനവികമൂല്യങ്ങളെ തള്ളിക്കളഞ്ഞ് ഇസ്ലാമിനു താൻ നൽകിയ വ്യാഖ്യാനമനുസരിച്ചുള്ള 'ദൈവിക വ്യവസ്ഥ' എന്ന പ്രതിലോമ രാഷ്ട്രീയത്തിലേക്കു ജനങ്ങളെ പിന്തിരിപ്പിക്കുന്ന മതപണ്ഡിതൻ എന്ന നിലയിലാണ് മൗദൂദി പുനരുത്ഥാനവാദിയും അദ്ദേഹം സ്ഥാപിച്ച ജമാ അത്തെ ഇസ്ലാമി പുനരുത്ഥാന പ്രസ്ഥാനവുമാകുന്നത്. ഈ വിമർശനത്തെ വസ്തുനിഷ്ഠമായി നേരിടുന്നതിനു പകരം ജോൺ എൽ. എസ്പോസിറ്റോ ജമാഅത്തെ ഇസ്ലാമിക്കും അതിന്റെ ഈജിപ്ഷ്യൻ രൂപമായ ഇഖ്‌വാൽ മുസ്ലീമൂനും നൽകിയെന്നു പറയപ്പെടുന്ന 'ഗുഡ് സർട്ടിഫിക്കറ്റ്' ഹാജരാക്കുകയാണ് മൗദൂദിസ്റ്റ് ലേഖകൻ ചെയ്യുന്നത്. എന്നാൽ ജമാ അത്തെ ഇസ്ലാമിയെ ആഴത്തിൽ പഠിക്കാൻ ശ്രമിച്ച പലരും അതിന്റെ പുനരുത്ഥാനപരവും പ്രതിലോമപരവുമായ സ്വഭാവം തുറന്നുകാട്ടിയിട്ടുണ്ടെന്ന വസ്തുത അപ്പുറത്തു കിടക്കുന്നു. ഫ്രഞ്ച് വിദേശകാര്യ മന്ത്രാലയത്തിന്റെ കീഴിൽ ന്യൂദൽഹിയിൽ പ്രവർത്തിക്കുന്ന 'സെന്റർ ഫോർ സോഷ്യൽ സയൻസ് ആൻഡ് ഹ്യൂമാനിറ്റീസി'ന്റെ ഡയറക്ടറും ജമാ അത്തെ ഇസ്ലാമിയെക്കുറിച്ച് വിമർശ നാത്മകപഠനം നടത്തിയ ഗവേഷകനുമായ ഫ്രഡറിക് ഗ്രെയർ ജമാ അത്തെ ഇസ്ലാമിയെ സമഗ്രാധിപത്യ സംഘടനയായാണ് വിലയിരുത്തിയത്. ഔറംഗബാദിലെ മറാത്ത്‌വാഡാ യൂണിവേഴ്സിറ്റിയിൽ പ്രൊഫസറായിരുന്ന ഡോ. മോയിൻ ഷക്കീറാവട്ടെ, 'ഈശ്വരേച്ഛയുടെ മുൻപിൽ വ്യക്തിയുടെ നിരുപാധികമായ കീഴടങ്ങൽ' എന്ന മൗദൂദിസ്റ്റാശയം അമിതാധികാരവാദത്തിനുള്ള മനശ്ശാസ്ത്രപരമായ താങ്ങും ധാർമികമായ അനുമതിയുമാണെന്നു നിരീക്ഷിക്കുന്നു. 'അതിമാനുഷ'നേതാവ് എന്ന ഫാസിസ്റ്റ് ആശയമാണ് മൗദൂദിയുടെ ചിന്തകളിൽ രൂപംകൊണ്ട 'അമീറിനു' പിന്നിലുള്ളതെന്നും

മുസ്‌ലിങ്ങൾ ഹിറ്റ്‌ലറുടെ നാത്സി പാർട്ടിപോലുള്ള ഒരു സംഘടനയിൽ അണിനിരക്കുകയാണെങ്കിൽ ഇന്ത്യയുടെ ഒരു വലിയ ഭാഗമെന്നല്ല, ലോകത്തിന്റെതന്നെ ഒരു വലിയ ഭാഗം മുസ്‌ലിങ്ങളുടേതായി മാറുമെന്ന് മൗദൂദി അഭിപ്രായപ്പെടുകയുണ്ടായി എന്നും അദ്ദേഹം എഴുതിയിട്ടുണ്ട്. (Dr. Moin Shakir Islamic Neo Revivalist Renaissance, p.p. 53-54)

തന്റെ സങ്കല്പത്തിലുള്ള ദൈവികഭരണം (ഇസ്ലാമിക ഭരണം) സ്ഥാപിക്കാൻ മുസ്‌ലിങ്ങൾ മുന്നോട്ടു വരണമെന്നു നിരന്തരം ആഹ്വാനം ചെയ്ത മൗദൂദിയുടെ പ്രത്യയശാസ്ത്രം അടിസ്ഥാനപരമായി വർഗീയമാണ്. ജനങ്ങളെ മുസ്‌ലിം, അമുസ്‌ലിം എന്നിങ്ങനെ വർഗീകരിക്കുകയും ചരിത്രത്തെ ഇസ്ലാമും അനിസ്ലാമും തമ്മിലുള്ള സംഘട്ടനമായി ചിത്രീകരിക്കുകയുമാണ് മൗദൂദി ചെയ്തത്. അദ്ദേഹത്തിന്റെ വീക്ഷണത്തിൽ മുസ്‌ലിങ്ങൾ നേരിടുന്ന പ്രശ്നങ്ങളുടെ മൂലകാരണം ഇസ്ലാമിക രാഷ്ട്രീയ വ്യവസ്ഥയുടേയും അതിന്റെ ആധിപത്യത്തിന്റേയും അഭാവമാണ്. 1941-ൽ അദ്ദേഹം മുസ്‌ലിം സദസ്സിനെ ഇങ്ങനെ അഭിസംബോധന ചെയ്തു: "നാമീ നാട്ടിൽ ഇപ്പോൾ കോടിക്കണക്കിലുണ്ട്. ഇത്ര വൻപിച്ച ഒരു ജനസംഖ്യ ഇസ്ലാമിന്റെ ചൈതന്യവും ഈമാനിന്റെ ശക്തിയും ഉൾക്കൊണ്ടിരുന്നുവെങ്കിൽ നാമിവിടെ ഇങ്ങനെ നിസ്സഹായരും നിലയും വിലയുമില്ലാത്തവരുമായി അവശേഷിക്കുകയില്ലായിരുന്നു." (മൗദൂദി, ഖുത്തുബാത്ത്, പു. 15) തുടർന്നു മുസ്‌ലിങ്ങളുടെ നിസ്സഹായാവസ്ഥയ്ക്ക് കാരണമായി മൗദൂദി കണ്ടെത്തുന്നത് ഇസ്ലാമിനെ രാഷ്ട്രീയ വ്യവസ്ഥയായി അംഗീകരിക്കാനും തദടിസ്ഥാനത്തിൽ ഭരണം സ്ഥാപിക്കാനും അവർ ശ്രമിച്ചില്ലെന്നതാണ്.

ഹൈന്ദവഭരണം (ഹിന്ദുരാഷ്ട്രം) ഇല്ലെന്നതാണ് ഹിന്ദുക്കളുടെ അപചയത്തിനു കാരണമെന്നു ഗോൾവാൾക്കർ നിരീക്ഷിച്ചപ്പോൾ ഇസ്ലാമികഭരണമില്ലെന്നതാണ് മുസ്‌ലിങ്ങളുടെ നിസ്സഹായാവസ്ഥയ്ക്കു കാരണമെന്ന് മൗദൂദി വിലയിരുത്തി. ഹിന്ദുക്കൾ മുസ്‌ലിങ്ങളിൽനിന്ന് സാംസ്കാരികമായി ഭിന്നരാണെന്ന നിലപാട് ആർ.എസ്.എസ് അനുവർത്തിക്കുമ്പോൾ മുസ്‌ലിങ്ങൾ അമുസ്‌ലിങ്ങളിൽനിന്നു സാംസ്കാരികമായി വ്യത്യസ്തരാണെന്ന കാഴ്ചപ്പാട് ജമാഅത്തെ ഇസ്ലാമി മുറുകെ പിടിക്കുന്നു. ഇന്ത്യൻ യാഥാർത്ഥ്യമായ സങ്കരസംസ്കാരത്തേയും മുസ്‌ലിങ്ങളും ഹിന്ദുക്കളും ഒരു രാഷ്ട്രത്തിന്റെ ഭാഗമാണെന്ന സെക്കുലർ വീക്ഷണത്തെയും അംഗീകരിക്കാൻ മൗദൂദിസ്റ്റുകൾ തയ്യാറാകാതിരുന്ന ചരിത്രം നമ്മുടെ മുൻപിലുണ്ട്. ജമാ അത്തിന്റെ ഉറുദു ജിഹ്വ 'ദഅ്‌വത്ത്' എഴുതിയതു നോക്കൂ. "മുസ്‌ലിങ്ങൾ സങ്കരരാഷ്ട്രത്തിന്റെ ഭാഗമാണെന്നും അവരുടെ സംസ്കാരവും സാമൂഹ്യ ആചാരങ്ങളും സ്ഥാപനങ്ങളും തങ്ങളുടേതിൽ (ഹിന്ദുക്കളുടേതിൽ) നിന്നു ഭിന്നമല്ലെന്നും (അതു കൊണ്ട്) അവരുടെ ചിന്തകൾ ഭിന്നമാവരുതെന്നും ഭാരതസർക്കാരും ഹിന്ദുസ്ഥാനിലെ ഹിന്ദുക്കളും ആവർത്തിക്കുന്നിടത്തോളംകാലം

സംഘർഷത്തിനു പരിഹാരമുണ്ടാവുകയില്ല." "ഹിന്ദുക്കളും മുസ്ലിങ്ങളും ഒരു രാഷ്ട്രമല്ലെന്ന് അംഗീകരിക്കുവാൻ ഇന്നത്തെ ഹിന്ദു തയ്യാറുണ്ടോ? ഹിന്ദുക്കളും മുസ്ലിങ്ങളും ഒരു രാഷ്ട്രമാണെന്ന് ഇപ്പോഴും അയാൾ കരുതുന്നുവെങ്കിൽ പരിഹാരം തേടുന്നതു നിഷ്ഫലമായിരിക്കും." (ദഅ്വത്ത്, 25.6.1968)

മുസ്ലിങ്ങളും ഹിന്ദുക്കളും രണ്ടു വ്യത്യസ്ത രാഷ്ട്രങ്ങളാണെന്ന വാദം ജമാഅത്തിന്റെ ഔദ്യോഗിക മുഖപത്രം അരക്കിട്ടുറപ്പിക്കുമ്പോൾ, ശൈഖ് മുഹമ്മദ് അവകാശപ്പെടുന്നത് ജമാ അത്തിന്റെ ആചാര്യൻ ദ്വിരാഷ്ട്ര വാദത്തെയും വിഭജനത്തെയും എതിർത്തിരുന്നു എന്നത്രെ. യാഥാർത്ഥ്യം പക്ഷേ, എന്താണ്? അബുൽ അഅ്ലാ മൗദൂദിയുടെ ജീവചരിത്രം അദ്ദേഹത്തിന്റെ ഉത്തമശിഷ്യന്മാർ എഴുതിയത് മാർക്കറ്റിൽ ലഭ്യമാണ്. കേരളത്തിൽ ജമാ അത്തിന്റെ ബുദ്ധിജീവിയായിരുന്ന ടി. മുഹമ്മദ് മലയാളഭാഷയിൽ എഴുതിയ ജീവചരിത്രത്തിൽ മൗദൂദിയെ ഇപ്രകാരം ഉദ്ധരിക്കുന്നു: "ഒരു മുസൽമാൻ എന്ന നിലയിൽ എന്റെ വീക്ഷണത്തിൽ ഇന്ത്യ ഒരൊറ്റ രാഷ്ട്രമാവണമോ, പത്തു ഖണ്ഡമായി വിഭജിക്കണമോ എന്ന പ്രശ്നത്തിനു യാതൊരു പ്രാധാന്യവുമില്ല. മനുഷ്യന്റെമേൽ അല്ലാഹുവിന്റേതല്ലാത്ത മറ്റൊരു ആധിപത്യവും നടക്കാതിരിക്കുന്ന ഒരു ചതുരശ്ര മൈൽ ലഭിക്കുകയാണെങ്കിൽ ആ ഒരു പിടി മണ്ണിനായിരിക്കും മുഴുവൻ ഇന്ത്യയേക്കാൾ ഞാൻ വിലമതിക്കുക." (ടി.മുഹമ്മദ്, അബുൽ അഅ്ലാ, പു. 218,219).

മൗദൂദിയുടെ വത്സലശിഷ്യനും 1943 തൊട്ട് അദ്ദേഹത്തിന്റെ സന്തത സഹചാരിയും പാക്കിസ്താൻ പൗരനുമായ സയ്യിദ് അസ്അദ് ഗിലാനി എഴുതിയ ജീവചരിത്ര ഗ്രന്ഥത്തിൽ പറയുന്നത് ഇപ്രകാരമാണ്. "മുസ്ലിം ലീഗിന്റെ കൈവശം ദ്വിരാഷ്ട്രവാദം എന്ന ശക്തമായ ഒരു മുദ്രാവാക്യമുണ്ടായിരുന്നു. പക്ഷേ, തങ്ങളുടെ പ്രത്യയശാസ്ത്രത്തിന്റെ ഔചിത്യം ഹിന്ദുക്കളേയും ബ്രിട്ടീഷുകാരെയും ബോധ്യപ്പെടുത്താനുള്ള കഴിവ് ലീഗിനുണ്ടായിരുന്നില്ല." ഗിലാനി തുടരുന്നു: "മുസ്ലിം രാഷ്ട്രം എന്ന പരികല്പനയുടെ രക്ഷയ്ക്ക് മൗദൂദി എത്തി. അദ്ദേഹം പ്രശസ്തവും പ്രകൃഷ്ടവുമായ രണ്ടു ഗ്രന്ഥങ്ങൾ രചിച്ചു- 'മുസൽമാൻ ഔർ മൗജുദാ സിയാസി കശ്മകശ്, (വാല്യം 2) 'മുസ്അലെ ഖൗമിയത്ത് എന്നിവയാണവ. ഈ ഗ്രന്ഥങ്ങൾ മുസ്ലിങ്ങളെ പാക്കിസ്താൻ പ്രത്യയശാസ്ത്രത്തിന്റെ (ദ്വിരാഷ്ട്രവാദത്തിന്റെ) അർപ്പണ ബോധമുള്ള അനുയായികളാക്കി മാറ്റി.... ആ ഗ്രന്ഥങ്ങൾ മുസ്ലിം ലീഗ് നേതാക്കൾക്കു ഭദ്രമായ അടിത്തറയുണ്ടാക്കിക്കൊടുക്കുകയും ചെയ്തു. (Syed As'ad Gilani Moududi Thought and Movement, p.p; 71-72) തീർന്നില്ല. 'ഏകീകൃത ഇന്ത്യ' എന്നത് ഒരു ഹൈന്ദവവിഗ്രഹമാണെന്നും അതു തകർക്കേണ്ടതുണ്ടെന്നും മൗദൂദി അഭിപ്രായപ്പെട്ടതായും ഗിലാനി രേഖപ്പെടുത്തുന്നു. (Ibid,p.127) ഏകീകൃത ഇന്ത്യയുടെ വക്താക്കളായ ദേശീയവാദികൾ പാക്കിസ്താനുവേണ്ടിയുള്ള മുറവിളി ന്യായീകരിക്കപ്പെടാവുന്നതാണെങ്കിൽ

പലസ്തീൻ വിഭജിച്ചുകൊണ്ട് ഇസ്രായേൽ സ്ഥാപിക്കണമെന്ന ജൂതരുടെ മുറവിളിയും ന്യായീകരിക്കപ്പെടാവുന്നതാവില്ലേ എന്ന ചോദ്യം ഉയർത്തിയപ്പോൾ ആ വാദത്തെ മൗദൂദി ഇമ്മട്ടിൽ ഖണ്ഡിച്ചതായും ഗിലാനി വെളിപ്പെടുത്തുന്നു: ജൂതർ പലസ്തീൻകാരല്ല. മുസ്ലിങ്ങൾ ഇന്ത്യക്കാരാണ്. അവർ ഇന്ത്യയിലേക്ക് ഇറക്കുമതി ചെയ്യപ്പെട്ടവരല്ല. (Ibid,p.128) പലസ്തീനികളല്ലാത്ത ജൂതർക്ക് പലസ്തീൻ വിഭജിക്കാൻ അവകാശമില്ലെന്നും ഇന്ത്യക്കാരായ മുസ്ലിങ്ങൾക്ക് ഇന്ത്യ വിഭജിക്കാൻ അവകാശമുണ്ടെന്നും ധ്വനിപ്പിക്കുകയായിരുന്നു മൗദൂദി.

ദ്വിരാഷ്ട്രവാദത്തെ സൈദ്ധാന്തികമായി ന്യായവൽക്കരിക്കാനും വിശദീകരിക്കാനും വിഭജനത്തിനെതിരിലുയർന്ന വാദങ്ങളെ ഖണ്ഡിക്കാനും മുൻപന്തിയിലുണ്ടായിരുന്നത് മൗദൂദിയായിരുന്നുവെന്ന് അദ്ദേഹത്തിന്റെ ജീവചരിത്രകാരൻ ഗിലാനി സാക്ഷ്യപ്പെടുത്തുന്നു. ശൈഖ് മുഹമ്മദാകട്ടെ, മൗദൂദി ദ്വിരാഷ്ട്രവാദത്തിന്റെയും വിഭജനത്തിന്റെയും നിശിതവിമർശകനായിരുന്നുവെന്ന് അവകാശപ്പെടുകയും ചെയ്യുന്നു. 1943 തൊട്ട് മൂന്നര പതിറ്റാണ്ടിലേറെക്കാലം മൗദൂദിയോടൊപ്പം പ്രവർത്തിക്കുകയും അദ്ദേഹത്തിന്റെ കൃതികൾ മാത്രമല്ല, മനസ്സും നന്നായി വായിച്ചറിയുകയും ചെയ്ത ഗിലാനിയെയാണോ അതോ മൗദൂദിയെ നേരിൽക്കണ്ട് ആശയവിനിമയം നടത്തുകയോ അദ്ദേഹത്തിന്റെ കൃതികളിലൂടെ ഒരു ശരാശരി മദ്രസാ വിദ്യാർത്ഥിയുടെ കൗതുകത്തോടെയല്ലാതെ കടന്നുപോവുകയോ ചെയ്തിട്ടില്ലാത്ത ശൈഖ് മുഹമ്മദിനെയാണോ ജനങ്ങൾ വിശ്വസിക്കേണ്ടത്?

1979 ഏപ്രിലിൽ ജാംഷെഡ്പൂരിലുണ്ടായ വർഗീയ കലാപത്തിൽ ജമാഅത്തെ ഇസ്ലാമിക്ക് യാതൊരു പങ്കുമില്ലെന്നു വരുത്തിത്തീർക്കാനും മൗദൂദിസ്റ്റ് ലേഖകൻ ശ്രമിച്ചിട്ടുണ്ട്. കലാപത്തിന്റെ ആസന്നപ്രകോപനം ആർ.എസ്.എസ് നേതാവ് ദേവറസിന്റെ പ്രസംഗവും ജനസംഘം പശ്ചാത്തലത്തിൽനിന്നുവന്ന എം.എൽ.എ ദീനനാഥ് പാണ്ഡെയുടെ ഇടപെടലുകളുമാണെന്നു വിലയിരുത്തിയ കമ്മീഷൻ, ഹിന്ദുക്കൾക്കിടയിൽ ആർ.എസ്.എസ് എന്നപോലെ മുസ്ലിങ്ങൾക്കിടയിൽ വർഗീയവിഷം പ്രസരിപ്പിക്കുന്നത് ജമാഅത്തെ ഇസ്ലാമിയാണെന്ന നിഗമനത്തിൽ എത്തിച്ചേരുകകൂടി ചെയ്തു എന്ന വസ്തുത ലേഖകൻ തമസ്കരിക്കുകയാണ്. ആ നിഗമനത്തിന്റെ അടിസ്ഥാനത്തിലാണ് കമ്മീഷൻ അതിന്റെ റിപ്പോർട്ടിൽ വർഗീയ സംഘടനകളായ ആർ.എസ്.എസും ജമാ അത്തെ ഇസ്ലാമിയും വിദ്യാഭ്യാസ സ്ഥാപനങ്ങളിൽ യോഗങ്ങളും സമ്മേളനങ്ങളും നടത്തുന്നതു നിരോധിക്കണമെന്ന നിർദ്ദേശം മുന്നോട്ടുവച്ചത്. അന്വേഷണകമ്മീഷൻ റിപ്പോർട്ടിലെ പ്രസക്തഭാഗങ്ങൾ പരാമർശിച്ചുകൊണ്ട് അക്കാലത്ത്, 'സെക്കുലർ ഡെമോക്രസി'യിൽ വന്ന ലേഖനത്തിൽ തത്സംബന്ധമായ ഖണ്ഡിക ഇങ്ങനെ വായിക്കാം:

"The commission among other things recommends that and meetings and conferences of communal organizations like RSS and the Jamaate Islami should be prohibited in all educational institutions, whether public or private" (Secular Democracy, September 1981).

(ആർ.എസ്.എസിനേയും ജമാഅത്തെ ഇസ്ലാമിയേയും പോലുള്ള വർഗീയ സംഘടനകളുടെ യോഗങ്ങളും സമ്മേളനങ്ങളും പൊതു- സ്വകാര്യ വ്യത്യാസമില്ലാതെ, എല്ലാ വിദ്യാഭ്യാസ സ്ഥാപനങ്ങളിലും നിരോധിക്കണമെന്ന്, മറ്റു കാര്യങ്ങളോടൊപ്പം കമ്മീഷൻ ശുപാർശ ചെയ്യുന്നു.

ജമാ അത്തെ ഇസ്ലാമി നിരുപദ്രവ സംഘടനയാണെങ്കിൽ, അതു ജനങ്ങളിൽ വർഗീയവിഷം കുത്തിവയ്ക്കുകയും അവരെ കലാപോന്മുഖരാക്കുകയും ചെയ്യുന്നില്ലെങ്കിൽ ഇത്തരമൊരു ശുപാർശ എന്തുകൊണ്ട് ജിതേന്ദ്ര നാരായണൻ കമ്മീഷന്റെ ഭാഗത്തുനിന്നു വന്നു? ജാംഷെഡ്പൂരിലും ആ നഗരം സ്ഥിതിചെയ്യുന്ന ബീഹാറിലും വേറെയും മുസ്ലിം സംഘടനകളുണ്ടെങ്കിലും എന്തുകൊണ്ട് ജമാ അത്തെ ഇസ്ലാമി മാത്രം കമ്മീഷൻ റിപ്പോർട്ടിൽ പരാമർശിക്കപ്പെട്ടു?

മേല്പറഞ്ഞ ലേഖനത്തോടൊപ്പം 'സെക്കുലർ ഡെമോക്രസി' പ്രസിദ്ധീകരിച്ച കാർട്ടൂണും ജാംഷെഡ്പൂർ ലഹളയിൽ ജമാ അത്തിന്റെ അനിഷേധ്യ പങ്കിലേയ്ക്കു വിരൽ ചൂണ്ടുന്നതാണ്. വർഗീയ ലഹളകളാകുന്ന രാക്ഷസന്റെ ഒരു കാൽ ആർ.എസ്.എസാണെന്നും മറ്റേ കാൽ ജമാ അത്തെ ഇസ്ലാമിയാണെന്നും ജാംഷെഡ്പൂർ റിപ്പോർട്ട് വ്യക്തമാക്കുന്നു എന്നു സൂചിപ്പിക്കുന്നതാണ് സ്വയം സംസാരിക്കുന്ന കാർട്ടൂൺ. ജിതേന്ദ്ര നാരായണൻ കമ്മീഷൻ റിപ്പോർട്ടിന്റെ വെളിച്ചത്തിൽ സംസ്ഥാന സർക്കാർ സ്വീകരിക്കേണ്ട തുടർനടപടികൾ സംബന്ധിച്ച് എച്ച്.കെ. താക്കൂർ ബീഹാർ മുഖ്യമന്ത്രി ജഗന്നാഥ് മിശ്രയ്ക്കു നൽകിയ കുറിപ്പിലും ആർ.എസ്.എസിനോടൊപ്പം ജമാ അത്തെ ഇസ്ലാമിയെ പരാമർശിച്ചതു കാണാം. 1982 ജനുവരിയിലെ സെക്കുലർ ഡെമോക്രസിയിൽ പ്രസിദ്ധപ്പെടുത്തിയ ആ കുറിപ്പിൽ പറയുന്നു:

"ജമാ അത്തെ ഇസ്ലാമി പോലുള്ള സംഘടനകളിലൂടെ ഇസ്ലാമിക മൗലികവാദം നമ്മുടെ ദേശീയ മണ്ഡലത്തിൽ വ്യാപിക്കുന്നതും നുഴഞ്ഞു കയറുന്നതും ഈ ഘട്ടത്തിൽ സർക്കാർ ശ്രദ്ധിക്കേണ്ടതുണ്ട്. ഹിന്ദു മൗലികവാദവും അതിന്റെ മുസ്ലിം പ്രതിരൂപവും വിചിത്രമാംവിധം അടുക്കുകയും ഒരു പൊതുബിന്ദുവിൽ സംഗമിക്കുകയും ചെയ്തു. ഇന്ത്യയിൽ അസ്ഥിരീകരണത്തിന്റെ സാഹചര്യങ്ങൾ സൃഷ്ടിക്കുകയല്ലാതെ മറ്റൊന്നുമല്ല ഇതിന്റെ ലക്ഷ്യം" ജാംഷെഡ്പൂർ ലഹളയുടെ പശ്ചാത്തലത്തിൽ ലോക്സഭ വർഗീയ കലാപങ്ങളെക്കുറിച്ചു നടത്തിയ ചർച്ചകളിൽ പങ്കെടുത്തുകൊണ്ട് ഇന്ദ്രജിത്ത് ഗുപ്ത പറഞ്ഞ കാര്യങ്ങൾ ഇതോടു ചേർത്തുവായിക്കേണ്ടതാണ്. ജാംഷെഡ്പൂർ കലാപത്തിനു പിന്നിലുണ്ടായിരുന്നത് ആർ.എസ്.എസ്-ജമാ അത്തെ കൂട്ടുകെട്ടായിരുന്നുവെന്നും പ്രത്യക്ഷത്തിൽ വൈരികളായ ഈ

രണ്ടു വിഭാഗങ്ങളും പരസ്പരം ആക്ഷേപിക്കുകയോ വിമർശിക്കുകയോ ചെയ്യുന്നില്ലെന്നത് അർത്ഥഗർഭമാണെന്നുമാണ് ഗുപ്ത അഭിപ്രായപ്പെട്ടത്. (സെക്കുലർ ഡെമോക്രസി, ഒക്ടോബർ 1980) ജാംഷെഡ്പൂർ കലാപത്തെ ക്കുറിച്ച് അന്വേഷിച്ച ജിതേന്ദ്ര നാരായണൻ കമ്മീഷൻ റിപ്പോർട്ടിലും കലാപവുമായി ബന്ധപ്പെട്ട് പിന്നീടു പാർലമെന്റിലും പുറത്തും നടന്ന ചർച്ചകളിലും ആർ.എസ്.എസിനോടൊപ്പം പരാമർശിക്കപ്പെട്ട ഒരേയൊരു മുസ്ലിം സംഘടന ജമാ അത്തെ ഇസ്ലാമിയാണ്. അനുയായികളെ വർഗീയോ ന്മുഖരാക്കുന്നതിൽ ആ സംഘടനയുടെ പ്രത്യയശാസ്ത്രം വഹിക്കുന്ന പങ്കുതന്നെയാണ് ഇത്തരം പരാമർശങ്ങൾക്കു കാരണം. ആർ.എസ്.എസും ജമാ അത്തെ ഇസ്ലാമിയും 'പ്രത്യയശാസ്ത്രമച്ചുനന്മാർ' (Ideological cousins) ആണെന്ന താണ് സത്യം. രണ്ടിനെയും ഒരുപോലെ പ്രതിരോധിക്കുക യാണ് മതേതര ജനാധിപത്യവാദികൾ ചെയ്യേണ്ടത്.

(2003)

■

മുസ്‌ലിം ഭീകരത?

മുസ്‌ലിങ്ങൾക്കിടയിൽ തീവ്രവാദികളും ഭീകരവാദികളുമുണ്ട്. അവരെ ഏതെങ്കിലും വിധത്തിൽ നീതിമത്കരിക്കുക എന്റെ ഉദ്ദേശ്യമല്ല. തീവ്രവാദഭീകരവാദശക്തികളും അവർ പ്രതിനിധാനം ചെയ്യുന്ന പ്രത്യയ ശാസ്ത്രവും നിശിതമായി വിമർശിക്കപ്പെടുകയും തുറന്നുകാട്ടപ്പെടുകയും ചെയ്യണം. വധവാണിജ്യത്തിലും മരണവ്യാപാരത്തിലും ഏർപ്പെടുന്ന ആ ദുശ്ശക്തികളെ നിർദ്ദാക്ഷിണ്യം നിയമഹസ്തങ്ങൾക്കു മുൻപിൽ ഹാജരാക്കുകയും വേണം. നമ്മുടെ നീതിന്യായവ്യവസ്ഥ അനുശാസിക്കുന്ന ശിക്ഷ, അതെത്ര തീക്ഷ്ണമാവട്ടെ, അനുഭവിക്കാൻ അവർ ബാധ്യസ്ഥരുമാണ്.

പ്രശ്നം അവിടെ അവസാനിക്കുന്നുവെങ്കിൽ, എല്ലാം ശുഭമാണെന്നു പറയാമായിരുന്നു. ദൗർഭാഗ്യവശാൽ, അതല്ല സ്ഥിതി: കേരളത്തിലായാലും കേരളത്തിനു വെളിയിൽ ഇന്ത്യയിലെ മറ്റു സംസ്ഥാനങ്ങളിലായാലും ഇന്ത്യയ്ക്കു പുറത്ത് ഇതര രാജ്യങ്ങളിലായാലും മുസ്‌ലിങ്ങൾക്കിടയിലെ ഒരു ചെറിയ വിഭാഗം തീവ്രവാദികളാണ് എന്നല്ല, മുസ്‌ലിം സമുദായം മൊത്തത്തിൽ തീവ്രവാദികളാണ് എന്ന തികച്ചും അടിസ്ഥാനശൂന്യമായ ധാരണയാണ് അടുത്ത കാലത്തായി വേരുറച്ചുകൊണ്ടിരിക്കുന്നത്. ആഗോളതലത്തിൽ മുസ്‌ലിം ജനസംഖ്യ നൂറ്റിയിരുപതു കോടിയോളം വരും. അഖിലേന്ത്യാ തലത്തിൽ പതിനാലു കോടിയാണ് മുസ്‌ലിം ജനസംഖ്യ. കേരളത്തിലാവട്ടെ മുക്കാൽ കോടിയിലേറെ മുസ്‌ലിങ്ങളുണ്ട്. ഇവരിൽ തീവ്രവാദ-ഭീകരവാദ ഗണത്തിൽപ്പെടുത്താവുന്ന മുസ്‌ലിങ്ങൾ എത്ര ശതമാനം വരും? ആരുടെ കൈവശവും കൃത്യമായ കണക്കില്ല. പക്ഷേ, ഈജിപ്ത് തൊട്ട് ഇന്തോനേഷ്യവരെയും അമേരിക്ക തൊട്ട് ചൈനവരെയും വ്യാപിച്ചുകിടക്കുന്ന മുസ്‌ലിങ്ങളുടെ രാഷ്ട്രീയ കാഴ്ചപ്പാടുകളും സാമൂഹിക ജീവിതശൈലിയും പരിശോധിക്കുമ്പോൾ അവർക്കിടയിലെ അഞ്ചു ശതമാനത്തെപ്പോലും തീവ്രവാദ ഭീകരവാദ ഗ്രൂപ്പുകൾക്കു സ്വാധീനിക്കാൻ കഴിഞ്ഞിട്ടില്ല എന്നു മനസ്സിലാക്കാൻ കഴിയും. പലസ്തീൻ പോലുള്ള ചില സംഘർഷ മേഖലകളിൽ ഹമാസ് പോലുള്ള മതമൗലിക- തീവ്രവാദ

ശക്തികൾക്കു താത്കാലിക മേല്ക്കോയ്മ കൈവന്നിരിക്കുന്നു എന്നത് ശരിയാണെങ്കിലും ഇതര സമുദായങ്ങൾക്കിടയിലെ മഹാഭൂരിപക്ഷത്തെപ്പോലെ മുസ്ലിം സമുദായത്തിലെ മഹാഭൂരിപക്ഷവും സമാധാനകാംക്ഷികളും തീവ്രവാദ വിമുഖരുമാണ്.

ഈ അനിഷേധ്യ യാഥാർത്ഥ്യം ആഗോളതലത്തിൽ എത്ര പെട്ടെന്നാണ് തകിടം മറിക്കപ്പെടുന്നത്! അമേരിക്കയിലെ 9/11-ഉം ഇംഗ്ലണ്ടിലെ 7/7-ഉം തീർച്ചയായും മാപ്പർഹിക്കാത്ത കുറ്റകൃത്യങ്ങളുടെ പട്ടികയിൽ പെടുന്നു. പക്ഷേ, ഈ രണ്ടു സംഭവങ്ങളേയും തത്പരകക്ഷികൾ ഉപയോഗപ്പെടുത്തിയത് ലോകത്തിലെ മുസ്ലിങ്ങൾ മുഴുക്കെ ഭീകരവാദഗണത്തിൽപ്പെടുന്നു എന്നു സമർത്ഥിക്കാനാണ്. 2005 ജൂലൈ 7-ന് ലണ്ടനിലുണ്ടായ സ്ഫോടനങ്ങളെത്തുടർന്ന് ലണ്ടൻ പൊലീസിന്റെ വെടിയേറ്റു മരിച്ച ഴാൻചാൾസ് മെനെസസിനെ ഇവിടെ ഓർക്കണം. നിഷ്കളങ്കനായ ആ ബ്രസീലിയൻ യുവാവിനെ ആംഗ്ലേയ പൊലീസ് വെടിവച്ചു കൊല്ലാനുണ്ടായ കാരണം, ആ യുവാവിന് 'ഏഷ്യൻ, അറബി മുഖച്ഛായ' ഉണ്ടായിരുന്നു എന്നതാണ്! ഒന്നുകൂടി തെളിച്ചുപറഞ്ഞാൽ, ആ ബ്രസീലിയൻ ചെറുപ്പക്കാരൻ മുസ്ലിമാണെന്നു പൊലീസുകാരനു തോന്നി. ഉടനെ അയാൾ കാഞ്ചി വലിച്ചു. ഒരു മുസ്ലിം മുഖച്ഛായ മതി ഒരാൾ ഭീകരവാദിയാണെന്നു തീരുമാനിക്കാൻ എന്നു സാരം.

ചർച്ചചെയ്യപ്പെടാത്ത ഭീകരതകൾ

കാര്യങ്ങൾ ഈ പതനത്തിൽ എത്തിച്ചേരുന്നതിൽ അമേരിക്കൻ ഭരണകൂടത്തിന്റെ ബൃഹദാഖ്യാനങ്ങൾ വഹിച്ച പങ്ക് ചെറുതല്ല. 2001 സെപ്തംബർ 11ന് ലോകവ്യാപാര കേന്ദ്രത്തിനുനേരെ നടന്ന ചാവേർ ആക്രമണത്തെത്തുടർന്ന് യു.എസ്.ഭരണാധികാരികൾ ആവിഷ്കരിച്ച 'ഓപ്പറേഷൻ ഇൻഫിനിറ്റ് ജസ്റ്റീസ്' എന്ന ബൃഹദാഖ്യാനത്തിന്റെ പ്രമേയം പരിശോധിച്ചുനോക്കൂ. 'സ്വതന്ത്ര, പരിഷ്കൃത ലോകം' 'തെമ്മാടി രാഷ്ട്രങ്ങളെയും ഭീകരവാദികളെ'യും നേരിടുന്നതാണ് ആ പ്രമേയത്തിന്റെ ഒരു വശം. 'ജനാധിപത്യം' 'സ്വേച്ഛാധിപത്യ'ത്തിനെതിരിൽ അടരാടുന്നതാണ് അതിന്റെ മറ്റൊരു വശം. 'അസഹിഷ്ണുത'യ്ക്കെതിരിൽ 'സഹിഷ്ണുത'യുടെ പോരാട്ടമാണ് അതിന്റെ മൂന്നാമത്തെ വശം. അമേരിക്കയും അതിന്റെ സഖ്യശക്തികളും 'സ്വതന്ത്ര പരിഷ്കൃത ലോക'ത്തിന്റെയും ജനാധിപത്യത്തിന്റെയും സഹിഷ്ണുതയുടെയും പക്ഷത്തു നില്ക്കുമ്പോൾ 'അപരിഷ്കൃത ലോക'ത്തെ പ്രതിനിധാനം ചെയ്യുന്ന മുസ്ലിങ്ങൾ സ്വേച്ഛാധിപത്യത്തിന്റെയും അസഹിഷ്ണുതയുടെയും മൂർത്തീഭാവങ്ങളാണെന്ന സന്ദേശമാണ് ഈ ബൃഹദാഖ്യാനം പ്രസരിപ്പിച്ചത്. മാധ്യമ പിന്തുണയോടെ ആ സന്ദേശം അരക്കിട്ടുറപ്പിക്കുന്നതിൽ അമേരിക്കയും കൂട്ടാളികളും വിജയിക്കുകയും ചെയ്തു.

പക്ഷേ, ചരിത്രത്തിന്റെ മറുവശം നിഷ്പക്ഷമതികളുടെ മുൻപിൽ തുറന്നു കിടന്നിരുന്നു. 'പരിഷ്കൃത' അമേരിക്ക അത്ര പരിഷ്കൃതമല്ലെന്നും ഭീകരകൃത്യങ്ങളെ എതിർക്കുന്ന ആ രാജ്യം സ്വയം ഭീകരകൃത്യങ്ങളിലേർപ്പെടുന്നുണ്ടെന്നും സഹിഷ്ണുതയെക്കുറിച്ചു സംസാരിക്കുന്ന അവർ അസഹിഷ്ണുത പ്രകടിപ്പിക്കുന്നുണ്ടെന്നും കണ്ണുള്ളവർക്കെല്ലാം കാണാം. ഭീകരതയ്ക്കെതിരിൽ വാചാലമാകുന്ന അമേരിക്കയാണ് ഒരു ദശാബ്ദം മുൻപ് അന്താരാഷ്ട്ര വ്യോമപഥത്തിൽ സഞ്ചരിച്ച ഒരു ഇറാനിയൻ വിമാനത്തെ വെടിവച്ചു വീഴ്ത്തി ഇരുന്നൂറിലേറെപ്പേരുടെ ജീവനപഹരിച്ചത്. അതേ അമേരിക്കയുടെ ക്രൂരമുഖമാണ് ക്യൂബയിലെ ഗ്വാണ്ടനാമോയിലും ഇറാഖിലെ അബുഗുറൈബിലും ലോകം ദർശിച്ചത്. സഹിഷ്ണുതയെക്കുറിച്ച് ഗിരിപ്രഭാഷണം നടത്തുന്ന അമേരിക്കയിൽ സിക്കുകാരുൾപ്പെടെ താടിവളർത്തിയവർ ഭീകരവാദികളെന്ന പേരിൽ വേട്ടയാടപ്പെട്ടതും സമീപകാല ചരിത്രമത്രേ. അമേരിക്കൻ ഭീകരതയും അസഹിഷ്ണുതയും പക്ഷേ, ചർച്ച ചെയ്യപ്പെടാതെ പോകുന്നു. അവ ചർച്ചയ്ക്കു വിധേയമാവാതിരിക്കാൻ അമേരിക്കയും മാധ്യമ സമൂഹവും പ്രത്യേകം ശ്രദ്ധിക്കുന്നു എന്നാണ് പറയേണ്ടത്. ന്യൂയോർക്കിലെ ലോകവ്യാപാര കേന്ദ്രത്തിൽ വിമാനം ഇടിച്ചു കയറ്റുന്നതിന്റെയും ബഹുനിലകെട്ടിടത്തിൽനിന്ന് ആളുകൾ പുറത്തേയ്ക്കു ചാടുന്നതിന്റെയും ദൃശ്യങ്ങൾ മാസങ്ങളോളം ടെലിവിഷൻ ചാനലുകളിൽ ആവർത്തിച്ചുകൊണ്ടിരുന്നു. അതേസമയം അമേരിക്ക തകർത്ത ഇറാനിയൻ വിമാനത്തെക്കുറിച്ചുള്ള വാർത്ത ഒരൊറ്റ ദിവസമേ മാധ്യമങ്ങളിൽ നിലനിന്നുള്ളൂ. ഒരു 'സോറി'യിൽ ആ ദുരന്തത്തെ ഒതുക്കാൻ യു.എസ്.ഭരണകൂടത്തിനു കഴിയുകയും ചെയ്തു.

തങ്ങളുടെ ഭീകരത മറച്ചുവയ്ക്കുന്നതിൽ മാത്രമല്ല, മുസ്ലിംപക്ഷത്തു നിന്ന് ഉയരുന്ന ഭീകരതയെ സമുദായവത്കരിക്കുന്നതിലും അമേരിക്ക വിജയിക്കുന്നു. അമേരിക്കാനുകൂല വാർത്താ ഏജൻസികളും മാധ്യമങ്ങളുമാണ് 'ഇസ്ലാമിക് ടെററിസം' എന്ന പ്രയോഗത്തിന് ആർത്തിച്ചുള്ള ഉപയോഗത്തിലൂടെ സ്വാഭാവികത നൽകിയത്. പലസ്തീനിൽ അമേരിക്ക 'മുസ്ലിം ഭീകരത' കാണുന്നു. എന്നാൽ തൊട്ടപ്പുറത്ത് ഇസ്രായേലിൽ അമേരിക്ക 'ജൂത ഭീകരത' കാണുന്നില്ല. മുസ്ലിംപക്ഷത്തുനിന്നുവരുന്ന ഭീകരത മാത്രം സമുദായവത്കരിക്കപ്പെടുന്നു എന്നതാണ് വിചിത്രം. ഇതര മത സമുദായങ്ങൾക്കകത്തുള്ള ഭീകര പ്രസ്ഥാനങ്ങളെ ആ സമുദായങ്ങളുമായി ആരും ബന്ധപ്പെടുത്തുന്നില്ല. അഫ്ഗാനിസ്താനിലെ താലിബാനും ഒസാമാ ബിൻ ലാദന്റെ അൽ ഖായ്ദയും ലോകദൃഷ്ടിയിൽ മുസ്ലിം ഭീകരതയുടെ പ്രതിനിധാനങ്ങളാണ്. എന്നാൽ, ശ്രീലങ്കയിലെ തമിഴ് ഹിന്ദുക്കളുടെ ഭീകര സംഘമായ എൽ.റ്റി.റ്റി.ഇയോ അസമിലെ ഹിന്ദുക്കളുടെ ഭീകരകൂട്ടായ്മയായ 'ഉൽഫ'യോ 'ഹൈന്ദവ ഭീകരത'യുടെ പ്രതിനിധാനങ്ങളായി ചിത്രീകരിക്കപ്പെടുന്നില്ല. ലഷ്കർ ഇ ത്വയിബയും ഹിസ്ബുൽ മുജാഹിദീനും ജെയ്ശെ

മുഹമ്മദും മുസ്‌ലിം ഭീകര പ്രസ്ഥാനങ്ങളുടെ പട്ടികയിൽ വരുമ്പോൾ, ബജ്റംഗ്ദളും ശിവസേനയും ആർ.എസ്.എസ്സുമൊന്നും ഹിന്ദുഭീകര പ്രസ്ഥാനങ്ങൾ എന്ന നിലയ്ക്കു പരിചയപ്പെടുത്തപ്പെടുന്നില്ല. റഷ്യയിലെ ചെചൻ തീവ്രവാദികളുടെ മുസ്‌ലിം പശ്ചാത്തലത്തിന് അടിവര ചാർത്തുന്നവർ യു.കെ.യിലെ ഐറിഷ് തീവ്രവാദികളുടെ ക്രൈസ്തവ പശ്ചാത്തലം അവഗണിക്കുകയാണ് പതിവ്.

തീവ്രവാദ-ഭീകരവാദ ഗ്രൂപ്പുകളുടെ മത-സമുദായ പശ്ചാത്തലം അവഗണിക്കുക തന്നെയാണ് വേണ്ടത്. തീവ്രവാദികളും ഭീകരവാദികളും ഏതു സമുദായത്തിൽ പെട്ടവരായാലും അവർ കൊണ്ടുനടക്കുന്ന പ്രത്യയശാസ്ത്രവും മനോഘടനയും സാരാംശത്തിൽ ഒന്നു തന്നെയാണ്. മാത്രവുമല്ല, വിവിധ സമുദായങ്ങൾക്കുള്ളിൽ പ്രവർത്തിക്കുന്ന ഭീകരവാദ സംഘങ്ങൾ പരസ്പര പോഷകങ്ങളാണെന്ന നിലയ്ക്ക് അവ തമ്മിൽ ജൈവബന്ധം നിലനില്ക്കുകയും ചെയ്യുന്നു. ഒന്നു മറ്റൊന്നിനെ തോല്പിക്കുകയല്ല, വളർത്തുകയാണ് ചെയ്യുന്നത്.

ഈ പൊതുപശ്ചാത്തലത്തിൽനിന്നുകൊണ്ട് കേരളത്തിൽ സമീപകാലത്തുണ്ടായ ചില 'തീവ്രവാദ' ഭീഷണികളിലേയ്ക്കു നമുക്കു കടന്നു വരാം. കോഴിക്കോട്ടെ കെ.എസ്.ആർ.ടി.സി. ബസ്സ്റ്റേഷൻ പരിസരത്തും മൊഫ്യുസിൽ ബസ്സ്റ്റാൻഡ് പരിസരത്തും സ്ഫോടനങ്ങൾ സംഭവിക്കുന്നു. ആലുവായ്ക്കടുത്ത് യോഗം ചേർന്ന നിരോധിത 'സിമി'യുടെ ഏതാനും പ്രവർത്തകർ പൊലീസ് പിടിയിലാവുന്നു. രാഷ്ട്രപതിയുടെ കേരള സന്ദർശനത്തിന്റെ തലേന്ന് തിരുവനന്തപുരത്ത് തപാൽ ബോംബുകൾ പ്രത്യക്ഷപ്പെടുന്നു. പ്രധാനമന്ത്രി നവംബർ ഒന്നിനു കേരളം സന്ദർശിക്കാനിരിക്കെ എറണാകുളത്തെ ഒരു ഇന്റർനെറ്റ് കഫേയിൽനിന്നു പ്രധാനമന്ത്രി കേരളത്തിൽ വച്ച് വധിക്കപ്പെടുമെന്ന ഇ.മെയിൽ സന്ദേശം അധികൃതർക്കു ലഭിക്കുന്നു. അതിന്റെ ചൂടാറും മുൻപ് മൈസൂരിൽ പിടികൂടപ്പെട്ട രണ്ടു പാക്ഭീകരരിൽ ഒരാൾക്കു കോഴിക്കോടുമായി ബന്ധമുണ്ടെന്നു തെളിയുന്നു. ഈ സംഭവ വികാസങ്ങൾക്കു മധ്യേയാണ് മുംബൈയിൽ ട്രെയിൻ സ്ഫോടനങ്ങളുണ്ടാവുന്നതും നിരവധി പേർ കൊല്ലപ്പെടുന്നതും.

മിതവാദികളെ പ്രോത്സാഹിപ്പിക്കുക

മേല്പറഞ്ഞ സംഭവങ്ങൾ സൂക്ഷ്മ പരിശോധനയ്ക്കു വിധേയമാക്കുകയും നിജസ്ഥിതി ഗ്രഹിക്കുകയും ചെയ്യുന്നതിനുമുൻപ് കേരളത്തിലെ പൊതുസമൂഹം ചില അപക്വനിഗമനങ്ങളിലേയ്ക്ക് എടുത്തുചാടിയതു പോലെയാണ് അനുഭവപ്പെടുന്നത്. തപാൽബോംബിനും ഇ.മെയിൽ സന്ദേശത്തിനും പിന്നിലുള്ളത് കേവലം വ്യക്തിതാത്പര്യങ്ങളാണെന്നു തെളിഞ്ഞു

കഴിഞ്ഞിട്ടുണ്ടെങ്കിലും, കേരളം 'മുസ്‌ലിം ഭീകരത'യുടെ പിടിയിലമരുകയാണെന്ന ധാരണ ചില കേന്ദ്രങ്ങളിലെങ്കിലും ശക്തമായി നിലനില്ക്കുന്നുണ്ട്. മുസ്‌ലിങ്ങൾ മുഴുവൻ ഭീകരവാദികളോ ഭീകരവാദാനുകൂലികളോ ആണെന്ന തോന്നൽ അപരസമുദായങ്ങൾക്കിടയിൽ വളരുകയോ വളർത്തപ്പെടുകയോ ചെയ്യുന്നു. ഒരാൾ മുസ്‌ലിമാണോ, എങ്കിൽ അയാൾ തീവ്രവാദിയായി ബ്രാൻഡ് ചെയ്യപ്പെടുന്നതിലേയ്ക്കു കാര്യങ്ങൾ എത്തിച്ചേരുമോ എന്ന ആശങ്ക പോലും നിലവിലുള്ള സാഹചര്യങ്ങൾ അസ്ഥാനത്തല്ല.

തുടക്കത്തിൽ സൂചിപ്പിച്ചതു പോലെ, മുസ്‌ലിങ്ങൾക്കിടയിൽ തീർച്ചയായും തീവ്രവാദികളും ഭീകരവാദികളുമുണ്ട്. കേരളത്തിലെ മുസ്‌ലിങ്ങൾക്കിടയിലുമുണ്ടാവാം അത്തരക്കാർ. പക്ഷേ, അവർ വളരെ ചെറിയ ന്യൂനപക്ഷമാണെന്ന വസ്തുത അടിവരയിട്ടു മനസ്സിലാക്കപ്പെടണം. കൂട്ടത്തിൽ ഓർമ്മ വയ്ക്കേണ്ട കാര്യമാണ് തീവ്രവാദ ഭീകരവാദ പ്രവണതകളും പ്രസ്ഥാനങ്ങളും മറ്റു സമുദായങ്ങൾക്കിടയിലുമുണ്ടെന്നത്. അത്തരം സമുദായങ്ങൾക്കകത്തും ഇമ്മാതിരി പ്രവണതകൾ പ്രകടിപ്പിക്കുന്നത് ചെറിയ ന്യൂനപക്ഷം തന്നെയാണ്. ഈ ചെറിയ തീവ്രവാദ ന്യൂനപക്ഷത്തിന്റെ പേരിൽ മുസ്‌ലിമേതര സമുദായങ്ങളുടെമേൽ ആരും മൊത്തത്തിൽ തീവ്രവാദമുദ്ര ചാർത്തുന്നില്ല. എങ്കിൽ പിന്നെ മുസ്‌ലിം സമുദായത്തിനുമേൽ മൊത്തത്തിൽ തീവ്രവാദ ഭീകരവാദമുദ്ര ചാർത്തുന്നതിലെ യുക്തിയെന്താണ്? അമേരിക്കയുടെ ബൃഹദാഖ്യാനം വിഴുങ്ങുകയല്ല, മറ്റു സമുദായങ്ങളിലെന്നപോലെ മുസ്‌ലിം സമുദായത്തിലും തീവ്രവാദികൾ ഒരു സൂക്ഷ്മന്യൂനപക്ഷമാണെന്നും അവർക്കിടയിലെ വൻഭൂരിപക്ഷം മിതവാദികളും സമാധാന പ്രേമികളുമാണെന്നുമുള്ള യാഥാർത്ഥ്യത്തിലേക്കു കടന്നു ചെല്ലുകയുമാണ് നാം ചെയ്യേണ്ടത്. ഈ മിതവാദികളെ രാഷ്ട്രീയമായി പ്രോത്സാഹിപ്പിച്ചു കൊണ്ടേ തിവ്രവാദികളെ അമർച്ച ചെയ്യാനാവൂ എന്ന വസ്തുത ഒപ്പം തിരിച്ചറിയപ്പെടുകയും വേണം.

(2006)

■

ഇരവാദത്തിലെ മാർക്സിസ്റ്റ് വിരുദ്ധത

ìMost of the dominant theories about oppression to day are explicitly far away from Marxism, some identifiably anti-Marxist and many at least non Marxist.î -Abbie Bakan

ചരിത്രത്തിന്റെ വിവിധഘട്ടങ്ങളിൽ മർദ്ദകർക്കെതിരിൽ മർദ്ദിതർ നടത്തിയ പോരാട്ടങ്ങളെക്കുറിച്ചുള്ള പാഠങ്ങളിൽനിന്നു രൂപപ്പെടുത്തപ്പെട്ട ദർശനമാണ് മാർക്സിസം. മനുഷ്യവിമോചനത്തിന്റെ ശാസ്ത്രം എന്നും അതിനെ ന്യായമായി വിശേഷിപ്പിക്കാം. മർദ്ദനത്തിൽ നിന്നും ചൂഷണത്തിൽ നിന്നും മാത്രമല്ല, അന്യവത്കരണത്തിൽനിന്നുകൂടി മനുഷ്യനെ വിമോചിപ്പിക്കുക എന്നതാണ് അതിന്റെ ലക്ഷ്യം. ഒന്നരനൂറ്റാണ്ടുമുമ്പ് കാൾമാർക്സും ഫ്രെഡറിക് എംഗൽസും ചേർന്നെഴുതിയ "കമ്മ്യൂണിസ്റ്റ് മാനിഫെസ്റ്റോ" സമസ്താർത്ഥത്തിൽ മർദ്ദിതരുടെ മാനിഫെസ്റ്റോ ആയിരുന്നു. വംശ, വർണ, ദേശ, മത, ജാതി സ്വരൂപങ്ങൾക്കതീതമായി നിലനില്ക്കുന്ന മർദ്ദകവർഗങ്ങൾക്കെതിരിൽ മർദ്ദിതവർഗങ്ങളുടെ പ്രത്യയശാസ്ത്രപരവും പ്രയോഗപരവുമായ പോരാട്ടങ്ങളുടെ ആവശ്യകതയിലേക്കു മാർക്സിസം വിരൽ ചൂണ്ടി.

കാൾമാക്സിന്റെ കൃതികളിൽ മർദ്ദനത്തിന്റെ രണ്ടു രൂപങ്ങൾ പ്രതിപാദിക്കപ്പെട്ടത് കാണാം: ഒന്ന്, വർഗമർദ്ദനം. രണ്ട്, വർഗങ്ങളിലെ പ്രത്യേകവിഭാഗങ്ങളുടെ നേരെയുള്ള മർദ്ദനം. ആദ്യത്തേത് ചൂഷകവർഗങ്ങൾ ചൂഷിതവർഗ്ഗങ്ങൾക്കു മേൽ നടത്തുന്ന മർദ്ദനമാണെങ്കിൽ, രണ്ടാമത്തേതു ചൂഷകവർഗ്ഗങ്ങൾ ചൂഷിത വർഗങ്ങൾക്കിടയിലെ ചില പ്രത്യേകവിഭാഗങ്ങൾക്കു മേൽ നടത്തുന്ന മർദ്ദനമാണ്. ഇന്ത്യയിൽ കീഴ്ജാതിക്കാർക്കെതിരെയുള്ള മർദ്ദനം ഇപ്പറഞ്ഞ രണ്ടാമത്തെ വകുപ്പിൽപെടുത്താം. സമകാലിക മുതലാളിത്ത സമൂഹങ്ങളിൽ തൊഴിലാളികൾക്കിടയിൽ (മർദ്ദിതർക്കിടയിൽ) പിളർപ്പും വിദ്വേഷവും ജനിപ്പി ക്കാൻ മർദ്ദകവർഗ്ഗത്തെ സഹായിക്കുകയും തൊഴിലാളിവർഗ്ഗത്തിന്റെ കൂട്ടായ വിശപേശൽ ത്രാണിയെ, ഈ സവിശേഷ വിഭാഗ മർദ്ദനം, ദുർബലപ്പെടുത്തുകയും ചെയ്യുന്നു. മർദ്ദിതവർഗങ്ങളുടെ ഐക്യം തകർക്കുന്ന ഈ മർദ്ദന രീതിക്കു വർഗപരമായ ഉള്ളടക്കമില്ലെന്ന്

പ്രത്യക്ഷത്തിൽ തോന്നാം. കാരണം, മുതലാളിത്ത സമൂഹങ്ങളിൽ വംശം, ദേശം, വർണം, മതം, ജാതി തുടങ്ങിയ സാമ്പത്തികേതര ഘടകങ്ങളാൽ വിഭജിക്കപ്പെട്ട തൊഴിലാളികൾക്കു നേരെയാണ്. ഇത്തരം മർദ്ദനം അഴിച്ചു വിടുന്നത്.

മർദ്ദിതരായ തൊഴിലാളിവർഗ്ഗത്തിന്റെ ഐക്യം ശിഥിലമാക്കുകയും മർദ്ദകരായ അധീശവർഗത്തിന്റെ ഭരണവും മേധാവിത്വവും ഉറപ്പിക്കുകയും ചെയ്യുന്ന ഈ സവിശേഷവിഭാഗമർദ്ദനം എങ്ങനെ പ്രവർത്തിക്കുന്നു എന്നു മാർക്സ് വിശദീകരിച്ചിട്ടുണ്ട്. ബ്രിട്ടീഷുകാർ അയർലണ്ടുകാർക്കെതിരിൽ നടത്തിയ ദേശീയമർദ്ദനവും അമേരിക്കയിലെ ആഭ്യന്തരയുദ്ധകാലത്ത് അരങ്ങു തകർത്ത അടിമത്തവും വംശീയതയും മാർക്സ് എടുത്തുകാണിക്കുന്നു. രണ്ടിടങ്ങളിലും മുതലാളിത്ത വർഗതാത്പര്യങ്ങളും വംശീയതയും തമ്മിലുള്ള പാരസ്പര്യം സഹായിച്ചത് മൂലധനശക്തികളെയാണ്. മൂലധനതാത്പര്യങ്ങളും വംശീയവികാരവും കൈകോർത്തപ്പോൾ തൊഴിലാളികളുടെ വർഗ ഐക്യം ശിഥിലമാക്കപ്പെട്ടു. ബ്രിട്ടനിൽ ബ്രിട്ടീഷ് തൊഴിലാളികൾ ഐറിഷ് തൊഴിലാളിക്കെതിരിൽ ബ്രിട്ടീഷ് മുതലാളിത്തവുമായാണ് താദാത്മ്യം പ്രാപിച്ചത്. അമേരിക്കയിലാവട്ടെ തെക്കൻ സംസ്ഥാനങ്ങളിലെ വെള്ളക്കാരായ തൊഴിലാളികൾ ആഫ്രിക്കൻ വംശജരായ കറുത്ത തൊഴിലാളിക്കെതിരിൽ വെള്ളക്കാരായ തോട്ടം മുതലാളിമാരുമായി സാത്മ്യപ്പെട്ടു. വംശീയതയുടെ പ്രത്യയശാസ്ത്രം ഇവിടെ ചെയ്തത് മർദ്ദകരെയും മർദ്ദിതരെയും കൂട്ടിയിണക്കുന്ന ഒരു പൊതുഘടകമുണ്ടെന്ന വ്യാജധാരണ സൃഷ്ടിക്കുകയാണ്. തൽഫലമായി ബ്രിട്ടീഷ് തൊഴിലാളികൾ തങ്ങൾ വംശീയമായി ബ്രിട്ടീഷ് മുതലാളിത്ത ശക്തികളോട് അടുത്തു നിൽക്കുന്നുവെന്നും അമേരിക്കയിലെ ദക്ഷിണസംസ്ഥാനങ്ങളിലെ വെള്ളക്കാരായ തൊഴിലാളികൾ തങ്ങൾ വംശീയമായി വെള്ളക്കാരായ പ്ലാന്റേഷൻ മുതലാളിമാരോട് അടുത്തുനില്ക്കുന്നുവെന്നുമുള്ള ധാരണയ്ക്കു വശംവദരായി.

മൂലധനം അതിന്റെ താത്പര്യസംരക്ഷണാർത്ഥം എങ്ങനെ വംശീയവികാരങ്ങളെ ഉപയോഗപ്പെടുത്തുന്നു എന്നാണ് മുകളിൽ പറഞ്ഞ ഉദാഹരണങ്ങൾ വ്യക്തമാക്കുന്നത്. ബ്രിട്ടനിലും അമേരിക്കയിലും മറ്റും വംശീയ പ്രത്യയശാസ്ത്രമാണ് തൊഴിലാളിവർഗത്തിൽ ഭിന്നിപ്പു സൃഷ്ടിച്ചതെങ്കിൽ, ഇന്ത്യയിൽ ജാതീയവും മതപരവുമായ പ്രത്യയശാസ്ത്രങ്ങളാണ് ആ ധർമ്മം നിർവഹിക്കുന്നത്. ഉദാഹരണത്തിന്, ജാതീയ ദളിത് പ്രത്യയശാസ്ത്രം, കീഴ്ജാതികളുടെ ഐക്യദാർഢ്യത്തിലൂന്നുമ്പോൾ മേൽജാതികളിൽപെട്ട തൊഴിലാളികൾ ഉൾപ്പെടെയുള്ള മർദ്ദിതർ സവർണരായ മേൽജാതി മർദ്ദകരെയും തങ്ങളെയും വർഗാതീതമായി ബന്ധിപ്പിക്കുന്ന ഒരു പൊതുഘടകമുണ്ടെന്ന അബദ്ധധാരണയ്ക്കു കീഴ്പ്പെടുന്ന മതാത്മകപ്രത്യയശാസ്ത്രങ്ങൾ നിർവഹിക്കുന്ന ധർമവും മറ്റൊന്നല്ല. ന്യൂനപക്ഷങ്ങളായ

മുസ്ലിങ്ങളോ ക്രൈസ്തവരോ മർദ്ദക-മർദ്ദിത വിവേചനമില്ലാതെ മതാത്മ കവും സാമുദായികവുമായ ഐക്യദാർഢ്യം ഉയർത്തിപ്പിടിക്കുമ്പോൾ സവർണസമുദായങ്ങളിൽപ്പെട്ട തൊഴിലാളികൾ ഉൾപ്പെടെയുള്ള മർദ്ദിത വർഗങ്ങൾ മർദ്ദകപക്ഷത്തുള്ള സവർണരോടു തങ്ങളെ കണ്ണിചേർക്കുന്ന ഒരു പൊതുഘടകമുണ്ടെന്ന മിഥ്യാധാരണയ്ക്കു വശംവദരാകുന്നു.

'ഇരകൾ സ്വന്തം മാനിഫെസ്റ്റോ എഴുതുമ്പോൾ' എന്ന കെ.ഇ.എൻ. ലേഖനം (മാതൃഭൂമി ആഴ്ചപ്പതിപ്പ്, ഒക്ടോബർ 23, 2005) മുകളിൽ പരാമർ ശിച്ച വസ്തുതകൾക്കു നേരെ നിരങ്കുശം കണ്ണടക്കുന്നു. വിചാരങ്ങൾക്കു പകരം വികാരവും വസ്തുനിഷ്ഠതയ്ക്കു പകരം പലപ്പോഴും ആത്മനിഷ്ഠത യുമാണ് പരത്തിയെഴുതപ്പെട്ട ആ ലേഖനത്തിൽ തുളുമ്പി നില്ക്കുന്നത്. മർദ്ദിതവർഗം, മർദ്ദകവർഗം തുടങ്ങിയ മാർക്സിസ്റ്റ് പദപ്രയോഗങ്ങളോട് അവജ്ഞാനിർഭരമായ അനാഭിമുഖ്യം പുലർത്തുന്ന ലേഖകൻ വികാര തരളിത ഭാഷയിൽ 'ഇര'കളെ പരിചയപ്പെടുത്തുമ്പോൾ അനാവൃതമാകു ന്നത് ഒരുതരം പൈങ്കിളിമാർക്സിസമാണെന്നു ഖേദപൂർവം പറയേണ്ടി വരുന്നു. കേരളത്തിലിരുന്നുകൊണ്ട് ചില മതസമുദായങ്ങളെ ആകമാനം ഇരകളായി (മർദ്ദിതരായി) ചിത്രീകരിക്കുവാൻ പൈങ്കിളി മാർക്സിസ്റ്റു കൾക്കു മാത്രമേ കഴിയൂ. പിൻബലത്തിനു കൂട്ടുപിടിക്കുന്ന ഇ.എം.എസ് മരിച്ചുപോയതു ലേഖകന്റെ ഭാഗ്യം. കേരളത്തിലെ എന്നല്ല ഇന്ത്യയിലെ ത്തന്നെ ഏതെങ്കിലും മതസമുദായം മുഴുക്കെ മർദ്ദിതരാണെന്ന വീക്ഷണം ഇ.എം.എസ് ഒരിക്കലും അവതരിപ്പിച്ചിട്ടില്ല. എന്നല്ല, ഹൈന്ദവഫാസിസ ത്തിന്റെ ഇസ്ലാമിക-ക്രൈസ്തവ രൂപങ്ങൾ കൂടിയുണ്ടെന്ന് അദ്ദേഹം ഒന്നിലധികം തവണ ഓർമ്മപ്പെടുത്തിയിട്ടുമുണ്ട്. ജീവിച്ചിരിക്കുന്ന യെച്ചൂരി യാവട്ടെ ഗോൾവാൾക്കറിസത്തെയും മൗദൂദിസത്തെയും ഒരേ നാണയ ത്തിന്റെ രണ്ടു വശങ്ങളായാണ് ചിത്രീകരിച്ചിട്ടുള്ളത്.

തങ്ങളുടെ 'ഇര'യന്വേഷണങ്ങളോട് നിഷേധഭാവത്തിൽ പ്രതികരിക്കുന്ന വരെയെല്ലാം 'സവർണപ്രത്യയശാസ്ത്രത്തിന്റെ തടവുകാർ' എന്ന വാരിക്കുന്തം കൊണ്ടാണ് പൈങ്കിളിമാർക്സിസ്റ്റുകൾ നേരിടുന്നത്. കേരള ത്തിലെ മുസ്ലിങ്ങൾ മുഴുക്കെ പീഡിതരാണോ എന്നു വല്ലവരും ചോദിച്ചു പോയാൽ ഉടനെ അത്തരക്കാർ സവർണപ്രത്യയശാസ്ത്രത്തിന്റെ (സംഘ പരിവാറിന്റെ) കുഴലൂത്തുകാരായി ചാപ്പ കുത്തപ്പെടുന്നു. പൂന്താനത്തെയും ധനഞ്ജയ കീറിനെയും മാടമ്പ് കുഞ്ഞുകുട്ടനെയും എം.എൻ.വിജയനെയും മാത്രമല്ല മാർക്സിസ്റ്റ് ചരിത്രകാരനായി അറിയപ്പെടുന്ന ബിപിൻ ചന്ദ്രയെ പ്പോലും വെറുതെ വിടുന്നില്ല ഇരവാദികൾ. പൂന്താനത്തിന്റെ ജ്ഞാനപ്പാന യിലെ ഭാരതസ്തുതിയിൽ സവർണമേൽക്കോയ്മ കണ്ടെത്തുന്ന ഇവർ 'ഭാരതഭാഗ്യവിധാതാ' എന്ന വരിയുൾക്കൊള്ളുന്ന ടാഗൂറിന്റെ 'ജനഗണമന' യിലും 'ഭാരതമെന്ന പേരുകേട്ടാൽ അഭിമാനപൂരിതമാകണമന്തരംഗം' എന്ന

വള്ളത്തോളിന്റെ കാവ്യശകലത്തിലും 'സവർണപ്രത്യയശാസ്ത്രം' ആരോപിക്കുന്ന കാലം ഏറെ അകലെയല്ല.

പേരിൽ പലതുമിരിക്കുന്നു എന്നു കണ്ടെത്തുന്ന ഇര സിദ്ധാന്തക്കാർ ഭാവിയിൽ ഇ.എം.എസിനെ അദ്ദേഹത്തിന്റെ പേരിന്റെ പേരിൽ വിചാരണ ചെയ്യുമോ എന്നും ആശങ്കിക്കേണ്ടതുണ്ട്. ആദിശങ്കരന്റെ പേര് സ്വീകരിച്ച, അതോടൊപ്പം ഏലംകുളം മന എന്ന ബ്രാഹ്മണമുദ്ര ചേർത്ത, നമ്പൂതിരിപ്പാട് എന്ന മേൽജാതിനാമം കൊണ്ടുനടന്ന ഇ.എം.എസ് സവർണസംസ്കാരത്തിന്റെ അപ്പോസ്തലനായിരുന്നെന്ന് അവർ വിധിയെഴുതിയേക്കും. അത്തരം വിധിയെഴുത്തുകളിൽനിന്ന് മൺമറഞ്ഞുപോയ പി.കൃഷ്ണപിള്ളയും സി.അച്യുതമേനോനും എം.എൻ.ഗോവിന്ദൻനായരും പി.കെ.വാസുദേവൻ നായരും മാത്രമല്ല ജീവിച്ചിരിക്കുന്ന പി.ഗോവിന്ദപ്പിള്ളയും രക്ഷപ്പെടാനിടയില്ല. പേരിനോടൊപ്പം മേൽജാതി നാമം സൂക്ഷിച്ചവരാണല്ലോ അവരും. സവർണവിരോധം ഇക്കണക്കിനു പോയാൽ പശു (ഗോമാതാവ്) സവർണ പ്രത്യയശാസ്ത്രത്തിന്റെ ചിഹ്നമാണെന്നും ദളിതരും മുസ്ലിങ്ങളും ക്രൈസ്തവരും പശുവിനെ വളർത്തിക്കൂടെന്നും ഇവർ വിധിച്ചുകൂടായ്കയില്ല.

'ഇരകളുടെ മാനിഫെസ്റ്റോ'യുടെ പ്രസാധനം നിർവഹിച്ചത് ഒരു വലതുപക്ഷപ്രസാധനശാലയാണെന്നതും പുസ്തകം കൂടുതൽ വിറ്റഴിഞ്ഞത് മുസ്ലിം മതമൗലികസാമുദായിക വൃത്തങ്ങളിലാണെന്നതും യാദൃച്ഛികമല്ല.

ആർ.എസ്.എസ്സിനെയും സംഘപരിവാറിനെയും അവരുടെ അമാനവിക പ്രത്യയശാസ്ത്രത്തെയും മാർക്സിസ്റ്റുകാർ നിശ്ചയമായും നിർദ്ദാക്ഷിണ്യം നേരിടേണ്ടതുണ്ട്. പക്ഷേ അവിടെ അവസാനിക്കുന്നില്ല മാർക്സിസ്റ്റുകാരുടെ രാഷ്ട്രീയ-സാംസ്കാരിക ദൗത്യങ്ങൾ. ന്യൂനപക്ഷസമുദായങ്ങൾക്കിടയിൽ പ്രത്യക്ഷപ്പെടുന്ന മർദ്ദിതവർഗവിരുദ്ധവും മതനിരപേക്ഷ വിരുദ്ധവും ജനാധിപത്യവിരുദ്ധവുമായ അമാനവികപ്രത്യയശാസ്ത്രങ്ങളെയും പ്രവണതകളെയുംകൂടി തുറന്നുകാട്ടുകയും പ്രതിരോധിക്കുകയും ചെയ്യേണ്ട ബാധ്യതകൂടി മാർക്സിസ്റ്റുകാർക്കുണ്ട്. ഇ.എം.എസ്സ് തൊട്ട് പ്രകാശ് കാരാട്ട് വരെയുള്ളവർ ആ നിലപാടാണ് സ്വീകരിച്ചത്. എന്നാൽ ഇരയന്വേഷകർ കറകളഞ്ഞ ഇസ്ലാമിക മൗലികവാദികളെപ്പോലെ ഭൂരിപക്ഷസമുദായത്തിൽ മാത്രം വേട്ടക്കാരെ കണ്ടെത്തുന്നു. ന്യൂനപക്ഷസമുദായങ്ങളിൽക്കൂടി വേട്ടക്കാരും വേട്ടക്കാരുടെ പ്രത്യയശാസ്ത്രവും പ്രവർത്തനനിരതമാണെന്നത് അവർ കണ്ടില്ലെന്നു നടിക്കുകയോ മൂടിവയ്ക്കുകയോ ചെയ്യുന്നു.

ന്യൂനപക്ഷസമുദായങ്ങളിൽ പ്രവർത്തിക്കുന്ന അമാനവിക പ്രത്യയശാസ്ത്രങ്ങളുടെ പ്രയോക്താക്കൾ മതാതീത മാനവികതയും ഒപ്പം വർഗവീക്ഷണവും ഉയർത്തിപ്പിടിക്കുന്ന കമ്മ്യൂണിസ്റ്റുകാരെത്തന്നെ വേട്ടയാടുന്നു എന്ന സമകാലികയാഥാർത്ഥ്യംപോലും ഇരയന്വേഷകരുടെ ദൃഷ്ടിയിൽപ്പെടുന്നില്ല. 2005 ഒക്ടോബർ 18 ന് ശ്രീനഗറിലെ തുളസിബാഗിൽ

കാശ്മീരിലെ മുസ്‌ലിം ഭീകരവാദികൾ സി.പി.ഐ (എം) സംസ്ഥാന സെക്രട്ടറി മുഹമ്മദ് യൂസഫ് തരിഗാമിക്കുനേരെ ആക്രമണം നടത്തി. ഇതു സംബന്ധിച്ച് ദേശാഭിമാനിയുടെ ദില്ലി ലേഖകൻ 'തോക്കിൻ കുഴൽ സി.പി.ഐ എമ്മിനു നേരെ' എന്ന തലക്കെട്ടിൽ എഴുതിയ റിപ്പോർട്ടിൽ പറയുന്നതിങ്ങനെ: "കാശ്മീരിൽ ഭീകരവാദികളുടെ തോക്കിൻകുഴൽ ഇപ്പോൾ ലക്ഷ്യംവയ്ക്കുന്നത് സി.പി.ഐ(എം) പ്രവർത്തകരെയും നേതാക്കളെയുമാണ്. ചൊവ്വാഴ്ച ശ്രീനഗറിലെ ഏറ്റവും സുരക്ഷയുള്ള സ്ഥലമായ തുളസിബാഗിൽ സി.പി.ഐ(എം) സംസ്ഥാന സെക്രട്ടറിയുടെ വസതിക്കുനേരെ നടന്ന ആക്രമണം ഇത് അടിവരയിടുന്നു. കഴിഞ്ഞ ഒരു മാസത്തിനിടെ ഏഴു സി.പി.ഐ(എം) പ്രവർത്തകരും നേതാക്കളുമാണ് ഭീകരവാദികളുടെ തോക്കിനിരയായത്" (ദേശാഭിമാനി, കോഴിക്കോട് പതിപ്പ്, 19.10.2005). അങ്ങ് കാശ്മീരിൽ മാത്രമല്ല, ഇങ്ങ് കേരളത്തിലെ നാദാപുരം മേഖലയിലും എൻ.ഡി.എഫ് പോലുള്ള മുസ്‌ലിം തീവ്രവാദസംഘങ്ങൾ കമ്മ്യൂണിസ്റ്റുകാരെ വേട്ടയാടിയ ഉദാഹരണങ്ങൾ നമ്മുടെ മുമ്പിലുണ്ട്.

ഏതാനും വർഷമായി ഇരയന്വേഷണയാത്രകളിൽ മുഴുകിയ പൈങ്കിളി മാർക്സിസ്റ്റുകൾക്കും ഈ ആക്രമണങ്ങൾ കാണാൻ കഴിയാതെ പോകുന്നുവെങ്കിൽ അതിനു കാരണം മുസ്‌ലിം മൗലികവാദത്തിന്റെ പ്രത്യയശാസ്ത്രം അവരിൽ അനുക്രമം നേടിക്കൊണ്ടിരിക്കുന്ന മേൽക്കോയ്മയാണ്. ഇസ്ലാമിക ഫണ്ടമെന്റലിസം മുന്നോട്ടുവയ്ക്കുന്ന സാംസ്കാരിക സമീപനത്തിന്റെ വാഹകരായി അവർ മാറിക്കൊണ്ടിരിക്കുന്നു എന്ന് അവരുടെ വരികൾ സാക്ഷ്യപ്പെടുത്തുന്നു. ഇന്ത്യൻ സംസ്കാരത്തെ, സംഘപരിവാറിന്റെ ആയുധപ്പുരയും അഭയസ്ഥാനവുമായി വിലയിരുത്തുന്നത് ഒരുദാഹരണം മാത്രം. ഇന്ത്യൻ സംസ്കാരത്തെ ഹൈന്ദവർക്കു തീറെഴുതിക്കൊടുക്കുകയും മുസ്‌ലിങ്ങൾ ഇസ്ലാമികസംസ്കാരമാണ് (അറേബ്യൻ സംസ്കാരം എന്നു വായിക്കുക) പൊക്കിപ്പിടിക്കേണ്ടതെന്ന് ഉദ്ഘോഷിക്കുകയും ചെയ്യുന്ന മുസ്‌ലിം മൗലികവാദികളുടെ ചിന്തകൾ തന്നെയാണ് ഇവിടെ ഇരസിദ്ധാന്തക്കാർ പിന്തുടരുന്നത്. ഇന്ത്യയുടെ സംസ്കാരത്തിനും പൈതൃകത്തിനും ഒരു മതേതരമുഖം കൂടിയുണ്ടെന്ന കാര്യം ഇവർ വിസ്മരിക്കുന്നു.

ഏതെങ്കിലും ഒരു പ്രത്യേക മതവിഭാഗത്തിനു മാത്രമായി അവകാശപ്പെടാനാവാത്ത ഇന്ത്യൻ സംസ്കാരത്തിൽ ധനാത്മകവും ഋണാത്മകവുമായ വശങ്ങളുണ്ടാവും. അതു സ്വാഭാവികമാണ്. പുരോഗമനവാദികൾ പൊതുവിലും മാർക്സിസ്റ്റുകാർ വിശേഷിച്ചും സംസ്കാരത്തിലെയും പൈതൃകത്തിലെയും ധനാത്മകവശങ്ങൾ സ്വീകരിക്കുകയും ഋണാത്മക വശങ്ങൾ തിരസ്കരിക്കുകയുമാണ് ചെയ്യേണ്ടത്. അല്ലാതെ, സംസ്കാരവും പൈതൃകവും സവർണം എന്നാരോപിച്ച് അപ്പാടെ തള്ളിക്കളയുകയല്ല. താലപ്പൊലി, നിറപറ, നിലവിളക്ക്, എന്നിവയെ ഫ്യൂഡലിസത്തിന്റെ ചിഹ്നങ്ങളായി മാർക്സിസ്റ്റുകാർക്കു വിലയിരുത്താം. ആ നിലയ്ക്ക് അവയെ

തള്ളാം. എന്നാൽ ഇപ്പറഞ്ഞ മൂന്നു കാര്യങ്ങളെ ഹൈന്ദവചിഹ്നങ്ങളാണെന്നാരോപിച്ച് ന്യൂനപക്ഷമൗലികവാദികൾ നിരാകരിക്കുമ്പോൾ അവരുടെ എതിർപ്പ് ഫ്യൂഡലിസത്തോടല്ലെന്നും അപരമതത്തോടാണെന്നും അത്തരം എതിർപ്പ് വർഗീയതയുടെ ഉപോത്പന്നമാണെന്നും തിരിച്ചറിയാനുള്ള വിവേകം മാർക്സിസ്റ്റുകാർക്കുണ്ടാവണം.

താലപ്പൊലിയും നിറപറയും നിലവിളക്കുമെല്ലാം പോലെ കേരളീയ (ഭാരതീയ)സംസ്കാരത്തിന്റെ ഭാഗം എന്ന നിലയ്ക്ക് സർവത്ര കാണുന്ന മറ്റൊന്നാണ് പുഷ്പാർച്ചന. പുഷ്പങ്ങൾ ഇല്ലാതിരുന്ന അറേബ്യൻ മരുഭൂമിയിൽ അത്തരം അർച്ചന ഇല്ലാതിരുന്നതുകൊണ്ട് അതിലും ബന്ധപ്പെട്ടവർക്കു ഹൈന്ദവതയും സവർണതയുമൊക്കെ ആരോപിക്കാൻ കഴിയും. പക്ഷേ കേരളത്തിലെ കമ്മ്യൂണിസ്റ്റുകാർ തങ്ങളുടെ രക്തസാക്ഷി മണ്ഡപങ്ങളിൽ ആണ്ടറുതിക്കു പുഷ്പാർച്ചന നടത്താറുണ്ടെന്ന വസ്തുത അപ്പുറത്തു കിടക്കുന്നു. അതിനർത്ഥം നാട്ടിലെ കമ്മ്യൂണിസ്റ്റുകാർ മുഴുക്കെ സവർണ പ്രത്യയശാസ്ത്രത്തിന്റെ തടവുകാരാണെന്നാണോ? ഇരസിദ്ധാന്തക്കാർ പറയുന്ന 'സാംസ്കാരിക സ്വാതന്ത്ര്യം' ഇവിടെ നടപ്പാക്കിയാൽ മുസ്ലിം സഖാക്കൾ ഒന്നുകിൽ പുന്നപ്രയിലെയും കയ്യൂരിലെയും കാവുമ്പായിയിലെയും മറ്റും പുഷ്പാർച്ചനകളിൽ നിന്നു വിട്ടു നില്ക്കേണ്ടിവരും; അല്ലെങ്കിൽ അവർ രക്തസാക്ഷിമണ്ഡപങ്ങളിലിരുന്ന് അറേബ്യൻ (ഇസ്ലാമിക) രീതിയിൽ ഖുർആൻ സൂക്തങ്ങൾ ഉരുവിടേണ്ടിവരും.

പൈങ്കിളി മാർക്സിസ്റ്റുകളെ ഏറെ പ്രകോപ്പിക്കുന്ന ആ ചോദ്യത്തിലേക്കു തിരിച്ചുപോവാം: കേരളത്തിൽ ഒരു സമുദായം എന്ന നിലയ്ക്ക് മുസ്ലിങ്ങൾ മുഴുക്കെ പീഡിതരാണോ? (ഇരകളാണോ?) ഈ ചോദ്യത്തിനു നേർക്കുനേരെയുള്ള മറുപടി ഇരവാദികൾ നൽകുന്നില്ല. പകരം, ഗുജറാത്ത് കഴിഞ്ഞാൽ ആർ.എസ്.എസ്സിന്റെ ശാഖകൾ ഏറ്റവും കൂടുതൽ പ്രവർത്തിക്കുന്നത് കേരളത്തിലാണെന്ന പ്രസ്താവനയിൽ അവർ അഭയം തേടുന്നു. അവരോട് ഒരു ചോദ്യം: ഇത്രയേറെ ആർ.എസ്.എസ് ശാഖകൾ ഇവിടെ പ്രവർത്തിച്ചു പോന്നിട്ടും കേരളത്തിലെ മുസ്ലിങ്ങളെ രാഷ്ട്രീയമായോ സാമ്പത്തികമായോ സാംസ്കാരികമായോ തകർക്കാനോ-കീഴ്പെടുത്താനോ ആർ.എസ്.എസ്സിനു സാധിച്ചിട്ടുണ്ടോ? മുസ്ലിങ്ങൾക്കിടയിൽ ഇവിടെ ശക്തമായ ഒരു രാഷ്ട്രീയ പ്രസ്ഥാനം മുസ്ലിംലീഗ് എന്ന പേരിൽ ദശാബ്ദങ്ങളായി പ്രവർത്തിക്കുകയും, പലപ്പോഴും അധികാരം പങ്കിട്ടു പോരുകയും ചെയ്തിട്ടുണ്ട്. മുസ്ലിംലീഗിന് പുറമെ മറ്റു മുസ്ലിം രാഷ്ട്രീയ പ്രസ്ഥാനങ്ങൾക്കും മതസംഘടനകൾക്കും ഇവിടെ പതിറ്റാണ്ടുകളായി ഊർജ്ജസ്വല സാന്നിധ്യമുണ്ട്. സാമ്പത്തികമായി നോക്കുമ്പോഴും സവർണ സമുദായങ്ങളേക്കാളോ, ക്രൈസ്തവസമുദായത്തേക്കാളോ അത്ര പിറകിലല്ല കേരളത്തിലെ മുസ്ലിങ്ങൾ. ഇതരസമുദായങ്ങളിലെന്ന പോലെ

ഉള്ളവരും ഇല്ലാത്തവരും മുസ്ലിം സമുദായത്തിലുമുണ്ടെന്നതു ശരിയാണ്. പക്ഷേ കഴിഞ്ഞ മൂന്നു പതിറ്റാണ്ടുകൾക്കകം മുസ്ലിം സമുദായം പൊതുവിൽ നേടിയ സാമ്പത്തിക വളർച്ച അവരെ ഏറക്കുറെ മുന്നാക്ക സമുദായങ്ങളോടൊപ്പം എത്തിച്ചിരിക്കുന്നു. സാംസ്കാരികമായി വീക്ഷിക്കുമ്പോഴും കേരളത്തിലെ മുസ്ലിങ്ങൾ പീഡിതരല്ല. മതപഠനകേന്ദ്രങ്ങളും ആരാധനാലയങ്ങളുമുൾപ്പെടെ വിവിധ മുസ്ലിം സാംസ്കാരിക സ്ഥാപനങ്ങൾ സംസ്ഥാനത്ത് അങ്ങോളമിങ്ങോളം തലയുയർത്തി നില്ക്കുന്നു. മുസ്ലിം സാംസ്കാരിക ചിഹ്നങ്ങൾക്കും വ്യവഹാരങ്ങൾക്കും പോയ നാളുകളിൽ ഇവിടെ കൂടുതൽ സമ്മതിനേടാൻ സാധിച്ചിട്ടുണ്ട്. അമുസ്ലിം സംഘടനകളും സ്ഥാപനങ്ങളും വരെ കേരളത്തിൽ 'ഇഫ്താർ' നടത്തുന്നു എന്നത് മുസ്ലിംസംസ്കാരം അപരരിൽ വർദ്ധിച്ച തോതിൽ സ്വാധീനം നേടുന്നുവെന്നതിന്റെ അനേകം സൂചനകളിൽ ഒന്നുമാത്രമാണ്.

ഇതൊക്കെ ചൂണ്ടിക്കാണിക്കുമ്പോൾ ആർ.എസ്.എസ് ഉയർത്തുന്ന ഭീഷണിയെ ലഘൂകരിച്ചുകാണാൻ ശ്രമിക്കുന്നു എന്ന ആരോപണം ഉയരാം. അതല്ല എന്റെ ഉദ്ദേശ്യം. ആഭ്യന്തരകലഹങ്ങളിലും അന്തഃഛിദ്രങ്ങളിലും പെട്ടുഴലുകയാണെങ്കിലും ആർ.എസ്.എസും പരിവാറും ഇന്ത്യയുടെ മതനിരപേക്ഷ ജനാധിപത്യത്തിന് ഒരു വൻഭീഷണിയാണെന്ന കാര്യത്തിൽ സംശയമില്ല. പക്ഷേ ആ ഭീഷണിയെ നേരിടാൻ മാർക്സിസ്റ്റുകാർ ഉൾപ്പെടെയുള്ള മതനിരപേക്ഷ ജനാധിപത്യവാദികൾ എന്തു ചെയ്യണം? ഇരസിദ്ധാന്തക്കാർ പറയുന്നതു പോലെ ആർ.എസ്.എസിന്റെ സകലശത്രുക്കളെയും, ഗുണദോഷവിചിന്തനം നടത്താതെ, കൂട്ടുപിടിച്ച് 'വിശാല ജനകീയ കൂട്ടായ്മ'യ്ക്കു രൂപംനൽകി പടയൊരുക്കം നടത്തുകയാണോ വേണ്ടത്? ആർ.എസ്.എസ്സിനെ എതിർക്കുന്ന ദളിതസംഘടനകളെന്നപോലെ ന്യൂനപക്ഷ സംഘടനകളും ഇവിടെയുണ്ട്. കേരളത്തിൽ പ്രവർത്തിക്കുന്ന എൻ.ഡി.എഫും ദേശീയതലത്തിൽ പ്രവർത്തിക്കുന്ന ജമാ അത്തെ ഇസ്ലാമിയും ഉദാഹരണങ്ങൾ. ഈ സംഘടനകൾ രാഷ്ട്രീയവും സാംസ്കാരികവുമായ അർത്ഥത്തിൽ ആർ.എസ്.എസ്സിനോളംതന്നെ തീവ്ര മതവലതുപക്ഷത്തെ പ്രതിനിധാനം ചെയ്യുന്ന സംഘടനകളത്രെ. അത്തരം സംഘടനകൾ വേറെയും രാജ്യത്തുണ്ട്. അവയെ എല്ലാം കൂട്ടുപിടിച്ച് സംഘപരിവാറിനെ നേരിടണമെന്നു പറയുന്നവർ ദിമിത്രോവിനെ അനവസരത്തിൽ ഉദ്ധരിച്ച് "ഫാസിസത്തിനെതിരിൽ കത്തോലിക്കരും അരാജകവാദികളും കൂടി ഉൾപ്പെടുന്ന കൂട്ടായ്മ"യെക്കുറിച്ച് ദിമിത്രോവ് സംസാരിച്ചില്ലേ എന്ന ചോദ്യ മുയർത്തുന്നു.

ഫാസിസത്തിനെതിരെയുള്ള (ഹൈന്ദവവർഗീയതക്കെതിരെയുള്ള) പോരാട്ടത്തിൽ ദളിത-മുസ്ലിം-ക്രൈസ്തവ വിഭാഗങ്ങളിൽപ്പെട്ടവരെ ഉൾപ്പെടുത്തേണ്ടതില്ലെന്നല്ല ഇവിടെ വാദം. സി.പി.ഐ(എം) പോലുള്ള

കമ്മ്യൂണിസ്റ്റു പാർട്ടികൾ സവർണാവർണവ്യത്യാസമോ ഭൂരിപക്ഷ-ന്യൂനപക്ഷ വ്യത്യാസമോ ഇല്ലാതെ എല്ലാ ജാതിമതങ്ങളിലുംപെടുന്നവരുടെ കൂട്ടായ്മയാണ്. ആ കൂട്ടായ്മയുടെ വികാസത്തിലൂടെ ഫാസിസത്തെയും ഭൂരിപക്ഷ-ന്യൂനപക്ഷ വർഗീയ-മതമൗലിക സ്വരൂപങ്ങളെയും ചെറുക്കാനാണ് മാർക്സിസ്റ്റുകാർ ശ്രമിക്കേണ്ടത്. പകരം ഇരസിദ്ധാന്തക്കാർ ആവശ്യപ്പെടുന്നതുപോലെ ആർ.എസ്.എസ്സിനെ, ആർ.എസ്.എസ്സിന്റെ മുസ്ലിം രൂപങ്ങളെക്കൂടി കൂട്ടുപിടിച്ചു നേരിടാൻ പോയാൽ ശൈഥില്യം ബാധിച്ചു തുടങ്ങിയ സംഘപരിവാറിനു നവോന്മേഷം നൽകാൻ മാത്രമേ അതു പകരിക്കൂ.

ജാതീയവും മതമൗലികവാദപരവുമായ പ്രത്യയശാസ്ത്രങ്ങളെ തൊട്ടും തലോടിയും നില്ക്കുന്ന ഇരസിദ്ധാന്തം മാർക്സിസം മുന്നോട്ടുവയ്ക്കുന്ന മർദ്ദിതവിമോചനസിദ്ധാന്തത്തിന്റെ എതിർദിശയിലാണ് സഞ്ചരിക്കുന്നത്. യൂറോപ്പിലും അമേരിക്കയിലും വംശീയസിദ്ധാന്തം എങ്ങനെ മർദ്ദിതരെ വിഭജിക്കുന്നതിൽ കലാശിച്ചുവോ, അതുപോലെ ഇന്ത്യയിൽ ജാതീയ- മത മൗലിക സ്വരൂപങ്ങൾ മർദ്ദിത ഐക്യത്തെ തകർക്കുന്നതിലാണ് ചെന്നെത്തുന്നത്. അത്തരം പ്രത്യയശാസ്ത്രങ്ങളോട് രാജിയാവുന്ന ഇരവാദം, 'മുതലാളിത്തത്തിന്റെ ശവക്കുഴി പണിയുന്നവർ' എന്ന് മാർക്സും എംഗൽസും വിശേഷിപ്പിച്ച തൊഴിലാളിവർഗ്ഗത്തിന്റെ ഐക്യത്തിനു തുരങ്കംവയ്ക്കുക എന്ന ദൗത്യം നിർവഹിക്കാൻമാത്രമേ സഹായിക്കൂ. ആ നിലയ്ക്ക് അതു അമാർക്സിസ്റ്റാണെന്നല്ല, മാർക്സിസ്റ്റു വിരുദ്ധംതന്നെയാണെന്നു പറയണം.

(2005)

■

ബഹുസ്വരത തകർക്കുന്ന മൗലികവാദികൾ

ആധുനികതയോടുള്ള പ്രതികരണം എന്ന നിലയ്ക്കാണ് ലോകത്തിന്റെ വിവിധ ഭാഗങ്ങളിൽ, വ്യത്യസ്ത മതവിഭാഗങ്ങൾക്കിടയിൽ മത മൗലികവാദം നാമ്പെടുത്തത്. പത്തൊമ്പതാം നൂറ്റാണ്ടിന്റെ അവസാനമായ പ്പോഴേക്ക് ശാസ്ത്രബോധത്തിലും യുക്തിചിന്തയിലും മതനിരപേക്ഷതയിലു മധിഷ്ഠിതമായ ആധുനികത പഴയ മധ്യകാല പ്രപഞ്ച വീക്ഷണങ്ങളെയും വിശ്വാസസംഹിതകളെയും പിടിച്ചുകുലുക്കുകയും കീഴ്മേൽ മറിക്കുകയും ചെയ്തുകഴിഞ്ഞിരുന്നു. മാത്യു ആർണോൾഡ് എന്ന ആംഗലേയ കവി 'ഡോവർ ബീച്ച്' എന്ന കവിതയും ഡബ്ല്യു ബി. യീറ്റ്സ് 'സെക്കന്റ് കമിംഗ്' എന്ന കവിതയും എഴുതിയത് വിശ്വാസപരമായ ഈ വിഹ്വലതകളുടെ പശ്ചാത്തലത്തിലാണ്. ആധുനികത എവിടെയാണോ ആദ്യം പ്രബലമായത് അവിടെയാണ് മതമൗലികവാദം ആദ്യം തലപൊക്കിയത് എന്നു സാമാന്യ മായി പറയാം. പാശ്ചാത്യ രാഷ്ട്രങ്ങളിൽ ക്രൈസ്തവ-ജൂത മൗലികവാദ ങ്ങൾ രംഗപ്രവേശം ചെയ്തത് പത്തൊമ്പതാം ശതകത്തിന്റെ അവസാന ത്തിലും ഇരുപതാം ശതകത്തിന്റെ ആദ്യത്തിലുമാണെങ്കിൽ, മുസ്‌ലിം സമുദായ ങ്ങളിൽ അതു കടന്നുവന്നത് ഇരുപതാം നൂറ്റാണ്ടിന്റെ മൂന്നാം ദശകം തൊട്ട് മാത്രമാണ്. ആധുനികീകരണ പ്രക്രിയയിൽ താരതമ്യേന പിന്നാക്കമായിരുന്നു മുസ്‌ലിം സമൂഹം എന്നതുകൊണ്ടത്രെ ഇസ്ലാമിക മൗലികവാദം ക്രൈസ്തവ- ജൂത മൗലികവാദങ്ങളെക്കാൾ അല്പം വൈകി മാത്രം രൂപമെടുത്തത്.

ഇസ്ലാമിക മൗലികവാദത്തിന്റെ പ്രഥമ രൂപം പ്രത്യക്ഷപ്പെട്ടത് ഈജിപ്തി ലാണ്. ആധുനികതയുടെ വെല്ലുവിളികൾക്കു പുറമെ കോളനീകരണത്തിനു കൂടി വിധേയമായ ഈജിപ്തിൽ ഇസ്ലാമിക സംസ്കാരത്തെ പുനരാവഹി ക്കുക എന്ന ദൗത്യവുമായി ഹസനുൽ ബന്നയുടെ നേതൃത്വത്തിൽ 1928 മാർച്ചിൽ ഇഖ്‌വാനുൽ മുസ്‌ലിമൂൻ (മുസ്‌ലിം ബ്രദർഹുഡ്) സ്ഥാപിതമായി. സാമ്പ്രദായിക ഇസ്ലാം ആധുനികതയെ നേരിടാൻ പര്യാപ്തമല്ലെന്ന തിരിച്ചറിവ്

ബന്നയ്ക്കുണ്ടായിരുന്നു. ജ്ഞാനോദയവും പാശ്ചാത്യ സംസ്കൃതിയും ആധുനിക മതനിരപേക്ഷ രാഷ്ട്ര ബോധവും ഉയർത്തിയ വെല്ലുവിളികളെ അഭിമുഖീകരിക്കാൻ തന്റെ വിഭാവനയിലുള്ള ഇസ്ലാമിനെ പര്യാപ്തമാക്കാം എന്ന വ്യാമോഹത്തിൽനിന്നാണ് ഹസ്നുൽ ബന്ന ചില സമാന മനസ്കരുടെ പിൻബലത്തോടെ, മുസ്‌ലിം ബ്രദർഹുഡ് സ്ഥാപിച്ചത്. സാഹോദര്യം എന്ന് അർഥം വരുന്ന ബ്രദർഹുഡിനകത്ത് ബന്നയുടെ ജീവിതകാലത്തുതന്നെ, 1943ൽ, 'അൽ ജിഹാസുൽ സിറി' എന്ന ഭീകരശൃംഖല വളർന്നുവന്നു. ദൈവ നാമത്തിൽ മനുഷ്യരെ കൊല്ലുന്നതു പുണ്യകർമ്മമാണെന്ന കിരാത ധാരണയാണ് ആ ശൃംഖല അനുയായികളിൽ സൃഷ്ടിച്ചത്.

ഈജിപ്തിൽ സുന്നി മുസ്‌ലിംകൾക്കിടയിൽ ഹസനുൽബന്ന തുടങ്ങി വച്ചതും 1953നുശേഷം സയ്യിദ് ഖുതബ് (1906-66) കൂടുതൽ തീവ്രതയോടെ മുന്നോട്ടു കൊണ്ടുപോയതുമായ മുസ്‌ലിം മൗലികവാദം ഇറാനിൽ ശിആ മുസ്‌ലിംകൾക്കിടയിൽ മറ്റൊരു രൂപത്തിൽ ഏതാണ്ട് അതേ കാലത്തു കിളിർത്തുവന്നു. പില്ക്കാലത്ത് ഇറാനിലെ ഇസ്ലാമിക വിപ്ലവത്തിലൂടെ ലോക ശ്രദ്ധ പിടിച്ചുപറ്റിയ റൂഹുല്ല മുസവിഖുമെയ്നി(1902-89)യായിരുന്നു. അതിന്റെ അമരക്കാരൻ. ഇരുപതാം നൂറ്റാണ്ടിന്റെ മധ്യത്തോടടുത്ത് 1941ൽ ഇന്ത്യാ ഉപഭൂഖണ്ഡത്തിലും ഇസ്ലാമിക മൗലികവാദ പ്രസ്ഥാനം അരങ്ങിലെത്തി.

അബുൽ അഅലാ മൗദൂദി (1903-79) രൂപം നൽകിയ ജമാഅത്തെ ഇസ്ലാമി യത്രേ അവിഭക്ത ഇന്ത്യയിൽ ഫണ്ടമെന്റലിസ്റ്റ് ഇസ്ലാമിനെ പ്രതിനിധാനം ചെയ്തത്. പാക്കിസ്താൻ, ഇന്ത്യ, ബംഗ്ലാദേശ് എന്നിവയ്ക്കു പുറമെ ജമാ അത്തെ ഇസ്ലാമി ഇപ്പോൾ ശ്രീലങ്കയിൽ കൂടി പ്രവർത്തിച്ചുവരുന്നു.

പൊതുവിൽ പറഞ്ഞാൽ എല്ലാ മതമൗലിക പ്രസ്ഥാനങ്ങളും രാഷ്ട്രീ യത്തെ മതത്തിന്റെ ഭാഗമായി കാണാൻ വിസമ്മതിക്കുന്ന മതനിരപേക്ഷത യ്ക്കെതിരിലാണ് അങ്കം വെട്ടുന്നത്. രാഷ്ട്രീയം മറ്റുള്ളവർക്കു വിട്ടു കൊടുത്തുകൊണ്ട് മതം മാറിനില്ക്കരുത് എന്ന കാഴ്ചപ്പാട് മൗലികവാദികൾ വച്ചുപുലർത്തുന്നു. അവരെ സംബന്ധിച്ചിടത്തോളം മതവും രാഷ്ട്രീയവും രണ്ടല്ല, മതം എന്ന സമഗ്രതയുടെ ഭാഗം മാത്രമാണ് രാഷ്ട്രീയം. രാഷ്ട്രീ യത്തെ മതത്തിൽനിന്നു മുറിച്ചുമാറ്റുന്ന മതനിരപേക്ഷതയെ മൗദൂദിയെ പ്പോലുള്ളവർ ലാ ദീനി (മത രഹിതം) എന്നു വ്യവഹരിച്ചത് ഈ പശ്ചാത്തല ത്തിലാണ്. മതനിരപേക്ഷ പ്രത്യയശാസ്ത്രങ്ങൾക്കു ബദലായി ഇസ്ലാമിക പ്രത്യയശാസ്ത്രത്തെ അവരോധിക്കാനാണ് മറ്റു മുസ്‌ലിം ഫണ്ടമെന്റലിസ്റ്റു കളെപ്പോലെ മൗദൂദിയും ശ്രമിച്ചത്. ആധുനികതയുടെ ഭാഗമായി ഉയർന്നു വന്ന ജനങ്ങളുടെ പരമാധികാരം എന്ന ആശയത്തെ നിരാകരിച്ചുകൊണ്ടു മാത്രമെ മതനിരപേക്ഷ പ്രത്യയശാസ്ത്രത്തെ നേരിടാനാവൂ എന്ന് ഇതര മൗലികവാദികളെപ്പോലെ മൗദൂദിയും മനസ്സിലാക്കി.

ജനാധിപത്യത്തിന്റെ ഹൃദയമായ ജനങ്ങളുടെ പരമാധികാരം എന്ന ആശയത്തിന്റെ സ്ഥാനത്ത് ദൈവത്തിന്റെ പരമാധികാരം എന്ന അമൂർത്ത

ഒരു മതനിരപേക്ഷവാദിയുടെ സ്വതന്ത്രചിന്തകൾ

മായ ആശയം മുന്നോട്ടുവച്ചുകൊണ്ടാണ് മൗദൂദി തന്റെ വാദങ്ങളത്രയും കെട്ടിപ്പൊക്കിയത്.

മനുഷ്യജീവിതത്തിന്റെ ഉദ്ദേശ്യലക്ഷ്യങ്ങൾ മനുഷ്യരാൽ തീരുമാനിക്കപ്പെടേണ്ടതല്ല എന്നും വ്യക്തികൾക്കോ കുടുംബത്തിനോ വിഭാഗത്തിനോ വർഗത്തിനോ സമൂഹത്തിനോ ഒന്നും പരമാധികാരം നൽകപ്പെട്ടുകൂടാ എന്നും പരമാധികാരം ദൈവത്തിനു മാത്രം അവകാശപ്പെട്ടതാണെന്നും ആ ദൈവത്തിന്റെ ആജ്ഞകളാണ് ഇസ്ലാമിക നിയമങ്ങളെന്നും ജമാ അത്തെ സ്ഥാപകൻ ഉദ്ഘോഷിച്ചു (See Maududi Islamic way of life, P. 37). മനുഷ്യന്റെ പരമമായ സ്വാതന്ത്ര്യം വ്യാജമാണെന്നും അവന്റെ നിലനില്പിന്റെ ഓരോ തന്തുവും കണികയും ദൈവനിർണീതവും ദൈവനിയന്ത്രിതവുമാണെന്നും സിദ്ധാന്തിച്ച മൗദൂദി മനുഷ്യന്റെ ഇച്ഛാസ്വാതന്ത്ര്യത്തെ പ്രവർത്തനക്ഷമമാക്കുന്ന ശക്തിയും അവയവങ്ങളുമേതോ, അവ ദൈവത്തിന്റെ ദാനമാണെന്നും... മനുഷ്യർ തങ്ങളുടെ സ്വാതന്ത്ര്യം പ്രയോഗിക്കുന്ന മേഖലകളെല്ലാം ദൈവസൃഷ്ടങ്ങളാണെന്നും പറഞ്ഞുവച്ചു. (മൗദൂദി ഇസ്ലാമിക് ലാ ആന്റ് കോൺസ്റ്റിറ്റ്യൂഷൻ പേജ്. 47,48)

പരമാധികാരം ദൈവത്തിനു (അല്ലാഹുവിന്) നൽകുന്നതിലൂടെ മനുഷ്യരുടെ അടിമത്തത്തിൽ നിന്നും മനുഷ്യനെ വിമോചിപ്പിക്കുകയാണ് തന്റെ ഉദ്ദേശ്യമെന്നു മൗദൂദി പലപ്പോഴും അവകാശപ്പെട്ടിട്ടുണ്ട്. ഖുർആനിലൂടെയും പ്രവാചകചര്യയിലൂടെയും വെളിവാക്കപ്പെട്ട ഈശ്വരേച്ഛയല്ലാതെ മറ്റൊന്നും നടപ്പാക്കാൻ, മൗദൂദിയുടെ അഭിപ്രായത്തിൽ ഒരു ഭരണാധികാരിക്കും അവകാശമില്ല. തന്റെ സങ്കല്പത്തിലുള്ള ഇസ്ലാമിക ഭരണ വ്യവസ്ഥയിൽ മനുഷ്യന്റെ പരമാധികാരം (ജനാധിപത്യം) എന്ന തിന്മയ്ക്കു ഭരണകർത്താവ് വഴങ്ങിക്കൂടാ. ഇസ്ലാമിക ചട്ടങ്ങൾ പ്രകാരമുള്ള കൂടിയാലോചനാ സമിതി (ശൂറ) ഉണ്ടാകുമെങ്കിലും ഭരണകൂടം ജനേച്ഛയല്ല, ഈശ്വരേച്ഛയാണ് പ്രതിഫലിപ്പിക്കേണ്ടതും പ്രാവർത്തികമാക്കേണ്ടതും. ഇസ്ലാം ഒഴികെയുള്ള മറ്റു പ്രത്യയശാസ്ത്രങ്ങളൊന്നും ഇതിനു പര്യാപ്തമല്ല. മൗദൂദിയുടെ അഭിപ്രായത്തിൽ മുതലാളിത്തം വർഗയുദ്ധങ്ങളിലേക്കും പലിശഭീമന്മാരുടെ ആധിപത്യത്തിലേക്കും ലോകത്തെ നയിക്കുമ്പോൾ കമ്യൂണിസം ഈശ്വരനിരാസത്തിലേക്കും മതനശീകരണത്തിലേക്കും തദ്വാരാ സാമൂഹിക ജീർണതയിലേക്കും ലോകത്തെ നയിക്കും. ജനാധിപത്യമാകട്ടെ ജനകൂട്ടാധിപത്യവും അവ്യവസ്ഥയും അത്യാർത്തിയുമാണ് സൃഷ്ടിക്കുക.

മേല്പറഞ്ഞ ദൂഷ്യങ്ങളിൽ നിന്നെല്ലാം മുക്തമായതെന്നു മൗദൂദി വിലയിരുത്തിയ ഇസ്ലാമിക പ്രത്യയശാസ്ത്രമനുസരിച്ച് മാനവകുലത്തിന് അഭികാമ്യമായ ഒരേയൊരു നിയമവ്യവസ്ഥയേയുള്ളു, അതത്രേ ശരീഅത്ത്. സകല സാമൂഹിക രാഷ്ട്രീയ വൈയക്തിക ബന്ധങ്ങളുടെയും നൈയമിക അടിത്തറയായി വർത്തിക്കേണ്ടത് ദൈവികമായ ശരീഅത്താണ്. ശരീഅത്തേതരമായ യാതൊരു നിയമവ്യവസ്ഥയും മനുഷ്യസമൂഹം സ്വീകരിച്ചു

കൂടാ. ജമാഅത്തെ ഇസ്ലാമി പോലുള്ള ഇസ്ലാമിസ്റ്റ് സംഘടനകൾ സമഗ്രാധിപത്യപരമാകുന്നത് ഈ ബിന്ദുവിൽ വച്ചാണ്. നിയമദാതാവ് അല്ലാഹു, അല്ലാഹുവിന്റെ നിയമങ്ങൾ നടപ്പിലാവുന്ന വ്യവസ്ഥ ഇസ്ലാമിക വ്യവസ്ഥ, മറ്റെല്ലാം അദൈവികം, അപൂർണ്ണം, അതുകൊണ്ടു തന്നെ അസ്വീകാര്യം. ഇസ്ലാം അനുവദിക്കുന്ന ബഹുത്വം ഇരുപതാം നൂറ്റാണ്ടിൽ ആവിർഭവിച്ച ഇസ്ലാമിസം അംഗീകരിക്കുന്നില്ല എന്നു ചുരുക്കം.

പ്രത്യയശാസ്ത്രപരമായ അതി സരളീകരണത്തിലാണ് മൗദൂദി ഏർപ്പെടുന്നതെന്നു പ്രത്യേകിച്ചു പറയേണ്ടതില്ല. വിശദീകരിക്കാൻ പ്രയാസമുള്ള കാര്യങ്ങൾ ചാടിക്കടന്നുപോകുന്ന രീതിയാണ് ജമാഅത്തെ ആചാര്യൻ സ്വീകരിക്കുന്നത്. ഉദാഹരണത്തിന് ഒന്നാമതായി, ഇസ്ലാമിക ഭരണ വ്യവസ്ഥയിലെ ശൂറ എന്ന സംവിധാനം എങ്ങനെയാണ് പാശ്ചാത്യമാതൃകയിലുള്ള ജനാധിപത്യത്തിൽനിന്നു ഭിന്നമാകുന്നത്? കൂടിയാലോചനാസമിതി എന്ന ഒരേർപ്പാടുണ്ടെങ്കിൽ, ഭരണകർത്താവ് (ഖലീഫ) ആ സമിതിയിലെ അംഗങ്ങളോട് കൂടിയാലോചിച്ചു വേണമല്ലോ തീരുമാനങ്ങളെടുക്കാൻ. സർവകാര്യങ്ങളിലും ഏകകണ്ഠ തീരുമാനങ്ങളുണ്ടാവുക സാധ്യമല്ലെന്നിരിക്കെ, ഭിന്നാഭിപ്രായം വരുമ്പോൾ ഭൂരിപക്ഷത്തിന്റെ അഭിപ്രായം മാനിക്കുക എന്ന തത്ത്വം സ്വീകരിക്കേണ്ടി വരില്ലേ? അതു പാശ്ചാത്യ ജനാധിപത്യതത്ത്വം സ്വീകരിക്കുന്നതിനു തുല്യമാവില്ലേ? ഈശ്വരേച്ഛ കണക്കിലെടുത്താണ് ഭൂരിപക്ഷാഭിപ്രായം സ്വീകരിക്കപ്പെടുക എന്നാണ് വാദമെങ്കിൽ ഈശ്വരേച്ഛ എന്താണെന്നു തീരുമാനിക്കുന്നത് ആരാണ്? ഖലീഫ (അമീർ) എന്ന വ്യക്തിയോ? എങ്കിൽ ഖലീഫയുടെ തീരുമാനം ഈശ്വരേച്ഛയാണെന്ന് ഉറപ്പിക്കുന്നതിനുള്ള മാനദണ്ഡമെന്താണ്?

രണ്ടാമതായി മൗദൂദിയൻ സങ്കല്പത്തിലുള്ള ശരീഅത്തധിഷ്ഠിത ഇസ്ലാമിക ഭരണ സംവിധാനം സമഗ്രാധിപത്യപരമായിരിക്കുമെന്നു മൗദൂദിയുടെ നിരീക്ഷണങ്ങളിൽ നിന്നു തന്നെ വ്യക്തമാകുന്നുണ്ട്. എല്ലാം ദൈവികേച്ഛയ്ക്കും ദൈവിക ഭരണത്തിനും വിധേയമാക്കുന്ന ഒരു സംവിധാനമാണ് മൗദൂദി അവതരിപ്പിക്കുന്നത്. അത്തരമൊരു സംവിധാനം, പ്രയോഗതലത്തിൽ സ്വേച്ഛാധിപത്യത്തിൽനിന്ന് എങ്ങനെയാണ് വ്യത്യസ്തമാവുക? ജനാധിപത്യ സംവിധാനം നിലവിൽ വരുന്നതിനു മുമ്പ്, രാജാക്കന്മാർ തങ്ങളുടെ ഭരണത്തിന് ദൈവികോത്ഭവം (ഡിവൈൻ ഒറിജിൻ) അവകാശപ്പെട്ടിരുന്നു. മൗദൂദിയുടെ ദൈവിക ഭരണ (ഹുക്കുമത്തെ ഇലാഹി) വും ഈ രാജാക്കന്മാരുടെ ദൈവികോത്ഭവ ഭരണവും തമ്മിൽ പ്രായോഗതലത്തിൽ എന്തു വ്യത്യാസമാണുള്ളത്? തന്റെ സർവകർമങ്ങളെയും ഈശ്വരേച്ഛയായി രാജാവ് ന്യായീകരിച്ചെങ്കിൽ തന്റെ സകല ചെയ്തികളെയും അല്ലാഹുവിന്റെ ഇച്ഛയായി ഖലീഫയ്ക്കു ന്യായീകരിക്കാനാവില്ലേ?

മനുഷ്യന്റെ അടിമത്തത്തിൽ നിന്നു മനുഷ്യനെ വിമോചിപ്പിക്കുക എന്ന അവകാശവാദത്തിന്റെ മറവിൽ മൗദൂദി, ഖുതുബ്, ഖുമൈനി തുടങ്ങിയ

മൗലികവാദികൾ മുന്നോട്ടുവച്ച ദൈവിക പരമാധികാരം ഫലത്തിൽ ജന വിരുദ്ധമായ പൗരോഹിത്യ പരമാധികാരത്തിലോ മതനേതൃത്വ പരമാധികാര ത്തിലോ ആണ് കലാശിക്കുക. 1979ൽ ഇസ്ലാമിക വിപ്ലവം അരങ്ങേറിയ ഇറാനിൽ അല്ലാഹുവിന്റെ പരമാധികാരം എന്ന പേരിൽ നടപ്പാക്കിയത് ഖുമെയ്നി എന്ന പുരോഹിത പ്രമുഖന്റെ പരമാധികാരമായിരുന്നു എന്നതു ചരിത്രമാണ്.

ദൈവിക പരമാധികാരം എന്ന പരികല്പനയിൽ നിറഞ്ഞു നില്ക്കുന്ന ജനാധിപത്യ വിരുദ്ധതയെ മറികടക്കാൻ മൗദൂദി ഒരു പുതിയ രാഷ്ട്രീയ സംജ്ഞ-തിയോഡമോക്രസി-മുന്നോട്ടുവച്ചിരുന്നു. ദൈവിക പരമാധികാര ത്തിൻ കീഴിൽ ജനങ്ങളുടെ പ്രാതിനിധ്യ ഭരണം എന്നത്രെ അതുകൊണ്ടു ദ്ദേശിച്ചത്. നിയമനിർമാണാധികാരവും നിയമവ്യാഖ്യാനാധികാരവും ജനങ്ങൾക്കു വിട്ടുകൊടുക്കാത്തതും ദൈവത്തിന്റെ പേരിൽ അമീറോ ഖലീഫയോ ഭരണാധികാരവൃന്ദമോ കാര്യങ്ങൾ തീരുമാനിക്കുന്നതുമായ തിയോഡമോക്രസി എങ്ങനെ ഓട്ടോക്രസിയിൽ നിന്നു വ്യത്യസ്തമാകു മെന്നു മൗദൂദിയോ മൗദൂദിസ്റ്റുകളോ ഇന്നേവരെ തൃപ്തികരമായി വിശദീ കരിച്ചിട്ടില്ല.

പരമാധികാരം ജനങ്ങളിൽ നിക്ഷിപ്തമാക്കുന്ന ജനാധിപത്യത്തെ സൈദ്ധാന്തികമായി നിരാകരിച്ച മൗദൂദിയുടെ ജമാഅത്തെ ഇസ്ലാമി പാക്കി സ്താനിൽ 1958 തൊട്ട് പാർലമെന്ററി രാഷ്ട്രീയത്തിൽ ഭാഗഭാക്കായി പ്പോന്നിട്ടുണ്ട്. തങ്ങളുടെ രാഷ്ട്രീയ അതിജീവനം പാക്കിസ്താനിലായാലും ഇന്ത്യയിലായാലും ബംഗ്ലാദേശിലായാലും മറ്റെവിടെയായാലും ജനാധി പത്യത്തിന്റെ നിലനില്പിനെ ആശ്രയിച്ചിരിക്കുന്നു എന്നാണ് ജമാഅത്തെ ഇസ്ലാമി നേരിടുന്ന ഏറ്റവും വലിയ വൈരുദ്ധ്യം. താത്ത്വികമായി ജനങ്ങളുടെ പരമാധികാരത്തെ നിരാകരിക്കുമ്പോഴും ആ പരമാധികാരത്തിന്റെ പിൻബല ത്തിലേ ജമാഅത്തിനു നിലനില്ക്കാൻ കഴിയൂ എന്നതാണ് അനുഭവ യാഥാർഥ്യം.

രാഷ്ട്രീയ അതിജീവനത്തിന് ജനാധിപത്യത്തെ ആശ്രയിക്കുന്ന മൗദൂ ദിസ്റ്റ് സംഘടന പാക്കിസ്താൻ പോലുള്ള മുസ്ലിം ഭൂരിപക്ഷ രാഷ്ട്രങ്ങളിൽ എന്നെങ്കിലും തനിച്ച് അധികാരത്തിലേറിയാൽ അവർ ജനാധിപത്യ സംവിധാനം തുടരുമോ? 1979ൽ അന്തരിച്ച മൗദൂദിയോ പിൽക്കാല നേതാക്കളോ ഒന്നും ഇക്കാര്യം വ്യക്തമാക്കിയിട്ടില്ല. നിലനില്ക്കാൻ ജനാധിപത്യം; അധികാരത്തിലേറിയാൽ ദൈവാധിപത്യം എന്ന അഭിധാനത്തിൽ മതനേതൃത്വാധിപത്യം എന്ന സ്വേച്ഛാധിപത്യം-അതാണ് ജമാഅത്തെ ഇസ്ലാമിയുടെ രാഷ്ട്രീയ കാഴ്ചപ്പാട്. ദൈവിക പരമാധികാരത്തിന്റെ രാഷ്ട്രീയം കക്ഷത്തിലൊതുക്കി നടക്കുന്ന ഈ സംഘടനയ്ക്കും അതിന്റെ പ്രത്യയശാസ്ത്രത്തിനും പക്ഷേ അത്ര വലിയ ഭാവിയൊന്നുമില്ല. വർഷം

അൻപത്തിയൊമ്പത് കഴിഞ്ഞിട്ടും മൗദൂദിയുടെ തട്ടകവും മുസ്ലിം ഭൂരിപക്ഷ രാഷ്ട്രവുമായ പാക്കിസ്താനിൽ പോലും രാഷ്ട്രീയാധീശത്വം കൈവരിക്കാൻ ജമാഅത്തിനു സാധിച്ചിട്ടില്ല. രാഷ്ട്രീയ പരമാധികാരം മതാധിപതികളിലല്ല. ജനങ്ങളിൽ തന്നെ നിക്ഷിപ്തമായിരിക്കണമെന്നേ വിവേകത്തിന്റെ പക്ഷത്തു നില്ക്കുന്ന മുസ്ലിം ഭൂരിപക്ഷം കരുതൂ. ബഹുജനങ്ങളുടെ ഈ ഊർജ്ജസ്വല വിവേകം തന്നെയാണ് മൗദൂദിസ്റ്റ് സംഘടന നേരിടുന്ന മുഖ്യ വെല്ലുവിളി.

സ്ഥാപകാചാര്യന്റെ കർമഭൂമിയിൽത്തന്നെ വേണ്ടത്ര വിജയിക്കാതെ പോയ മൗദൂദിസ്റ്റ് പ്രത്യയശാസ്ത്രം, ഇന്ത്യൻ ജമാഅത്തെ ഇസ്ലാമിയുടെ പോഷക സംഘടനയായി പിറവികൊണ്ട സിമി ഇവിടെ കൂടുതൽ തീക്ഷ്ണ മായ ശൈലിയിൽ അവതരിപ്പിക്കാൻ ശ്രമിച്ചുപോന്നിട്ടുണ്ട്. സമൂഹത്തെ വർഗീയവത്കരിക്കുന്നതിലും സമുദായ സ്പർദ്ധ വളർത്തുന്നതിലും ചെറുത ല്ലാത്ത പങ്കുവഹിച്ചു എന്നതു മാത്രമാണ് ആ വിദ്യാർഥി യുവജനപ്രസ്ഥാനം കൈവരിച്ച ഒരേയൊരു 'നേട്ടം.'

സമഗ്രാധിപത്യപരവും മാനവികതാ നിഷേധപരവുമായ ഇത്തരം മത മൗലിക തീവ്രവാദപ്രസ്ഥാനങ്ങളുടെ വിധ്വംസക ക്രിയകളെ നിയമാനുസാരം നിയന്ത്രിക്കാൻ ഭരണകൂടങ്ങൾ ശ്രമിക്കുമ്പോൾ, അത്തരം ശ്രമങ്ങൾ മൊത്തം മുസ്ലിം സമുദായത്തിനുനേരെയുള്ള ഭരണകൂട-മാധ്യമ കൈയേറ്റമായി ചിത്രീകരിക്കാനാണ് തത്പര കക്ഷികൾ ശ്രമിക്കുന്നത്. അമ്മട്ടിലുള്ള പ്രചാരണം തീവ്രവാദ സംഘങ്ങളുടെ ഹീനതാത്പര്യങ്ങൾക്ക് അനുഗുണ മാണെങ്കിലും സമൂഹത്തിനു പൊതുവിലും മുസ്ലിം സമുദായത്തിനു വിശേ ഷിച്ചും അതൊട്ടും ഗുണകരമല്ല. മതമൗലിക-മതതീവ്രവാദ പ്രത്യയശാസ്ത്ര ങ്ങളെയും പ്രവണതകളെയും പ്രസ്ഥാനങ്ങളെയും തുറന്നുകാട്ടുകയും ഒറ്റപ്പെടുത്തുകയുമാണ് മുസ്ലിം സമുദായം ചെയ്യേണ്ടത്.

(2006)

∎

സംസ്കാരം ഒറ്റപ്പെട്ട തുരുത്തല്ല

ഓണത്തിലെ സവർണത സ്ഥാപിക്കാനുള്ള 'മാർക്സിസ്റ്റ് സാംസ്കാരിക വിമർശന' യത്നങ്ങൾക്കിടയിൽ പ്രതിലോമകരമായ ആശയങ്ങൾ പ്രക്ഷേപിക്കപ്പെടുന്നതു കാണാതിരുന്നുകൂടാ. 'സവർണത എന്തുകൊണ്ട് ഇത്രമേൽ പ്രകോപിതമാകുന്നു?' എന്ന ലേഖനത്തിൽ (ആഴ്ചപ്പതിപ്പ്, 2006 നവംബർ 12) തെളിഞ്ഞും ഒളിഞ്ഞും ആവർത്തിക്കപ്പെടുന്ന നിങ്ങൾ/ ഞങ്ങൾ ദ്വന്ദ്വം സമൂഹത്തെയും സംസ്കാരത്തെയും മുന്നോട്ടു കൊണ്ടു പോവാനല്ല, പിറകോട്ടു വലിക്കാനാണുപകരിക്കുക. നിങ്ങൾക്കു കാളനാ ണിഷ്ടമെങ്കിൽ ഞങ്ങൾക്കു കാളയാണിഷ്ടം എന്നെഴുതുന്നത് ഒരു മതമൗലികവാദിയാണെങ്കിൽ അതിലാർക്കും അത്ഭുതം തോന്നില്ല. കാരണം, സംസ്കാരത്തെ മതാടിസ്ഥാനത്തിൽ വിഭജിക്കുന്ന പ്രത്യയശാസ്ത്രത്തിന്റെ വാഹകനാണയാൾ. എന്നാൽ മാർക്സിസപക്ഷത്തു നില്ക്കുന്നു എന്ന വകാശപ്പെടുന്നവർ സംസ്കാരത്തെ മതത്തിന്റെയോ ജാതിയുടെയോ അടിസ്ഥാനത്തിൽ വെട്ടിമുറിച്ച് വേറെവേറെ സാംസ്കാരിക തുരുത്തുകൾ നിർമ്മിക്കുന്നത് അനഭിലഷണീയം മാത്രമല്ല, അക്ഷന്തവ്യവുമാണ്.

സുമാർ കാൽനൂറ്റാണ്ടു മുൻപ്, ഏതാണ്ടിതുപോലെ ഒരു തെറ്റ് നിഖിൽ ചക്രവർത്തിയുടെ ഭാഗത്തുനിന്നുണ്ടായത് ഓർക്കുന്നു. ന്യൂഡൽഹിയിൽ നിന്നു പ്രസിദ്ധീകരിക്കുന്ന 'മെയിൻ സ്ട്രീം' എന്ന ഇംഗ്ലീഷ് വാരികയുടെ പത്രാധിപരും കമ്യൂണിസ്റ്റ് സഹയാത്രികനുമായിരുന്ന ചക്രവർത്തി 'മതേ തരത്വം നേരിടുന്ന ചില പരീക്ഷണങ്ങൾ' എന്ന തലക്കെട്ടിൽ അക്കാലത്ത് മാതൃഭൂമി ദിനപത്രത്തിൽ (1982 ഡിസംബർ 28) എഴുതിയ ലേഖനത്തിൽ പറഞ്ഞു: 'മതേതരത്വം പരിശോധിക്കപ്പെടേണ്ടതു നാം അതേക്കുറിച്ചു കൂടെ ക്കൂടെ സംസാരിക്കുന്നുണ്ടോ എന്നു നോക്കിയല്ല. വിശാലമായ നമ്മുടെ രാജ്യ ത്തിന്റെ വിവിധ ഭാഗങ്ങളിൽ താമസിക്കുന്ന ന്യൂനപക്ഷങ്ങളോട് നാം എങ്ങനെ പെരുമാറുന്നു എന്നു നോക്കി വേണം അതു പരിശോധിക്കാൻ. ഒരു രാഷ്ട്ര മെന്ന നിലയിൽ നാം ന്യൂനപക്ഷങ്ങളുടെ സംരക്ഷണം ഉറപ്പു വരുത്തിയാൽ മാത്രം പോര. നമ്മുടെ പെരുമാറ്റത്തിലൂടെ അവരിൽ സുരക്ഷിതത്വബോധം ഉളവാക്കാനും നമുക്കു കഴിയേണ്ടതാണ്.' (അടിവര കൂട്ടിച്ചേർത്തത്).

മേൽലേഖനത്തിൽ ചക്രവർത്തി ആവർത്തിച്ചുപയോഗിച്ച ദ്വന്ദ്വമായിരുന്നു നാം/അവർ. ഈ 'നാം'കൊണ്ട് അദ്ദേഹം ഉദ്ദേശിച്ചത് ഭൂരിപക്ഷ സമുദായത്തെയാണ് എന്നു വ്യക്തം. 'അവർ' ന്യൂനപക്ഷ സമുദായത്തെ പ്രതിനിധാനം ചെയ്യുന്നു. ഭൂരിപക്ഷ സമുദായത്തെ ഇന്ത്യാരാഷ്ട്രമായി കാണുകയും അതിനു വെളിയിൽ നിൽക്കുന്ന ഒരു വിഭാഗമായി ന്യൂനപക്ഷത്തെ വീക്ഷിക്കുകയും ചെയ്യുന്ന തികച്ചും അശാസ്ത്രീയവും ആപത്കരവുമായ വിശകലനരീതിയാണ് ചക്രവർത്തി അവലംബിച്ചത്. ഇത്തരം രീതി ഫലത്തിൽ ഹൈന്ദവ വിഭാഗീയതയെ അംഗീകരിക്കുകയും മുസ്ലിം വിയോജനവാദത്തിനു പ്രോത്സാഹനമേകുകയുമാണ് ചെയ്യുന്നത്.

വർഷങ്ങൾക്കുമുൻപ് നിഖിൽ ചക്രവർത്തി ഇന്ത്യയുടെ സമൂഹഗാത്രത്തെ മതാടിസ്ഥാനത്തിൽ അഭിവീക്ഷിച്ച് നാം/അവർ ദ്വന്ദ്വം സൃഷ്ടിക്കുകയാണ് ചെയ്തതെങ്കിൽ, ഇപ്പോൾ മാർക്സിസ്റ്റ് സാംസ്കാരിക വിമർശകൻ ഇന്ത്യയുടെ സാംസ്കാരിക ഗാത്രത്തെ മത-ജാത്യാടിസ്ഥാനത്തിൽ വിഭജിച്ച് നിങ്ങൾ/ഞങ്ങൾ ദ്വന്ദ്വം സൃഷ്ടിക്കുകയാണ് ചെയ്യുന്നത്. ഇതിനദ്ദേഹം കൂട്ടുപിടിക്കുന്നതാകട്ടെ, സമൂഹത്തിന്റെ മതാസ്പദമോ ജാത്യാസ്പദമോ ആയ വിഭജനത്തെ ഒരിക്കലും അംഗീകരിക്കുകയോ ന്യായീകരിക്കുകയോ ചെയ്തിട്ടില്ലാത്ത അന്റോണിയോ ഗ്രാംഷിയെയാണുതാനും. ഗ്രാംഷിയുടെ 'അധീശത്വ' (ഹെഗിമണി) സിദ്ധാന്തത്തെയും 'സാമാന്യബോധം' (കോമൺ സെൻസ്) എന്ന പരികല്പനയെയും തന്റെ ആശയസമർത്ഥനാവശ്യാർത്ഥം ലേഖകൻ വക്രീകരിക്കുന്നു. നിശ്ചലവും സ്ഥായിയുമായ ഒരധീശത്വത്തെക്കുറിച്ച് ഗ്രാംഷി സംസാരിച്ചിട്ടേയില്ല. സാമൂഹിക പരിവർത്തനങ്ങൾക്കനുസരിച്ചു മാറുകയും സ്വയം നവീകരിക്കുകയും പുനഃസൃഷ്ടിക്കപ്പെടുകയും ചെയ്യുന്ന ഒന്നാണ് ഗ്രാംഷിയൻ വീക്ഷണത്തിൽ അധീശത്വം അഥവാ മേൽക്കോയ്മ. തന്നെയുമല്ല, കാലാകാലങ്ങളിൽ വരുന്ന സാമൂഹിക-രാഷ്ട്രീയ മാറ്റങ്ങളാൽ അതു വെല്ലുവിളിക്കപ്പെടുകയോ പ്രതിരോധിക്കപ്പെടുകയോ പരിമിതപ്പെടുത്തപ്പെടുകയോ ചെയ്യുന്നുമുണ്ട്. 'അധീശത്വം' ഒരു സവിശേഷ പ്രത്യയശാസ്ത്രമായി മാറ്റമേതുമില്ലാതെ അവിരാമം നിലനില്ക്കുകയല്ല. അതു ബാഹ്യ സമ്മർദ്ദങ്ങളാൽ പുതുക്കപ്പെടുകയോ ചിലപ്പോൾ തകർക്കപ്പെടുകതന്നെയോ ചെയ്യുന്നു. ചില ചരിത്രസന്ധികളിൽ 'അധീശത്വ'ത്തിനെതിരിൽ 'പ്രത്യധീശത്വം' രൂപം കൊള്ളുന്നത് അങ്ങനെയാണ്. ഈ ചലനാത്മകതയും ബഹുമുഖതയും 'സാമാന്യബോധ'ത്തിനും ബാധകമത്രെ. ഒരേ സമൂഹത്തിൽ ഒരേ സമയം ഒന്നിലധികം സാമാന്യബോധം നിലനില്ക്കാനുള്ള സാധ്യത ഗ്രാംഷി തള്ളിക്കളഞ്ഞിട്ടില്ല. ഗ്രാംഷി ജീവിച്ച ഇരുപതാം നൂറ്റാണ്ടിന്റെ ആദ്യ ദശകങ്ങളിൽനിന്നു ഭിന്നമായി, ബഹുസംസ്കാര സമൂഹങ്ങളുടെ വികാസം കൂടുതലായി നടന്ന വർത്തമാനകാലത്ത് ആ സാധ്യത ഏറിയിട്ടുമുണ്ട്.

അധീശത്വത്തിന്റെയും സാമാന്യബോധത്തിന്റെയും ചലനാത്മകതയും പരിവർത്തനാത്മകതയും ബഹുമുഖതയും പ്രാചീന-മധ്യകാല ഇന്ത്യയുടെ സാമൂഹിക-സാംസ്കാരിക ചരിത്രം പരിശോധിച്ചാൽ മനസ്സിലാക്കാനാവും. ഉദാഹരണത്തിന്, പ്രാചീന ഇന്ത്യയിൽ വേദപഠനത്തെ കുത്തകവത്കരിച്ച ബ്രാഹ്മണർക്കു വേദ-സ്മൃതി-സംഹിതകളും വർണാശ്രമ ധർമസങ്കല്പവും ഉപയോഗപ്പെടുത്തി തങ്ങളുടെ സാംസ്കാരിക അധീശത്വത്തിനു സ്വാഭാവികത നേടാൻ നിഷ്പ്രയാസം സാധിച്ചു. എന്നാൽ ആധുനിക വിദ്യാഭ്യാസത്തിന്റെ ആഗമനത്തോടും ജനാധിപത്യബോധത്തിന്റെ വികാസത്തോടും കൂടി പില്ക്കാലത്ത് ഈ അധീശത്വത്തിനു സാരമായ പോറലേറ്റു. മധ്യകാല ഇന്ത്യയിലാണെങ്കിൽ, മുസ്‌ലിം രാജവംശങ്ങളുടെ കാലത്ത് ബ്രാഹ്മണാധീശത്വത്തിനെതിരെ ശക്തമായ ഒരു പ്രത്യധീശത്വം ഉയർന്നുവന്നു എന്നതും നിസ്തർക്കമാണ്. വടക്കേ ഇന്ത്യയുടെ പല ഭാഗങ്ങളിലും ആ കാലയളവിൽ സാംസ്കാരികമണ്ഡലത്തിൽ പ്രഭാവം ചെലുത്തിയത് സവർണ അധീശത്വം എന്നതിലേറെ മുസ്‌ലിം വരേണ്യ അധീശത്വമാണ്. സാംസ്കാരിക അധീശത്വവും അതുവഴി സാമാന്യബോധവും വെല്ലുവിളിക്കപ്പെടുകയും രൂപാന്തരപ്പെടുകയും ചെയ്യുന്നു എന്നതാണിതു വെളിപ്പെടുത്തുന്നത്.

അധീശത്വ-സാമാന്യബോധങ്ങളുടെ ചലനാത്മകതയും പരിവർത്തനാത്മകതയും ബഹുമുഖതയും പാടേ നിരാകരിച്ചുകൊണ്ടാണ് നമ്മുടെ ലേഖകൻ ഇന്ത്യയിലെ അധീശമതത്തെ(ബ്രാഹ്മണ പ്രത്യയശാസ്ത്രത്തെ)ക്കുറിച്ചുള്ള തന്റെ വാദങ്ങൾ പടുത്തുയർത്തുന്നത്. ആ ശ്രമത്തിനിടയിൽ മേല്പറഞ്ഞ നിരാകരണം എന്ന തെറ്റു മാത്രമല്ല അദ്ദേഹം വരുത്തിവയ്ക്കുന്നത്. വിവിധ ജനവിഭാഗങ്ങൾ അനേകം തലമുറകളായി ഒരുമിച്ചു ജീവിക്കുന്ന ബഹുസംസ്കാര സമൂഹങ്ങളിൽ, കാലാന്തരത്തിൽ, അവശ്യമായി സംഭവിക്കുന്ന സാംസ്കാരികമായ ആദാനപ്രദാനങ്ങൾ എന്ന ചരിത്രപ്രക്രിയ കാണാതിരിക്കുക എന്ന ഗുരുതരമായ വീഴ്ചകൂടി അദ്ദേഹത്തിനു സംഭവിക്കുന്നു. ലോകത്തിലെ ബഹുസംസ്കാര സമൂഹങ്ങളിൽ ഏറ്റവും ശക്തമായ ഒന്നാണ് ഇന്ത്യൻ സമൂഹം. വിവിധ മതങ്ങളുടെയും ജാതികളുടെയും തജ്ജന്യ സംസ്കാരങ്ങളുടെയും ശതകങ്ങൾ നീണ്ട ചരിത്രം ഈ രാജ്യത്തിനുണ്ട്. മറ്റിടങ്ങളിൽ എന്നപോലെ ഇവിടെയും മത/ജാതി സംസ്കാരങ്ങൾ അവയുടേതായ ഒറ്റപ്പെട്ട തുരുത്തുകളിൽ ചുരുണ്ടുകൂടുകയല്ല ചെയ്തത്. കാലത്തിന്റെ അപ്രതിഹത പ്രവാഹത്തിൽ അവ അന്യോന്യം മേളിക്കുകയും കൂടിക്കലരുകയും കൊള്ളുകയും കൊടുക്കുകയും ചെയ്തു. കാളനും കാളയിറച്ചിയും പോലും പരസ്പരം ഒഴിച്ചുനിർത്തുകയല്ല ചെയ്തത്. അവയുടെവരെ മേളനം ഇവിടെ പതുക്കെപ്പതുക്കെ നടന്നു എന്നതാണ് ശരി; ഇപ്പോഴും നടന്നുകൊണ്ടിരിക്കുന്നു.

മതമൗലികവാദികളെ അനുസ്മരിപ്പിക്കുമാറ് സാംസ്കാരികതലത്തിൽ നിങ്ങൾ/ഞങ്ങൾ ദ്വന്ദ്വം സൃഷ്ടിക്കുന്നവർ ഇന്ത്യയിൽ നടന്ന സംസ്കാരിക

മേളനത്തിലേക്കും അതിൽനിന്നുൽഭൂതമായ സങ്കര സംസ്കാരത്തിലേക്കും ഒന്നു കണ്ണോടിക്കുന്നതു നന്നായിരിക്കും. ചുരുങ്ങിയത് അര സഹസ്രാബ്ദ ത്തോളമെങ്കിലുമായി ഇന്ത്യയിൽ നിലനിന്നുപോന്നിട്ടുള്ളത് സങ്കര സംസ്കാരമാണ്. ഗ്രാംഷി 'ദേശീയ-ജനകീയ' (nation popular) വിഭാഗം എന്നു വ്യവഹരിക്കുന്ന സാമാന്യജനങ്ങൾ ഇവിടെ ഏതെങ്കിലും 'ശുദ്ധമതസംസ്കാര' ത്തിന്റെ ഭാഗമായിരുന്നില്ല. മുഗൾ കാലഘട്ടത്തിൽ വരേണ്യ വിഭാഗ ങ്ങളിൽപ്പെടുന്നവർപോലും ശുദ്ധമതസംസ്കാരത്തെ പൊതുവിൽ നിരാകരി ക്കുകയും ഇസ്ലാമികവും ഹൈന്ദവവുമായ അംശങ്ങൾ കൂടിക്കലർന്ന സംസ്കാരം സ്വായത്തമാക്കുകയും ചെയ്തു. കലയിലും സംഗീതത്തിലും വാസ്തുവിദ്യയിലും ആഹാരശീലത്തിലും വേഷവിധാനത്തിലും മാത്രമല്ല, മതവിശ്വാസങ്ങളിൽപ്പോലും ഇവിടെ ഹിന്ദു-മുസ്ലിം-ശിഖ വിഭാഗങ്ങൾ അന്യോന്യം കൊള്ളുകയും കൊടുക്കുകയും ചെയ്തുപോന്നിട്ടുണ്ട്. മത രംഗത്തു നടന്ന ഈ ആദാനപ്രദാനങ്ങളുടെ മികച്ച ഉദാഹരണമാണ് ഗുരു നാനാക്കും അദ്ദേഹം സ്ഥാപിച്ച ശിഖമതവും. ഹൈന്ദവ-ഇസ്ലാമിക ദർശന ങ്ങളാൽ ഗാഢമായി സ്വാധീനിക്കപ്പെട്ട നാനാക്ക് അവതരിപ്പിച്ച നവമതം ഹിന്ദുമതത്തിന്റെയും ഇസ്ലാംമതത്തിന്റെയും സർഗാത്മക സമന്വയമാണെന്നു ന്യായമായി പറയാം.

മുഗൾ ഭരണകാലത്തു വികസിച്ചുവന്ന മുസ്ലിം-ഹൈന്ദവ സാംസ്കാരിക വേഴ്ചകൾ ചരിത്രത്തിന്റെ ഭാഗമാണ്. മുസ്ലിം ജനസാമാന്യം മാത്രമല്ല മുസ്ലിം ഭരണവർഗത്തിൽപ്പെട്ടവരും അക്കാലത്ത് ഹോളി പോലുള്ള ഹൈന്ദവ ഉത്സവങ്ങളിൽ സാഘോഷം പങ്കുകൊണ്ടു എന്നത് ആ നാളുകളിൽ രൂപപ്പെട്ടുവന്ന സാംസ്കാരിക സമന്വയത്തിലേക്കാണ് വിരൽ ചൂണ്ടുന്നത്. ആഗ്രയിലെ ഉറുദുകവി നസീർ അക്ബറാബാദിയുടെ കൃതികൾ, പത്തൊൻ പതാം നൂറ്റാണ്ടുവരെ നവാബുമാരും ഫ്യൂഡൽ പ്രഭുക്കളുമുൾപ്പെടെയുള്ള മുസ്ലിങ്ങൾ ഹോളി ആഘോഷിച്ചുപോന്നതായി സാക്ഷ്യപ്പെടുത്തുന്നുണ്ട്. കേരളത്തിലാണെങ്കിൽ സാമൂഹിക ജീവിതത്തിന്റെ സമസ്ത മേഖല കളിലും ഒരുതരത്തിലല്ലെങ്കിൽ മറ്റൊരു തരത്തിൽ മതവിഭാഗീയതകളെ അസ്തപ്രഭമാക്കുന്ന സാമൂഹികവേഴ്ചകളാണ് ചിരകാലമായി നിലനില്ക്കു ന്നത്.

ഹിന്ദുക്കളുടെയും മുസ്ലിങ്ങളുടെയും സാംസ്കാരിക ഇടപഴകലുകളും സമന്വയവും ത്വരിപ്പിക്കുന്നതിൽ സൂഫികൾ വഹിച്ച പങ്കും ചരിത്രത്തിൽ രേഖപ്പെട്ടുകിടക്കുന്നുണ്ട്. മൊയിനുദ്ദീൻ ചിശ്തിയും നിസാമുദ്ദീൻ ഔലിയയും ബാബ ഫരീദും ഖുസ്റുവും ഖുത്തുബുദ്ദീൻ ബക്തിയാർ കാകിയും ഉൾപ്പെടെയുള്ള സൂഫിവര്യൻമാർ മതസങ്കുചിതത്വങ്ങളെ മറികടക്കുകയും അതുകൊണ്ടുതന്നെ മുസ്ലിങ്ങളാലും ഹിന്ദുക്കളാലും ഒരുപോലെ ആദരിക്ക പ്പെടുകയും ചെയ്തു. രാമാനന്ദനെയും നാമദേവിനെയും തുക്കാറാമിനെയും ജ്ഞാനേശ്വരനെയും പോലുള്ളവർ ഹൈന്ദവപശ്ചാത്തലത്തിൽ നിന്നു

കൊണ്ടും കബീറിനെയും ദാദുവിനെയും റസ്ഖാനെയും റഹീമിനെയും പോലുള്ളവർ മുസ്ലിം പശ്ചാത്തലത്തിൽ നിന്നുകൊണ്ടും ഹൈന്ദവ-ഇസ്ലാമിക വ്യതിരിക്തതയ്ക്കെതിരിൽ ശബ്ദിച്ച ചരിത്രവും ആർക്കും മൂടിവയ്ക്കാൻ കഴിയില്ല. സൂഫികളുടെ ആചാര്യനായ മൗലാനാ റൂമി തന്റെ പ്രസിദ്ധമായ 'മസ്നവി'യിൽ എഴുതി: 'അല്ലയോ മുസ്ലിങ്ങളേ, ഞാനെന്തു ചെയ്യും!/എനിക്ക് എന്റെ മേൽ ഏതെങ്കിലും മുദ്ര ചാർത്താനാവില്ല/ഞാൻ ഹിന്ദുവോ ജൂതനോ/നിങ്ങളെപ്പോലുള്ള മുസ്ലിമോ അല്ല/എന്നിട്ടും എന്റെ മതം ഏതെന്നറിയണമെന്നു നിങ്ങൾ ശഠിക്കുന്നു/എങ്കിൽ കേൾക്കുക: ഞാൻ സ്നേഹത്തെ സ്നേഹിക്കുന്നവനാണ്/എന്റെ സ്നേഹം എല്ലാ മതങ്ങളെയും അതിവർത്തിക്കുന്നു.'

മധ്യകാല ഇന്ത്യയിൽ മതങ്ങളുടെയും സംസ്കാരങ്ങളുടെയും സമന്വയ ശ്രമങ്ങൾ എത്ര അഗാധമായിരുന്നു എന്നതിന്റെ ഒരു നഖചിത്രം കിട്ടാൻ മേൽവിവരണം മതിയാവും. ഈ സമന്വയവും അതുൽപ്പാദിപ്പിച്ച സങ്കര സംസ്കാരവും പില്ക്കാലത്ത് തെല്ലു ദുർബലമായി എന്നതു ശരിയാണ്. ബ്രിട്ടീഷുകാരുടെ അധിനിവേശത്തിനുശേഷം നിലവിൽ വന്ന സംസ്കാരത്തിന്റെ രാഷ്ട്രീയമാണ് അതിനു വഴിവച്ചത്. ഹൈന്ദവ-മുസ്ലിം സമുദായങ്ങളിലെ വരേണ്യർ വ്യക്തമായി നിർവചിക്കപ്പെട്ട മതസ്വത്വം രൂപപ്പെടുത്തുന്നതിന്റെ ഭാഗമായി താന്താങ്ങളുടെ സംസ്കാരങ്ങളുടെ 'വിശുദ്ധി'യിൽ ഊന്നാനാരംഭിച്ചു. ബ്രിട്ടീഷുകാർ പ്രാദേശിക തിരഞ്ഞെടുപ്പുകൾക്കു തുടക്കം കുറിച്ചതോടെയാണ് ഈ പ്രവണത രംഗപ്രവേശം ചെയ്തത്. ഹൈന്ദവ പക്ഷത്ത് ശുദ്ധിപ്രസ്ഥാനം ഹിന്ദുക്കളുടെ 'സാംസ്കാരികവിശുദ്ധി' ഉയർത്തിക്കാട്ടിയപ്പോൾ മുസ്ലിംപക്ഷത്ത് തബ്‌ലീഗ് പ്രസ്ഥാനം മുസ്ലിങ്ങളുടെ 'സാംസ്കാരികവിശുദ്ധി' പൊക്കിപ്പിടിച്ചു. അനുഭവൈക യാഥാർഥ്യവുമായി യാതൊരു ബന്ധവും ഈ വിശുദ്ധിവാദത്തിനില്ലായിരുന്നു. 'ശുദ്ധ സംസ്കാരം' ഒരിടത്തും നിലനിന്നിരുന്നില്ല എന്നതാണ് വാസ്തവം. ഇരു വിഭാഗവും നൂറ്റാണ്ടുകളിലൂടെ സാംസ്കാരിക ആദാനപ്രദാനങ്ങൾ നടത്തിപ്പോന്നതു കാരണം ശുദ്ധ ഹിന്ദുമതം, ശുദ്ധ ഇസ്ലാംമതം തുടങ്ങിയ പരികല്പനകൾ അർത്ഥശൂന്യമായിരുന്നു.

ബ്രിട്ടീഷുകാരുടെ നിഷ്ക്രമണത്തിനുശേഷവും മതസംസ്കാരത്തിന്റെ രാഷ്ട്രീയം ഒരു വിഭാഗം ഇവിടെ മുന്നോട്ടു കൊണ്ടുപോയി. വിവിധ സമുദായങ്ങളിലെ മതമൗലികവാദികളാണ് പ്രധാനമായും അതുചെയ്തത്. ഇന്ത്യയിലെ ഹിന്ദുക്കളും മുസ്ലിങ്ങളും പങ്കുവയ്ക്കുന്ന സാമൂഹിക-സാംസ്കാരിക സവിശേഷതകൾ ഒട്ടേറെയുണ്ടെങ്കിലും അവർ സാംസ്കാരികമായി പരസ്പരം ഒഴിച്ചുനിർത്തുന്ന, ഒഴിച്ചുനിർത്തേണ്ട വിഭാഗങ്ങളാണെന്ന വീക്ഷണമാണ് മൗലികവാദികൾക്കുള്ളത്. മുസ്ലിങ്ങളെ അമുസ്ലിം സംസ്കാരങ്ങളുടെ കറയേല്ക്കാത്ത 'ശുദ്ധ ഇസ്ലാ'മിലേക്കു ക്ഷണിക്കുന്ന

സംഘടനകൾ ആ സമുദായത്തിലും ഹിന്ദുക്കളെ അഹിന്ദു സംസ്കാരങ്ങളുടെ മാലിന്യം പുരളാത്ത 'ശുദ്ധ ഹിന്ദുമത'ത്തിലേക്കു ക്ഷണിക്കുന്ന സംഘടനകൾ ആ സമുദായത്തിലുമുണ്ട്. വിവിധ ജനവിഭാഗങ്ങളെ സാംസ്കാരികമായി ഉൾക്കൊള്ളുന്ന മതനിരപേക്ഷ രീതിയല്ല, വ്യത്യസ്ത ജനവിഭാഗങ്ങളെ മതത്തിന്റെ പേരിൽ സാംസ്കാരികമായി ഒഴിച്ചുനിർത്തുന്ന വർഗീയരീതിയാണ് അവ പിന്തുടരുന്നത്.

ഇത്തരം സംഘടനകളെ സംബന്ധിച്ചിടത്തോളം നാം/അവർ ദ്വന്ദ്വവും നിങ്ങൾ/ഞങ്ങൾ ദ്വന്ദ്വവും പൂർണാർത്ഥത്തിൽ സ്വീകാര്യമായിരിക്കുമെന്നു പ്രത്യേകിച്ചു പറയേണ്ടതില്ല. ഓരോ മതസമുദായത്തിനും അതതിന്റെ സാംസ്കാരിക തുരുത്ത് ഉണ്ടെന്നും അതു നിലനിർത്തുമെന്നും വാദിച്ചുറപ്പിക്കുന്നവരാണവർ. സങ്കരസംസ്കാരം അവർക്കു ചതുർഥിയാണ്. കാരണം അതു വിവിധ മതസമുദായങ്ങളിൽപ്പെട്ടവരെ മതേതരമായി ഏകോപിപ്പിക്കുന്നു. അവർക്കു പഥ്യം ശുദ്ധസംസ്കാരമാണ്. കാരണം ശുദ്ധസംസ്കാരം വ്യത്യസ്ത മതസമുദായങ്ങളെ വ്യത്യസ്ത അറകളിൽ വിഭജിച്ചുനിർത്തുന്നു. അത്തരം വിഭജനത്തിലൂടെ മാത്രമേ അവർക്കു മതസംസ്കാരത്തിന്റെ രാഷ്ട്രീയം മുന്നോട്ടു കൊണ്ടുപോകാൻ കഴിയൂ.

എന്നാൽ മാർക്സിസ്റ്റ് സാംസ്കാരികവിമർശകർ നിങ്ങൾ/ഞങ്ങൾ ദ്വന്ദ്വത്തിൽ അഭിരമിക്കുകയോ സംസ്കാരങ്ങളുടെ ആദാനപ്രദാനങ്ങളും അതുളവാക്കുന്ന സങ്കര സംസ്കാരവും കണ്ടില്ലെന്നു നടിക്കുകയോ ചെയ്യാൻ പാടില്ലാത്തതാണ്. ബഹുസംസ്കാരസമൂഹങ്ങളിൽ സംസ്കാരത്തെ ഒറ്റപ്പെട്ട തുരുത്തുകളിൽ തളയ്ക്കാനല്ല, വ്യത്യസ്ത സാംസ്കാരികധാരകളിലെ ക്രിയാത്മക വശങ്ങൾ കണ്ടെത്തി അവയിൽനിന്നുള്ള സമന്വയാത്മക സംസ്കാരം രൂപപ്പെടുത്താനാണ് മാർക്സിസത്തോടും മതനിരപേക്ഷതയോടും പ്രതിജ്ഞാബദ്ധതയുള്ളവർ ശ്രമിക്കേണ്ടത്. പകരം ഓണത്തിലെ സവർണത തേടിയായാലും മറ്റേതെങ്കിലും അന്വേഷണത്തിലേർപ്പെട്ടായാലും മതമൗലികവാദികളുടെ വിചാരസ്വരൂപങ്ങൾക്കു താഴെ മാർക്സിസ്റ്റുകാർ കൈയൊപ്പു ചാർത്തുന്നതിലേക്കു കാര്യങ്ങൾ ചെന്നെത്തുന്നതു പരിതാപകരമത്രെ.

എൻ.പി. ഹാഫിസ് മുഹമ്മദിന്റെ ലേഖനത്തിൽ പരാമർശിക്കുന്ന മുസ്‌ലിം പുരോഹിതൻ, ഹിന്ദുവിന്റെ വീട്ടിൽ പോയി ഓണസദ്യയുണ്ണുന്ന മുസ്‌ലിമിനു മേൽ ഏർപ്പെടുത്തുന്ന വിലക്കും മാർക്സിസ്റ്റ് സാംസ്കാരിക വിമർശകന്റെ കാളൻ/കാള ദ്വന്ദ്വവും ഒരേ വർഗീയബിന്ദുവിൽ സന്ധിക്കുന്നു എന്നത് എത്രമേൽ അശുഭകരമാണ്!

(2006)

■

ആത്മനിഷ്ഠ മത-നിരപേക്ഷതയിലേക്ക് ഉയരുക

കെട്ടിക്കിടക്കിന്ന ജലാശയമല്ല സമൂഹം. അതു ചലനാത്മകമാണ്. മതം, ഭാഷ, ശാസ്ത്രം, സംസ്കാരം, ആചാരം, വിശ്വാസം തുടങ്ങി സമൂഹവുമായി ബന്ധപ്പെട്ട സകലതും പരിവർത്തന വിധേയമാണ്. കാലം മുന്നോട്ടു പോകുന്നതിനനുസരിച്ചു മാറാതിരിക്കാൻ സമൂഹവുമായി ബന്ധപ്പെട്ട ഒന്നിനും കഴിയില്ല. ഉദാഹരണത്തിനു ഭാഷയുടെ കാര്യമെടുക്കാം. തുഞ്ചന്റേയും കുഞ്ചന്റേയും കാലത്തു നിലനിന്ന മലയാളമല്ല ഇന്നത്തെ മലയാളം. ആ കവി ശ്രേഷ്ഠർക്ക് അപരിചിതമായിരുന്ന ഒട്ടേറെ പദങ്ങളും പ്രയോഗങ്ങളും ഇന്നു മലയാള ഭാഷയിലുണ്ട്. ചോസറുടെ ഇംഗ്ലീഷായിരുന്നില്ല ഷേക്സ്പിയറുടെ ഇംഗ്ലീഷ്; പദങ്ങളിലും അർഥ കല്പനകളിലും ഒട്ടേറെ പരിണാമങ്ങൾ ഇംഗ്ലീഷ് ഭാഷയിൽ സംഭവിച്ചിട്ടുണ്ട്. നൂറ്റാണ്ടുകൾക്കു മുൻപില്ലാത്ത നിരവധി വാക്കുകൾ ആ ഭാഷയിൽ ചേക്കേറിയിരിക്കുന്നു. ഒട്ടനവധി വാക്കുകൾ കൊഴിഞ്ഞുപോയിട്ടുമുണ്ട്. അറബിഭാഷയുടെ സ്ഥിതിയും വ്യത്യസ്തമല്ല. മുഹമ്മദ്നബിയുടെ കാലത്തുണ്ടായിരുന്ന അറബിയല്ല ഇന്നത്തെ അറബി. പുതുതായി ഒട്ടേറെ പദങ്ങൾ അതിലേക്കു വന്നു കയറുകയും പല പദങ്ങളും ഇറങ്ങിപ്പോവുകയും ചെയ്തിട്ടുണ്ട്. വ്യാകരണപരമായും എല്ലാ ഭാഷകളും ഏറിയും കുറഞ്ഞും മാറിയിരിക്കുന്നു.

പുതിയ ആശയങ്ങളുണ്ടാകുമ്പോഴാണ് പുതിയ വാക്കുകളുണ്ടാകുന്നത്. ചന്തുമേനോന്റെ ഇന്ദുലേഖയോ മാധവനോ ഫോണിൽ പ്രണയസല്ലാപം നടത്തിയിട്ടില്ല. ചങ്ങമ്പുഴയുടെ രമണനോ ചന്ദ്രികയോ ഇ-മെയിൽ സന്ദേശങ്ങൾ കൈമാറിയിട്ടില്ല. അവരുടെ കാലത്ത് അത്തരം ആശയങ്ങൾ ഉണ്ടായിരുന്നില്ല എന്നതാണു കാരണം. അതേ കാരണത്താലാണ് ഇന്ന് പ്രചുരപ്രചാരം നേടിയ ടെലിവിഷൻ, കംപ്യൂട്ടർ, ഇന്റർനെറ്റ് തുടങ്ങിയ പദങ്ങൾ നാം ഗീതയിലോ ബൈബിളിലോ ഖുർആനിലോ കാണാത്തത്. ഒരു നിശ്ചിത കാലയളവിൽ ഇല്ലാത്ത ആശയങ്ങളോ അത്തരം ആശയങ്ങളെ പ്രതിഫലിപ്പിക്കുന്ന പദങ്ങളോ ആ കാലയളവിൽ രചിക്കപ്പെട്ട ഗ്രന്ഥങ്ങളിലുണ്ടാവുക സാദ്ധ്യമല്ല.

വേദഗ്രന്ഥങ്ങൾ അടക്കമുള്ള എല്ലാ ഗ്രന്ഥങ്ങളുടേയും പരിമിതിയാണത്. വേദപുസ്തകങ്ങൾ ഉൾപ്പെടെ വിജ്ഞാനപരമായും ആശയപരമായും പൂർണ്ണത അവകാശപ്പെടാവുന്ന ഒരു പുസ്തകവും മനുഷ്യന്റെ ചരിത്രത്തിലില്ല. മതങ്ങൾ ഉൾപ്പെടെ പൂർണ്ണമായ ഒരു ദർശനവും ലോകത്തുണ്ടായിട്ടില്ല. മനുഷ്യനുമായി ബന്ധപ്പെട്ട എല്ലാ ദർശനങ്ങളും എല്ലാ മതങ്ങളും എല്ലാ ചിന്താ പദ്ധതികളും അപൂർണ്ണമാണ് കാലത്തിന്റെ ഗമനത്തിൽ ഓരോന്നും പൂർണ്ണത നേടാൻ ശ്രമിക്കുന്നു. കൂടുതൽ പൂർണ്ണത എന്നല്ലാതെ സമ്പൂർണ്ണത മനുഷ്യനുമായി ബന്ധപ്പെട്ട യാതൊന്നിലും സാധ്യമല്ല. ഈ തിരിച്ചറിവും അതു നൽകുന്ന വിനയവും ഏതു ദർശനത്തിന്റെ അനുയായികൾക്കും ഉണ്ടാവേണ്ടതാണ്.

ഇസ്ലാം ഒരു മതമാണ്; ഒരു ദർശനമാണ്. മറ്റെല്ലാ മതങ്ങളേയും ദർശനങ്ങളേയും പോലെ അതും അപൂർണ്ണവും അസമഗ്രവുമാണ്. വിനയം പുരണ്ട ഈ കാഴ്ചപ്പാടിൽ നിന്നുകൊണ്ടു വേണം മുസ്ലിങ്ങൾ തങ്ങളുടെ മതത്തേയും ജീവിതവ്യവഹാരങ്ങളേയും സമീപിക്കാൻ. ഈ വിനയത്തിലേക്കുയരാൻ ഇസ്ലാമിന്റെ പ്രവാചകൻ തന്റെ അനുയായികളെ ആഹ്വാനം ചെയ്തിട്ടുണ്ടെങ്കിലും, വ്യത്യസ്ത കാലദേശങ്ങളിൽ ജീവിച്ച മുസ്ലിങ്ങളിൽ ഗണ്യമായ ഒരു വിഭാഗം തങ്ങളുടെ മതത്തിനു സമ്പൂർണ്ണതയും സമഗ്രതയും അവകാശപ്പെടുക എന്ന അശാസ്ത്രീയ നിലപാട് സ്വീകരിച്ചുപോന്നു. ഇസ്ലാം ദൈവിക മതമാണെന്നും ഇസ്ലാമിന്റെ വേദപുസ്തകം ഈശ്വരപ്രോക്തമാണെന്നുമുള്ള സരള യുക്തിയാണ് അവരെ നയിച്ചത്. ഇസ്ലാം മാത്രമാണ് ഒരേയൊരു സമഗ്ര ജീവിത പദ്ധതിയെന്നും അവർ വിശ്വസിക്കുന്നു. ഇസ്ലാമിസ്റ്റുകളാണ് ഈ അഭിവീക്ഷണത്തിന്റെ ശക്തരായ വക്താക്കൾ. സിയാവുദ്ദീൻ സർദാർ സൂചിപ്പിക്കുന്നതുപോലെ, ഈ സമീപനം സമഗ്രാധിപത്യത്തിലേക്കും ഫാസിസത്തിലേക്കുമാണ് നയിക്കുക.

ഇസ്ലാം ദൈവികമാണെന്ന യുക്തി അപഗ്രഥിക്കപ്പെടേണ്ടതാണ്. മതത്തിനും വേദത്തിനും ദൈവികത്വവും അപ്രമാദിത്വവും കല്പിക്കുന്നത് മുസ്ലിങ്ങളുടെ മാത്രം പ്രത്യേകതയല്ല. മറ്റുചില മതക്കാരും അങ്ങനെ ചെയ്തു വരുന്നുണ്ട്. മുസ്ലിങ്ങൾ പൊതുവിൽ വിശ്വസിക്കുന്നത് ഇസ്ലാം അവസാനത്തെ മതവും മുഹമ്മദ് അവസാനത്തെ പ്രവാചകനും ഖുർആൻ അവസാനത്തെ വേദഗ്രന്ഥവുമാണെന്നാണ്. (ആദിമനുഷ്യനായി സെമിറ്റിക് മതങ്ങൾ കരുതുന്ന ആദം തൊട്ട് ദൈവം ലോകത്തിനു നൽകിപ്പോന്നത് ഇസ്ലാമാണെന്നും മുഹമ്മദ് നബിയിലൂടെ ആ മതം പൂർണ്ണമാക്കപ്പെടുകയാണ് ചെയ്തത് എന്നുമുള്ള വിശ്വാസവും മുസ്ലിങ്ങൾക്കിടയിലുണ്ട്.) ഈ അന്തിമത്വ വിശ്വാസത്തിന് പതിനാലു നൂറ്റാണ്ടിന്റെ പഴക്കമുണ്ട്. ലോകത്തിനുള്ള അന്തിമ സന്ദേശം ദൈവം നൽകിയിട്ട് ഒന്നര സഹസ്രാബ്ദത്തോളമായി എന്നു ചുരുക്കം. സുദീർഘമായ ഈ കാലയളവിൽ ലോകം അമ്പരപ്പിക്കുന്ന

മാറ്റങ്ങൾക്കു വിധേയമാവുകയുണ്ടായി. ഒരുകാലത്ത് അസങ്കല്പനീയമായിരുന്ന ഒട്ടനവധി പരിവർത്തനങ്ങൾ സമൂഹത്തിൽ പില്ക്കാലങ്ങളിൽ ഉണ്ടായിട്ടുണ്ട്. മദ്ധ്യശതക ഗോത്രസമൂഹങ്ങൾ അഭിമുഖീകരിച്ചതിനേക്കാൾ എത്രയോ സങ്കീർണ്ണമായ സമസ്യകൾ പില്ക്കാല സമൂഹങ്ങൾ അഭിമുഖീകരിച്ചു. ഇവയ്ക്കും ഇനി വരാനിരിക്കുന്ന അനേകം സമസ്യകൾക്കും ഉത്തരവും പരിഹാരവും നിർദ്ദേശിക്കാൻ ഇസ്ലാമിന്റെ വേദം പര്യാപ്തമാണെന്ന വിശ്വാസമാണ് പരമ്പരാഗത മുസ്‌ലിം മതപണ്ഡിതർ വച്ചുപുലർത്തിയത്. അവരുടെ അഭിപ്രായത്തിൽ ഖുർആൻ നൽകുന്ന ഉത്തരങ്ങൾ പിഴക്കില്ല. കാരണം അതു ദൈവികമാണ്.

ഖുർആൻ ദൈവികമാണ് എന്നിടത്തു നിൽക്കാനേ ഈ പണ്ഡിതർ താത്പര്യം കാണിച്ചിട്ടുള്ളൂ. ഇറാനിലെ ഇസ്ലാമിക ചിന്തകൻ അബ്ദുൾ കരീം സൊറൗഷ് നിരീക്ഷിക്കുന്നതുപോലെ, ഖുർആന്റെ ഗ്രഹണം (Understanding Quran) തീർത്തും മാനുഷികമാണ് എന്ന സത്യത്തിലേക്കു പരമ്പരാഗത മുസ്‌ലിം പണ്ഡിതർ കടന്നുവന്നിട്ടില്ല. ദൈവത്തിന്റെ വചനങ്ങൾ ഗ്രഹിക്കുന്നതും മനസ്സിലാക്കുന്നതും അപഗ്രഥിക്കുന്നതുമൊക്കെ മനുഷ്യരാണ്. വേദം ദൈവികമാണെങ്കിലും അതിന്റെ ഗ്രഹണം ദൈവികമല്ല.

തെറ്റുപറ്റാത്ത ദൈവത്തിന്റെ വചനങ്ങൾ തെറ്റുപറ്റുന്ന മനുഷ്യരാണ് ഗ്രഹിക്കുന്നതും കൈകാര്യം ചെയ്യുന്നതും. ദൈവികവചനങ്ങളുടെ സമാഹാരമായ ഖുർആന് അപ്രമാദിത്വം കല്പിക്കാം. പക്ഷേ ദൈവീക വചനങ്ങൾക്കു മനുഷ്യൻ നൽകുന്ന അർത്ഥകല്പനകൾക്ക് അപ്രമാദിത്വം കല്പിക്കാനാകില്ല. പൂർണ്ണനായ ദൈവത്തിന്റെ വചനങ്ങൾ അപൂർണ്ണനായ മനുഷ്യൻ കൈകാര്യം ചെയ്യുമ്പോഴും വ്യാഖ്യാനിക്കുമ്പോഴും തെറ്റുപറ്റാം. ഇതിന്റെ അർത്ഥം ഖുർആന്റെ ഗ്രഹണം (Understanding) മാറ്റങ്ങൾക്കു വിധേയമാണ് എന്നത്രേ. പ്രവാചകനായ മുഹമ്മദോ, പ്രഥമ ഖലീഫമാരോ മനസ്സിലാക്കിയ രൂപത്തിലാവില്ല അവർക്കുശേഷം വന്ന തലമുറകൾ ഖുർആനെ മനസ്സിലാക്കിയിരിക്കുക. അതിൽനിന്നെല്ലാം വളരെ വ്യത്യസ്തമായിട്ടാവും ഇന്നത്തെ മനുഷ്യർ ഖുർആനെ മനസ്സിലാക്കുന്നത്. വേദഗ്രന്ഥം, വിശ്വാസികളെ സംബന്ധിച്ചിടത്തോളം അന്തിമമാണെങ്കിലും അതിന്റെ ഗ്രഹണവും സ്വാംശീകരണവും അപഗ്രഥനവും വ്യാഖ്യാനവും ഒരിക്കലും അന്തിമമല്ല. മനുഷ്യ സമൂഹമുള്ളിടത്തോളം കാലം വേദഗ്രന്ഥത്തിനു പുതിയ വ്യാഖ്യാനങ്ങൾ ഉണ്ടായിക്കൊണ്ടിരിക്കും.

വേദഗ്രന്ഥത്തിന്റെ അന്തിമവ്യാഖ്യാനം നടന്നു കഴിഞ്ഞിട്ടില്ല എന്ന വസ്തുത മുന്നിൽ വച്ചുകൊണ്ടാണ് മുസ്‌ലിങ്ങൾ പ്രശ്നങ്ങളെ സമീപിക്കേണ്ടത്. ഓരോ തലമുറയും അതു നേടിയ വിജ്ഞാനത്തിന്റെയും അനുഭവങ്ങളുടേയും വെളിച്ചത്തിൽ മതത്തേയും വേദഗ്രന്ഥത്തേയും പുനർവ്യാഖ്യാനിക്കേണ്ടതുണ്ട്. ഈ വസ്തുതയായിരുന്നു രണ്ടായിരത്തിരണ്ട് നവംബറിൽ

ഇറാനിൽ പ്രൊഫസർ ഹാഷിം അഗാജാരി ഒരു പ്രഭാഷണ മദ്ധ്യേ വെളിപ്പെടുത്തിയത്. ഇറാനിലെ മതപൗരോഹിത്യം അതിന് അദ്ദേഹത്തിനു വിധിച്ചത് വധശിക്ഷയാണ്. അതു നടപ്പിലാക്കാൻ കഴിഞ്ഞില്ലെന്നതു വേറെ കാര്യം. ഈ മതാന്ധതയേയും യാഥാസ്ഥിതികത്വത്തേയും മറികടക്കാൻ മുസ്ലിങ്ങൾക്കു സാധിക്കണം. ലിംഗനീതി നിഷേധിക്കുന്ന കുടുംബനിയമങ്ങൾ ഇസ്ലാമിന്റെ പൂർവ്വവ്യാഖ്യാനങ്ങളുടെ അടിസ്ഥാനത്തിൽ ഇന്നും നില നില്ക്കുന്നുണ്ടെങ്കിൽ, തങ്ങളുടെ കാലദേശങ്ങൾ അനുസരിച്ച് ഇസ്ലാമിനെ പുനർവ്യാഖ്യാനിക്കാനും ലിംഗസമത്വം, ലിംഗനീതി എന്നീ സങ്കല്പങ്ങളിലേക്കുയരാനും അവർ തയ്യാറാവണം. ഇസ്ലാമിന്റെ ഏതെങ്കിലും വ്യാഖ്യാനങ്ങൾ മതനിരപേക്ഷ ജനാധിപത്യത്തെ തിരസ്ക്കരിക്കുന്നുണ്ടെങ്കിൽ അത്തരം വ്യാഖ്യാനങ്ങൾ തള്ളാൻ അവർ മുന്നോട്ടു വരണം. തള്ളുന്നത് ദൈവിക ബോധങ്ങളല്ല, ആ ബോധനകളുടെ തെറ്റായ മാനുഷിക വ്യാഖ്യാനങ്ങളാണ് എന്ന് ഓർമിച്ചാൽ മാത്രം മതി.

സംസ്കാരത്തോടുള്ള സമീപനമാണ് മറ്റൊരു പ്രശ്നം. മതവും രാഷ്ട്രീയവും വേറിട്ടുനില്ക്കുക എന്ന അർത്ഥത്തിൽ വസ്തുനിഷ്ഠ മതനിരപേക്ഷത (Objective secularism) അംഗീകരിക്കാൻ ഇസ്ലാമിസ്റ്റുകൾ ഒഴികെയുള്ള മുസ്ലിങ്ങൾ പൊതുവിൽ തയ്യാറാവുന്നുണ്ട്. എന്നാൽ മതവും സംസ്കാരവും വേറിട്ടു നില്ക്കുക എന്ന അർത്ഥത്തിൽ ആത്മനിഷ്ഠ മതനിരപേക്ഷത (Subjective secularism) അംഗീകരിക്കുന്നതിൽ മുസ്ലിം വിഭാഗങ്ങൾ പലതും ഇപ്പോഴും വിമുഖമാണ്. സംസ്കാരത്തെ മതത്തോട് അതിരുകവിഞ്ഞു ബന്ധപ്പെടുത്തുന്ന രീതി മുസ്ലിങ്ങളിൽ വ്യാപകമായി കാണാം. വാസ്തവത്തിൽ മതമൗലികവാദത്തിന്റെ രീതിയാണത്. ഹൈന്ദവ മൗലികവാദികളും ഇതേ രീതി പിന്തുടരുന്നുണ്ട്. അതിന്റെ യുക്തിസഹമായ പരിണാമമാണ് ആർ. എസ്. എസിന്റെ സാംസ്കാരിക ദേശീയത (Cultural nationalism) എന്ന സങ്കല്പം. മറുവശത്ത് ജമാഅത്തെ ഇസ്ലാമി പോലുള്ള മുസ്ലിം മതമൗലികപ്രസ്ഥാനങ്ങൾ ഇസ്ലാമികസാംസ്കാരികത (Islamic Culturalism) എന്ന ആശയത്തിന്റെ വക്താക്കളാണ്. ഇരുവിഭാഗവും മതാസ്പദ സംസ്കാരത്തിൽ അമിതമായി ഊന്നുകയും ഭൂമിശാസ്ത്രപരമായ മതേതര ദേശീയത നിരാകരിക്കുകയും ചെയ്യുന്നു. ഹൈന്ദവ മൗലികവാദികൾ 'ശുദ്ധ ഹൈന്ദവസംസ്കാര'ത്തിന്റെ പതാകവാഹകരാണെങ്കിൽ, ഇസ്ലാമിക മൗലികവാദി'കൾ 'ശുദ്ധ ഇസ്ലാമിക സംസ്കാര'ത്തിന്റെ പതാകവാഹകരത്രെ.

ചരിത്രത്തിന്റെ പ്രവാഹത്തിൽ വിവിധ ജനവിഭാഗങ്ങളുടെ സംസ്കാരങ്ങൾ പരസ്പരം കൂടിക്കലരുകയും അവ തമ്മിൽ ആദാനപ്രദാനങ്ങൾ നടക്കുകയും ചെയ്തിട്ടുണ്ടെന്നും സംസ്കാരവിശുദ്ധി വംശശുദ്ധിപോലെ ഒരു മിഥ്യയാണെന്നുമുള്ള യാഥാർത്ഥ്യം അംഗീകരിക്കാൻ മൗലികവാദികൾ കൂട്ടാക്കുന്നില്ല. എല്ലാ ബഹുസംസ്കാര സമൂഹങ്ങളിലും നിലവിലുള്ളത്

സങ്കരസംസ്കാര(Composite Culture)മാണ്. അത്തരം സമൂഹങ്ങളിൽ ശുദ്ധ സംസ്കാരം ജനങ്ങളെ ഭിന്നിപ്പിക്കാനേ ഉതകൂ. സങ്കരസംസ്കാരം ജനങ്ങളെ മതപരമായി ഏകോപിപ്പിക്കുന്നു.

ക്രിസ്തുവർഷം ഒന്നാം സഹസ്രാബ്ദം തൊട്ട് ഇന്ത്യയിൽ നിലനിന്നു പോരുന്നത് വ്യക്തമായും സങ്കരസംസ്കാരമാണ്. ഹൈന്ദവ-ബുദ്ധ- ജൈന-മുസ്ലിം-ക്രൈസ്തവ-സിഖ് സംസ്കാരങ്ങളുടെ മേളനം കൂടിയും കുറഞ്ഞുമുള്ള അളവിൽ നൂറ്റാണ്ടുകളിലൂടെ ഇവിടെ സംഭവിച്ചിട്ടുണ്ട്. പ്രമുഖ സമുദായങ്ങളായ ഹിന്ദുക്കളുടേയും മുസ്ലിങ്ങളുടേയും സാംസ്കാരിക വേഴ്ചകൾ ഏറെ പ്രകടമാണ്. മധ്യശതകങ്ങളിൽ സാമാന്യജനങ്ങളുടെ സംസ്കാരം തീർത്തും സങ്കരമായിരുന്നു. മുഗൾ ഭരണകാലത്ത് ഭരണവർഗ വരേണ്യരിലും സങ്കരസംസ്കാരം വളർന്നുവന്നു. സംസ്കാരത്തിന്റെ ഈ സങ്കരതയ്ക്കു പോറലേല്ക്കാൻ തുടങ്ങിയതു ബ്രിട്ടീഷുകാർ പ്രാദേശിക തെരഞ്ഞെടുപ്പ് സമ്പ്രദായം നടപ്പാക്കിയതു തൊട്ടാണ്. തെരഞ്ഞെടുപ്പു നേട്ടങ്ങൾ മുന്നിൽ കണ്ടുകൊണ്ട് ഹിന്ദുക്കൾക്കിടയിലേയും മുസ്ലിങ്ങൾക്കിടയിലേയും വരേണ്യവിഭാഗങ്ങൾ താന്താങ്ങളുടെ സംസ്കാരിക വിശുദ്ധി ഉയർത്തിക്കാട്ടാനാരംഭിച്ചു. മതാത്മക സാംസ്കാരിക വ്യതിരിക്തതയുടെ അടിസ്ഥാനത്തിൽ ജനങ്ങൾക്കിടയിൽ സ്വത്വനിർമിതി നടത്തുകയും തദ്വാരാ അവരെ വ്യത്യസ്ത സാമുദായിക ബ്ളോക്കുകളാക്കുകയുമായിരുന്നു ലക്ഷ്യം.

ഈ മതാത്മക സ്വത്വനിർമിതിയിൽ മുഖ്യ പങ്കുവഹിച്ചത് ഹിന്ദുക്കൾക്കിടയിൽ ശുദ്ധിപ്രസ്ഥാനവും മുസ്ലിങ്ങൾക്കിടയിൽ തബ്ലീഗ് പ്രസ്ഥാനവും ആണ്. സാമൂഹിക യാഥാർത്ഥ്യങ്ങൾക്കു വിരുദ്ധമായി ഈ പ്രസ്ഥാനങ്ങൾ യഥാക്രമം ഹൈന്ദവ സാംസ്കാരിക വിശുദ്ധിയിലും ഇസ്ലാമിക സാംസ്കാരിക വിശുദ്ധിയിലും അതിശക്തമായി ഊന്നി. ഇരു സമുദായങ്ങളിലേയും ജനസാമാന്യം ഇരു സംസ്കാരങ്ങളിൽ നിന്നും കൊള്ളുകയും കൊടുക്കുകയും ചെയ്തിട്ടുണ്ടെന്ന ചരിത്രവസ്തുത അവർ തമസ്കരിച്ചു. ഈ ആദാന പ്രദാനങ്ങൾ കലയിലും സംഗീതത്തിലും വാസ്തുവിദ്യയിലും ഭാഷയിലും വേഷത്തിലും പാചകരീതികളിലും മാത്രമല്ല മതവിശ്വാസാചാരങ്ങളിലും നടന്നിട്ടുണ്ട്. ഹിന്ദുക്കൾക്കിടയിൽ ബ്രാഹ്മണരും മുസ്ലിങ്ങൾക്കിടയിൽ ഉലമായും (മതപണ്ഡിതരും) ഇത്തരം മതസാംസ്കാരിക വേഴ്ചകളെ പ്രതിരോധിക്കാൻ ശ്രമിച്ചിരുന്നു എന്നതു ശരിയാണെങ്കിലും, ഹിന്ദു സമുദായത്തിൽ ഭക്തി പ്രസ്ഥാനക്കാരും മുസ്ലിം സമുദായത്തിൽ സൂഫികളും അവയെ നിർലോഭം പ്രോത്സാഹിപ്പിച്ചു. ബ്രാഹ്മണരും ഉലമായും യഥാക്രമം സംസ്കൃതത്തിലും അറബിയിലും എഴുതിയപ്പോൾ ഭക്തി- സൂഫി പ്രസ്ഥാനക്കാർ പ്രാദേശിക ഭാഷകളിലാണ് എഴുതുകയും ജനങ്ങളുമായി സംവദിക്കുകയും ചെയ്തത്. അതുകൊണ്ടുതന്നെ ബാബാ ഫരീദ്, തുക്കാറാം, കബീർ, ജ്ഞാനേശ്വർ, റഹീം തുടങ്ങിയവർ ഉയർത്തിപ്പിടിച്ച സങ്കര സംസ്കാരം ജനങ്ങളിൽ കൂടുതൽ സ്വാധീനം നേടി.

മതവുമായി ബന്ധപ്പെട്ട ഉത്സവങ്ങളിലും ആഘോഷങ്ങളിലും ഹിന്ദു-മുസ്ലിം കൂടിക്കലരൽ മദ്ധ്യകാല ഇന്ത്യയിൽ കാണാം. ഇപ്പോഴും പലയിടങ്ങളിലും അതു നിലനിൽക്കുന്നു. വടക്കേ ഇന്ത്യയിൽ മുസ്ലിങ്ങളുടെ മുഹറം ആഘോഷത്തിൽ ഹിന്ദുക്കളും ഹിന്ദുക്കളുടെ രാംലീലാ ആഘോഷത്തിൽ മുസ്ലിങ്ങളും സജീവമായി പങ്കെടുത്തുപോന്നിട്ടുണ്ട്. സ്വാതന്ത്ര്യസമര പോരാളിയും ഉറുദു കവിയുമായിരുന്ന ഹസ്രത്ത് മൊഹാനി ജന്മാഷ്ടമി നാളിൽ പതിവായി വൃന്ദാവനം സന്ദർശിച്ചിരുന്നതായി അസ്ഗർ അലി എഞ്ചിനീയർ രേഖപ്പെടുത്തുന്നു. ഹോളിപോലുള്ള ഹൈന്ദവ ഉത്സവങ്ങൾ മുഗൾ ചക്രവർത്തിമാർ സാഡംബരം ആഘോഷിച്ചിരുന്നതായി ചരിത്രം സാക്ഷ്യപ്പെടുത്തുന്നുണ്ട്. ഇന്നു പലപ്പോഴും വർഗീയ സംഘർഷങ്ങൾക്കിട വരുത്തുന്ന ഹോളിയിലും മറ്റു ഹിന്ദു ആഘോഷങ്ങളിലും പത്തൊമ്പതാം നൂറ്റാണ്ടുവരെ മുസ്ലിം നവാബുമാരും പ്രഭുക്കളും ഉൾപ്പെടെയുള്ള ഉപരിവർഗം സോത്സാഹം പങ്കെടുത്തിരുന്നതായി ഉറുദു കവി നസീർ അക്ബറാബിദയുടെ കൃതികളിൽ നിന്നു മനസ്സിലാക്കാൻ കഴിയും.

ഹിന്ദു-മുസ്ലിം സാംസ്കാരിക വേഴ്ചകൾ ഇന്ത്യയിൽ വളരെ പ്രബലമായിരുന്നു എന്നാണിതൊക്കെ സൂചിപ്പിക്കുന്നത്. കേരളത്തിലും മറിച്ചായിരുന്നില്ല സ്ഥിതി. അയ്യപ്പനും വാവരും അതിന്റെ പ്രതീകങ്ങളാണ്. ശക്തമായ ഈ സങ്കര സാംസ്കാരിക ഭൂമിക തകർക്കാനുള്ള അമാനവികവും അപകടകരവുമായ ശ്രമങ്ങൾ മതാത്മക ശുദ്ധ സംസ്കാരവാദികളുടെ (സാംസ്കാരിക മൗലികവാദികളുടെ) പക്ഷത്തുനിന്നാണ് ഉണ്ടായത്. മലയാളികളുടെ കാർഷിക ഉത്സവമായ ഓണത്തിൽ നിന്നു പോലും വിട്ടു നില്ക്കുകയാണ് കേരളത്തിലെ മുസ്ലിങ്ങൾ പൊതുവിൽ ചെയ്യുന്നത്. ക്രൈസ്തവർ ഓണം ആഘോഷിക്കുമ്പോൾ മുസ്ലിങ്ങൾ അതിനെ ഹൈന്ദവാഘോഷമായി എഴുതിത്തള്ളുന്നു. കേരളീയ സംസ്കാരത്തിന്റെ ഭാഗമായി ഓണത്തെ വീക്ഷിക്കാനും അതിൽ ഭാഗഭാക്കാവാനും അവർ തയ്യാറാവുന്നില്ല.

മതാത്മക സാംസ്കാരിക സ്വത്വത്തിൽ മുസ്ലിങ്ങൾ ആവശ്യത്തിലേറെ ഊന്നുന്നതാണ് ഇതിനു കാരണം. സർവ്വ സ്വീകാര്യമായ ഒരു മുസ്ലിം സംസ്കാരമോ മുസ്ലിംസ്വത്വമോ ഇല്ല എന്നതാണ് മുസ്ലിങ്ങൾ തിരിച്ചറിയേണ്ട ഒന്നാമത്തെ കാര്യം. ഒരു ജനവിഭാഗത്തിന്റെ സ്വത്വത്തെ നിർണ്ണയിക്കുന്ന അനേകം ഘടകങ്ങളിൽ ഒന്നു മാത്രമാണ് മതമെന്നും അവർ ഗ്രഹിക്കേണ്ടി യിരിക്കുന്നു. ലോകത്തിന്റെ വിവിധ ഭാഗങ്ങളിലുള്ള മുസ്ലിങ്ങൾക്കെല്ലാം ഒരുപോലെ സ്വീകാര്യമായ ഒരു ഇസ്ലാമിക സംസ്കാരമുണ്ടെന്ന ധാരണ മുസ്ലിങ്ങൾ ഏക ശിലാത്മക സമൂഹമെന്ന പിഴച്ച ധാരണയുടെ സൃഷ്ടിയാണ്. മറ്റെല്ലാ മത സമൂഹങ്ങളേയും പോലെ മുസ്ലിങ്ങളും ഭാഷ, പ്രദേശം, വർഗം, വംശം തുടങ്ങിയവയുടെ അടിസ്ഥാനത്തിൽ മാത്രമല്ല വിശ്വാസങ്ങളുടേയും ആചാരങ്ങളുടേയും

അടിസ്ഥാനത്തിൽ പോലും വ്യത്യസ്തരാണ്. സുന്നി മുസ്ലിങ്ങളുടെ സംസ്കാരവും വിശ്വാസാചാരങ്ങളും, ശിയാ മുസ്ലിങ്ങളുടെ സംസ്കാരത്തിൽ നിന്നും വിശ്വാസാചാരങ്ങളിൽ നിന്നും ഭിന്നമാണ്. അറേബ്യൻ മുസ്ലിം സംസ്കാരമല്ല ഇന്തോനേഷ്യയിലെ മുസ്ലിം സംസ്കാരം. ഉത്തരേന്ത്യൻ മുസ്ലിം സംസ്കാരവും കേരളീയ മുസ്ലിം സംസ്കാരവും പ്രകടമായി വ്യത്യാസം പുലർത്തുന്നു. മുസ്ലിങ്ങൾക്കിടയിലെ 'അശ്റഫ്'കളുടേയും (ഉപരിവർഗ്ഗത്തിന്റെയും) 'അജ്ലഫു'കളുടെയും (അധോവർഗ്ഗത്തിന്റെയും) സംസ്കാരം രണ്ടാണ്. ഒരേ ആവാസകേന്ദ്രത്തിലും ഭാഷാസമൂഹത്തിലുമുള്ള മുസ്ലിങ്ങളും അമുസ്ലിങ്ങളും തമ്മിലുള്ള സാംസ്കാരികപ്പൊരുത്തം രണ്ടു ഭിന്ന ആവാസകേന്ദ്രങ്ങളിലും ഭാഷാസമൂഹങ്ങളിലുമുള്ള മുസ്ലിങ്ങൾ തമ്മിലില്ല. ഭാഷയുടെയും പ്രാദേശികാചാരങ്ങളുടെയും വസ്ത്രധാരണ രീതികളുടെയും ഭക്ഷണശീലങ്ങളുടെയും ദീർഘകാല സഹവാസങ്ങളുടെയും ഫലമായി കേരളത്തിലെ മുസ്ലിങ്ങളും ഹിന്ദുക്കളും തമ്മിൽ ഉരുത്തിരിഞ്ഞുവന്ന സാംസ്കാരിക അടുപ്പം ഒരു അനിഷേധ്യ യാഥാർത്ഥ്യമാണ്. അത്ര ശക്തമായ സാംസ്കാരിക ബന്ധം കേരളത്തിലെ മുസ്ലിമിനു ബംഗാളി മുസ്ലിമിനോടോ കേരത്തിലെ ഹിന്ദുവിനു ബംഗാളി ഹിന്ദുവിനോടോ അനുഭവപ്പെടുകയില്ല.

ഒരു ജനവിഭാഗത്തിന്റെ സംസ്കാരം മതം എന്നതിലേറെ മതേതര ഘടകങ്ങളായ ഭാഷ, പ്രാദേശിക ഭൂമിശാസ്ത്രം, വർഗ്ഗം, വംശം, ദീർഘകാല സഹവാസം എന്നിവയാണ് നിർണ്ണയിക്കപ്പെടുന്നത്. സംസ്കാരത്തെ നിർണ്ണയിക്കുന്ന ഈ മതേതര ഘടകങ്ങൾ തുലാസിന്റെ ഒരു തട്ടിലും മതത്തെ മറ്റേ തട്ടിലും തൂക്കിനോക്കിയാൽ ഇതു വ്യക്തമാകും. മതത്തിന്റെ തട്ട് പൊങ്ങിനില്ക്കുകയും മതേതര ഘടകങ്ങളുടെ തട്ട് വളരെ താണുനില്ക്കുകയും ചെയ്യുന്നതു കാണാം. ഇത്തരം ഒരു തൂക്കിനോക്കലിൽ നിന്നാണ് 1971-ൽ ബംഗ്ലാദേശുണ്ടായത്. ഇസ്ലാം മുസ്ലിങ്ങളെ ഏകോപിപ്പിക്കുന്നുവെന്നും മുസ്ലിങ്ങൾ ഒരു രാഷ്ട്രമാണെന്നുമുള്ള വാദത്തിൽനിന്നും ഉടലെടുത്ത പാക്കിസ്താനിൽ ഭാഷാസംസ്കാരത്തിന്റെ പേരിൽ ഒരു ദ്വിരാഷ്ട്രവാദം തലപൊക്കിയതിന്റെ പരിണതിയായിരുന്നു ബംഗ്ലാദേശ്. ബംഗാളി സംസ്കാരത്തെ പ്രതിനിധീകരിക്കുന്ന കിഴക്കൻ പാക്കിസ്താൻ പടിഞ്ഞാറൻ പാക്കിസ്താനികളോടു വിടചൊല്ലുകയാണ് 1971-ൽ ചെയ്തത്. ഇസ്ലാമിക സംസ്കാരം ഭാഷാ സംസ്കാരങ്ങളെ അപേക്ഷിച്ച് ദുർബ്ബലമാണെന്ന് അതു തെളിയിച്ചു. പാക്കിസ്താനിലെ മുഹാജിർ മുസ്ലിങ്ങളുടെ അനുഭവവും ഈ യാഥാർത്ഥ്യത്തിന്ന് അടിവര ചാർത്തുന്നു. വിഭജന കാലത്ത് ഇന്ത്യയിൽനിന്നു പാക്കിസ്താനിലേക്കു പാലായനം ചെയ്തവരും ഉറുദു ഭാഷാസംസ്കാരത്തെ പ്രതിനിധീകരിക്കുന്നവരുമായ മുഹാജിർ മുസ്ലിങ്ങൾ പശ്ചിമപാക്കിസ്താനിൽ വിവേചനങ്ങളും പീഡനങ്ങളും നേരിട്ടപ്പോഴാണ് ആ രാജ്യത്ത് മുഹാജിർ ഖൗമി പ്രസ്ഥാനം ഉയർന്നുവന്നത്.

ഇസ്ലാമിക സംസ്കാരമല്ല, പ്രാദേശിക ഭാഷാ-വംശസംസ്കാരങ്ങളാണ് പാക്കിസ്താനിലെ ജീവിക്കുന്ന യാഥാർത്ഥ്യമെന്ന് മുഹാജിറുകൾ ക്രമേണ തിരിച്ചറിഞ്ഞു. ആ തിരിച്ചറിവിൽ നിന്നാണ് മുഹാജിറുകളുടെ നേതാവായ അൽത്താഫ് ഹുസൈൻ 'ചരിത്രത്തിലെ ഏറ്റവും വലിയ വങ്കത്തമായിരുന്നു പാക്കിസ്താൻ' എന്നു നാലുവർഷം മുമ്പ് വിലപിച്ചത്.

ഈ വിലാപത്തിൽനിന്നും നാം പഠിക്കേണ്ട ഏറ്റവും വലിയ പാഠം മതത്തെ ആസ്പദമാക്കിയുള്ള സംസ്കാരത്തേക്കാളും സ്വത്വബോധ ത്തേക്കാളും പതിന്മടങ്ങ് പ്രബലമാണ് മതേതര ഘടകങ്ങളെ ആസ്പദി ച്ചുള്ള സംസ്കാരവും സ്വത്വബോധവും എന്നതാണ്. ഈ വസ്തുത മറച്ചു വച്ചുകൊണ്ട് തത്പര കക്ഷികൾ പൊക്കിപ്പിടിക്കുന്ന മതാടിസ്ഥാനത്തിലുള്ള സംസ്കാര സ്വത്വവും തനിമവാദവും ഫണ്ടമെന്റലിസത്തിന്റെ ഉത്പന്ന ങ്ങളാണ്. രണ്ടു മത സമുദായങ്ങളിൽപ്പെട്ടവർ പരസ്പരം എത്ര അടുത്തു നില്ക്കുന്നു എന്നാണ് നാം കണ്ടെത്തേണ്ടത്. ഹിന്ദു മുസ്ലിമിൽ നിന്നോ മുസ്ലിം ഹിന്ദുവിൽ നിന്നോ എത്ര ദൂരെയാണ് എന്നു കണ്ടെത്തുന്നത് മതമൗലിക വാദത്തിന്റെ സഹജസ്വഭാവമാണ്. കാരണം മതസമുദായങ്ങളുടെ വേറിട്ടു നില്പിലാണ് മതമൗലികവാദത്തിന്റെ പ്രാണവായു കിടക്കുന്നത്.

വേറിട്ടുനില്പല്ല, ഒരുമിച്ചുനില്പാണ് ഒരു ബഹുസംസ്കാരസമൂഹം നമ്മോട് ആവശ്യപ്പെടുന്നത്. അത്തരം സമൂഹത്തിന്റെ സംസ്കാരത്തിൽ മതേതര ഘടകങ്ങൾക്കാണ് മുൻതുക്കം. ഈ വസ്തുത തമസ്കരിക്കാൻ ശ്രമിക്കുന്ന 'ഹിന്ദുത്വ'വാദികളുടെ സാംസ്കാരിക ദേശീയതയും 'ഇസ്ലാമിസ്റ്റു' കളുടെ ഇസ്ലാമിക സാംസ്കാരികതയും ഒരുപോലെ നിരാകരിക്കപ്പെടണം. പകരം നാം ഉയർത്തിപ്പിടിക്കേണ്ടത് മതേതര സാംസ്കാരികത(Secular Culturalism)യാണ്.

കേരളീയ മുസ്ലിമിന്റെ സംസ്കാരം പ്രഥമമായി കേരളീയമാണ്. രണ്ടാമതു മാത്രമേ അതു ഇസ്ലാമികമാകുന്നുള്ളൂ. രണ്ടാമത്തേതിനു പ്രഥമസ്ഥാനം നൽകുകയാണ് മതാത്മക സംസ്കാരവാദികൾ ചെയ്യുന്നത്. തദടിസ്ഥാന ത്തിൽ ഒരു സാംസ്കാരികസ്വത്വം അവർ നിർമ്മിക്കുന്നു. സ്വത്വതലത്തിൽ കേരളീയ മുസ്ലിമും കേരളീയ ഹിന്ദുവും തീർത്തും ഭിന്നരാണെന്ന തെറ്റായ നിഗമനത്തിലേക്കാണതു നയിക്കുന്നത്. മതമൗലിക- മതതീവ്രവാദ വിഭാഗ ങ്ങൾ ബോധപൂർവ്വം വളർത്തിയെടുക്കുന്ന ഈ മതാസ്പദ സ്വത്വബോധം തള്ളിക്കളയാൻ കേരളത്തിലെ മാത്രമല്ല, കേരളത്തിനുപുറത്തുള്ള മുസ്ലി ങ്ങൾക്കും കഴിയണം. മതത്തേയും പ്രാദേശിക സംസ്കാരങ്ങളെയും വേറിട്ടു കാണുകയും സംസ്കാരത്തിന്റെ മതേതര ധാരകൾ പൂർവ്വോപരി ബലവത്താ ക്കാൻ അവർ ശ്രമിക്കുകയും ചെയ്യണം. മറ്റുവിധത്തിൽ പറഞ്ഞാൽ ആത്മനിഷ്ഠ മതനിരപേക്ഷതയിലേക്ക് അവർ ഉയരണം.

(2003)

■

മതനിരപേക്ഷതയുടെ വേലിയിറക്കം

മതമൈത്രിയുടേയും സമുദായ സൗഹാർദ്ദത്തിന്റേയും കാര്യത്തിൽ ഇന്ത്യയിലെ മറ്റു സംസ്ഥാനങ്ങൾക്ക് മാതൃകയായിരുന്ന കേരളം പിറകോട്ടു ചലിക്കാൻ തുടങ്ങിയിട്ട് വർഷങ്ങൾ പലതായി. വർഗീയവത്കരണ പ്രക്രിയ എഴുപതുകളുടെ ആദ്യം തൊട്ടുതന്നെ ഇവിടെ ശക്തിപ്പെടാൻ തുടങ്ങിയിരുന്നു എന്നതാണ് സത്യം. അതിന്റെ പ്രതിഫലനമായിരുന്നു 1971ലെ തലശ്ശേരി കലാപം. ആ സാമുദായിക ലഹളയുടെ അലയൊലികൾ ക്രമേണ കെട്ടടങ്ങിയെങ്കിലും സമൂഹത്തിന്റെ വർഗീയവത്കരണം കേരളത്തിൽ തുടർന്നുകൊണ്ടേയിരുന്നു. എൺപതുകളുടെ മദ്ധ്യത്തോടെ അതു കൂടുതൽ ശക്തിയാർജ്ജിക്കാൻ തുടങ്ങി. തൊണ്ണൂറുകളുടെ തുടക്കത്തിൽ പൂന്തുറയിൽ അതു സ്ഫോടനരൂപം കൈവരിക്കുന്നതാണ് നാം കണ്ടത്. മന്ദിർ-മസ്ജിദ് പ്രശ്നം അഖിലേന്ത്യാതലത്തിലെന്നപോലെ കേരളത്തിലും വർഗീയവത്കരണത്തിനു മൂർച്ച കൂട്ടി. 2002ലും 2003ലും മാറാട് നടന്ന മനുഷ്യക്കുരുതികളെ എഴുപതുകൾതൊട്ട് തുടങ്ങിയ വർഗീയവത്കരണത്തിന്റെ യുക്തിസഹമായ പരിണാമമായി വേണം കരുതാൻ.

നമ്മുടെ നവോത്ഥാനമൂല്യങ്ങളും മതനിരപേക്ഷ പൈതൃകവും ഇപ്പോൾ അഭൂതപൂർവ്വമായ വെല്ലുവിളികൾ നേരിടുകയാണ്. ഇത്തരം ഒരു സ്ഥിതി വിശേഷം സംജാതമാകുന്നതിൽ നമ്മുടെ മതേതര രാഷ്ട്രീയപാർട്ടികൾ പിന്തുടർന്നുപോന്ന തിരഞ്ഞെടുപ്പ് രാഷ്ട്രീയം (Electoral politics) ഒട്ടും നിസ്സാര മല്ലാത്ത പങ്കുവഹിച്ചിട്ടുണ്ട്. ഇവിടെ വർഗീയതയ്ക്കു മാന്യതയും സ്വീകാര്യതയും നേടിക്കൊടുത്തത് അവരാണ്. തിരഞ്ഞെടുപ്പിൽ വിജയിക്കുകയും അധികാരത്തിലെത്തുകയും ചെയ്യുക എന്നതിനപ്പുറം സംസ്ഥാനത്തിന്റെ (രാജ്യത്തിന്റെ) മതേതരഘടന ബലപ്പെടുത്തുക എന്ന ലക്ഷ്യം നമ്മുടെ മുഖ്യധാരാപാർട്ടികൾക്കുണ്ടായിരുന്നില്ല. തിരഞ്ഞെടുപ്പ് വിജയസാദ്ധ്യതകളും മതേതരഘടനയുടെ നിലനില്പും തമ്മിൽ സംഘർഷമുണ്ടാകുമ്പോൾ തിരഞ്ഞെടുപ്പുപക്ഷത്തിന്റെ പക്ഷത്തുനില്ക്കാനാണ് പ്രമുഖ മതേതര പാർട്ടികൾ ശ്രദ്ധിച്ചത്. മതേതരത്വം തകർന്നാലും തിരഞ്ഞെടുപ്പിൽ ജയിക്കണം

എന്ന അത്തരം പാർട്ടികളുടെ, നിലപാട് ഇവിടെ വർഗ്ഗീയ- മതമൗലികവിഭാഗ ങ്ങളെ വളർത്തി. തിരഞ്ഞെടുപ്പിൽ തോൽക്കട്ടെ ജയിക്കട്ടെ, വർഗ്ഗിയ കക്ഷി കളുമായി തങ്ങൾ കൂട്ടുകൂടുകയില്ലെന്നു കോൺഗ്രസ്സും കമ്മ്യൂണിസ്റ്റു പാർട്ടിയും തീരുമാനിച്ചിരുന്നുവെങ്കിൽ, കേരളത്തിന്റെ രാഷ്ട്രീയ ഭൂപടത്തിൽ മുസ്ലിംലീഗ്, കേരള കോൺഗ്രസ്സ് പാർട്ടികൾക്കു സ്ഥാനമേ ഉണ്ടാകുമായിരു ന്നില്ല. അത്തരം പാർട്ടികളുടെ അസാന്നിദ്ധ്യത്തിൽ, നവോത്ഥാനത്തിന്റെ തീവ്രപ്രഭാവം നിലനിന്ന കേരളത്തിൽ ഹൈന്ദവവർഗ്ഗിയതയ്ക്കു വളരാൻ സാധിക്കുകയും ചെയ്യില്ലായിരുന്നു.

മതേതരകക്ഷികളുടെ ദീർഘവീക്ഷണ രഹിതമായ തിരഞ്ഞെടുപ്പു രാഷ്ട്രീയം ഇവിടെ സെക്യുലർ ചിന്താഗതിക്കാരെ അപ്രസക്തരാക്കുക എന്ന ദൗത്യമാണ് നിർവ്വഹിച്ചത്. മതത്തിന്റെയോ ജാതിയുടെയോ അടിസ്ഥാന ത്തിലുള്ള വോട്ടുബാങ്കുകൾ തേടിപ്പോയ സെക്യുലർ പാർട്ടികൾ ഫലത്തിൽ അത്തരം വോട്ടുബാങ്കുകളുടെ ദൃഢീകരണത്തേയും വിപുലീകരണത്തേയും സഹായിക്കുകയായിരുന്നു. മതേതര പാർട്ടികൾ മതേതരവോട്ടുബാങ്കു കളാണ് വളർത്തിയെടുക്കേണ്ടതെന്ന പ്രാഥമികസത്യം അവർ കണക്കി ലെടുത്തില്ല. മതേതരചിന്താഗതിക്കാരെ രാഷ്ട്രീയമായി പ്രോത്സാഹിപ്പി ക്കുമ്പോഴേ മതേതര വോട്ടുബാങ്കുണ്ടാവൂ. ഉദാഹരണത്തിന്, മുസ്ലിം സമുദായത്തിൽ മതേതര വോട്ടുബാങ്കുണ്ടാവുകയും വർഗ്ഗീയ വോട്ടുബാങ്കു തകരുകയും ചെയ്യണമെങ്കിൽ മതേതര രാഷ്ട്രീയപാർട്ടികൾ മുസ്ലിം സമുദായ ത്തിലെ സെക്യുലർ ചിന്താഗതിക്കാരെ പ്രോത്സാഹിപ്പിക്കുകയും വളർത്തി യെടുക്കുകയും ചെയ്യണം. ഇവിടെ സംഭവിച്ചതെന്താണ്? മുസ്ലിം സമുദായ ത്തിലെ സെക്യുലർ ചിന്താഗതിക്കാരുടെ പോക്കറ്റിൽ വോട്ടുബാങ്കില്ല എന്നതുകൊണ്ട് മതേതരരാഷ്ട്രീയ പാർട്ടികൾ അവരെ അവഗണിക്കുകയും വോട്ടുബാങ്കുള്ള വർഗ്ഗീയരാഷ്ട്രീയക്കാരുടെ പിറകെ പോവുകയും ചെയ്തു.

യശഃശരീരനായ പി.പി.ഉമ്മർകോയയുടെ അനുഭവം മികച്ച ഉദാഹരണ മാണ്. സത്യത്തോടും നീതിയോടും അഴിയാക്കൂറ് പുലർത്തിയ ഒരു സാമൂഹിക-രാഷ്ട്രീയ നേതാവായിരുന്നു ഇദ്ദേഹം. സംശുദ്ധമായ പൊതു ജീവിതത്തിന്റെ ഉത്തമമാതൃകയായിരുന്നു ഉമ്മർകോയ. പക്ഷേ നമ്മുടെ മതേതര രാഷ്ട്രീയപാർട്ടികൾക്ക് അദ്ദേഹത്തെ ആവശ്യമില്ലായിരുന്നു. കാരണം മറ്റു പല കോയമാരെയും തങ്ങൾമാരെയും പോലെ അദ്ദേഹത്തിന്റെ കൈവശം വോട്ടുബാങ്കുണ്ടായിരുന്നില്ല. വോട്ടുബാങ്കുണ്ടാവണമെങ്കിൽ മതേതര കക്ഷികൾ അദ്ദേഹത്തെപോലുള്ളവർക്കു രാഷ്ട്രീയ പിൻബലവും പ്രോത്സാഹനവും നൽകണം. അങ്ങനെ ചെയ്താൽ ക്രമേണ അവരുടെ നേതൃത്വത്തിൽ സെക്യുലർ വോട്ടുബാങ്ക് വളർന്നുവരും. അതിനല്പം കാത്തിരിക്കണം. അടുത്ത തിരഞ്ഞെടുപ്പിൽ വിജയിച്ച് അധികാര സിംഹാസനമേറാൻ വെമ്പുന്നവർക്ക് അതിനു സമയമുണ്ടായിരുന്നില്ല.

വർഷങ്ങളായി നമ്മുടെ മതേതരകക്ഷികളുടെ അവസ്ഥ ദീർഘവീക്ഷണ മില്ലാതുള്ള ഈ തിരഞ്ഞെടുപ്പ് രാഷ്ട്രീയമാണ് കേരളത്തിൽ വർഗ്ഗീയത ശക്തിപ്പെടുത്തുകയും മതേതരവത്കരണ പ്രക്രിയ ദുർബലപ്പെടുത്തുകയും ചെയ്ത മുഖ്യ ഘടകങ്ങളിലൊന്ന്.

ജനവിഭാഗങ്ങളുടെ സ്വത്വത്തെ മതവുമായി ബന്ധപ്പെടുത്തുന്ന പ്രവണത യാണ് മതേതരവത്കരണപ്രക്രിയയ്ക്കു മുമ്പിൽ വിഘ്നം സൃഷ്ടിക്കുന്ന മറ്റൊരു ഘടകം. സ്വത്വരൂപവത്കരണത്തിൽ ഭാഷയും വർഗ്ഗവും വംശവും പ്രദേശവുമൊക്കെ നിർണ്ണായക പങ്കു വഹിക്കുന്നുണ്ടെങ്കിലും അവയെ മാറ്റി നിർത്തി മതത്തിന്റെ മാത്രം അടിസ്ഥാനത്തിൽ സ്വത്വനിർമ്മിതി നടത്തുന്ന രീതി ഏറെക്കാലമായി പ്രബലമാണ്. രണ്ടു മതങ്ങളിൽപ്പെട്ടവർ സ്വത്വതല ത്തിൽ തീർത്തും വിഭിന്നരാണെന്ന കാഴ്ചപ്പാട് മതമൗലികശക്തികൾ ബോധ പൂർവ്വം വളർത്തിയെടുത്തിട്ടുണ്ട്. ഹിന്ദുക്കളും മുസ്ലിങ്ങളും സാംസ്കാരിക മായി പരസ്പരം ഒഴിച്ചുനിറുത്തേണ്ടുംവിധം വ്യത്യസ്തരാണെന്ന അപകട കരമായ ബോധമാണ് ഇതുവഴിയുണ്ടാകുന്നത്. വ്യത്യസ്ത മതക്കാർ പങ്കു വയ്ക്കുന്ന നിരവധി മതേതര സാംസ്കാരികാംശങ്ങൾ മറച്ചുപിടിക്കപ്പെടുന്നു. വിവിധസമുദായങ്ങൾ തമ്മിൽ സാംസ്കാരികമായി നടന്ന ആദാനപ്രദാന ങ്ങൾ ഇവിടെ ഒരു സങ്കരസംസ്കാര(Composite culture)ത്തിനു രൂപം നൽകി യിട്ടുണ്ടെന്നതും പ്രസ്തുത സംസ്കാരം മതേതരമാണെന്നതുമാണ് വസ്തുത. ഈ യാഥാർത്ഥ്യത്തിന്റെ തമസ്ക്കരണം വിവിധ മതവിഭാഗങ്ങളുടെ അകൽച്ച യിലേക്കു നയിക്കുന്നു.

രാമജന്മഭൂമി-ബാബറിമസ്ജിദ് പ്രശ്നം പോലും അടിസ്ഥാനപരമായി സ്വത്വരാഷ്ട്രീയത്തിന്റെ സൃഷ്ടിയാണ്. രാമക്ഷേത്രത്തിലൂടെ ഹിന്ദുവിന്റെ സ്വത്വവും ബാബറിമസ്ജിദിലൂടെ മുസ്ലിമിന്റെ സ്വത്വവും ഉയർത്തി ക്കാട്ടാനാണ് ബന്ധപ്പെട്ടവർ ശ്രമിക്കുന്നത്. ഈ മതാത്മക സ്വത്വങ്ങളെ മറികടക്കുന്ന ഒരു മതേതര ദേശീയ സ്വത്വമുണ്ട്. അതിന്റെ സാന്നിദ്ധ്യം തിരിച്ചറിയാൻ ഇന്ത്യക്കാരായ ഹിന്ദുക്കളും മുസ്ലിങ്ങളും ഇന്ത്യയ്ക്കു പുറത്തു പോയാൽ മാത്രം മതി. അറേബ്യൻ മുസ്ലിമിന്റെ കണ്ണിൽ ഇന്ത്യൻ മുസ്ലിമും ഇന്ത്യൻ ഹിന്ദുവും വെറും ഇന്ത്യക്കാരാണ്. തന്റെ അറേബ്യൻ സംസ്കാരത്തിനും സ്വത്വത്തിനും വെളിയിൽ നില്ക്കുന്നവരായി മാത്രമേ ഇന്ത്യയിലെ മുസ്ലിമിനെയും ഹിന്ദുവിനെയും അറേബ്യൻ മുസ്ലിം കാണു ന്നുള്ളൂ.

മതത്തോടുള്ള ഷോവനിസ്റ്റ് സമീപനമാണ് മതപരമായ അകൽച്ചകളും മതസ്പർദ്ധയും സൃഷ്ടിക്കുന്ന മൂന്നാമത്തെ ഘടകം. തന്റെ മതം മാത്രമാണ് ശരി എന്ന അന്ധതയാണ് പൊതുവിൽ മതവിശ്വാസികളെ നയിക്കുന്നത്. സ്വമത ശ്രേഷ്ഠബോധം ഒരു ബഹുമതസമൂഹത്തിൽ അത്യന്തം അപത്കര മാണ്. പരമപുച്ഛത്തിലേക്കു നയിക്കുന്ന ആ സങ്കുചിതബോധം കേരളത്തിൽ

എല്ലാ മതക്കാർക്കിടയിലുമുണ്ട്. മതപരമായ ഈ ആത്മരതി (നാർസിസിസം) നമ്മുടെ മതേതര സാംസ്കാരിക മൂല്യങ്ങളെ ഗളഹസ്തം ചെയ്യുന്നതിൽ സാരമായ പങ്കുവഹിക്കുന്നു.

വിദേശങ്ങളിൽ നിന്ന വിശേഷിച്ച് ഗൾഫ് മേഖലയിൽ നിന്നു വരുന്ന സമ്പത്ത് കേരളീയജീവിതത്തിൽ ധനാത്മകവും ഋണാത്മകവുമായ ഫല ങ്ങൾ ഉളവാക്കിയിട്ടുണ്ട് എന്നതാണ് ശ്രദ്ധിക്കപ്പെടേണ്ട മറ്റൊരു കാര്യം. സംസ്ഥാനത്തിന്റെ സാമ്പത്തിക മുന്നേറ്റത്തിനും അതു കാരണമായിട്ടുണ്ട്. എന്നാൽ അതേസമയം, പ്രകടമായ സാമ്പത്തിക അസന്തുലിതത്വത്തിന് അതു വഴിവെച്ചിട്ടുമുണ്ട്. കേരളത്തിൽ വിദേശസ്രോതസ്സുകളിൽനിന്നു ലഭിക്കുന്ന ധനത്തിന്റെ മുഖ്യഗുണഭോക്താക്കൾ ന്യൂനപക്ഷസമുദായ ക്കാരാണ്. കഴിഞ്ഞ കാൽനൂറ്റാണ്ടിനിടയ്ക്ക് ന്യൂനപക്ഷ സമുദായങ്ങളിൽ പ്പെട്ട ഗണ്യമായ ഒരു വിഭാഗം സാമ്പത്തികമായി വൻ മുന്നേറ്റം നടത്തിയിരി ക്കുന്നു. ഇതു ഭൂരിപക്ഷസമുദായാംഗങ്ങളിൽ അപകർഷതയും ആശങ്കയു മൊക്കെ സൃഷ്ടിച്ചിട്ടുണ്ട്. ന്യൂനപക്ഷക്കാരിലാകട്ടെ ഈ സാമ്പത്തിക മുന്നേറ്റം തെല്ല് അഹന്തയും അഹങ്കാരവും ഉത്പാദിപ്പിക്കുന്നതിൽ കലാശി ച്ചിരിക്കുന്നു. ഏതായാലും സംസ്ഥാനത്ത് സാമുദായിക വൈരവും ധ്രുവീ കരണവും ബലപ്പെടുത്തുന്നതിൽ വിദേശപണം എന്ന ഈ ഘടകവും അതിന്റേതായ പങ്കു വഹിച്ചിട്ടുണ്ട്.

എൺപതുകളുടെ മധ്യം തൊട്ട് അഖിലേന്ത്യാടിസ്ഥാനത്തിൽ ശക്തി പ്രാപിച്ചു തുടങ്ങിയ ഭൂരിപക്ഷവർഗ്ഗീയതയുടെ പ്രഭാവവും സ്വാധീനവും കേരളത്തിലും അനുഭവപ്പെട്ടു എന്നതാണ് നമ്മുടെ നവോത്ഥാന പാരമ്പര്യ ങ്ങളെ ക്ഷീണിപ്പിക്കാനും മതനിരപേക്ഷതയുടെ വേലിയിറക്കം ത്വരിത പ്പെടുത്താനും സഹായിച്ച അഞ്ചാമത്തെ ഘടകം കേരളത്തിൽ മതേതര രാഷ്ട്രീയ പാർട്ടികളുടെ നട്ടെല്ലായി വർത്തിച്ചത് ഹിന്ദു സമുദായാംഗ ങ്ങളായിരുന്നു. അവർക്കിടയിലെ വലിയ ഒരു വിഭാഗം ഇതിനകം സംഘ പരിവാറിന്റെ ആശയപ്രപഞ്ചത്താൽ സ്വാധീനിക്കപ്പെട്ടു കഴിഞ്ഞിട്ടുണ്ട്. ഇത്തരമൊരു സ്ഥിതിവിശേഷത്തിലേക്കു കാര്യങ്ങൾ ചെന്നെത്തിയതിനുള്ള മുഖ്യകാരണങ്ങളിലൊന്ന് മതേതര രാഷ്ട്രീയ കക്ഷികളുടെ ഹ്രസ്വദൃഷ്ടിയും നയവൈകല്യങ്ങളുമാണെന്നത് അടിവരയിട്ടു മനസ്സിലാക്കപ്പെടണം.

(2003)

■

സദ്ദാമിന്റെ വിധി

അധികാരോന്മത്തൻ, സ്വേച്ഛാധിപതി, കൊലയാളി, കൊടുംക്രൂരൻ, സ്വന്തം ജനതയെ കശാപ്പുചെയ്തവൻ, അയൽരാജ്യങ്ങളെ ആക്രമിച്ചവൻ, മാനവരാശിക്കെതിരെ മഹാപാതകങ്ങൾ നടത്തിയവൻ - ഇറാഖിലെ മുൻ ഭരണാധികാരി സദ്ദാം ഹുസൈന് തീർച്ചയായും ഈ വിശേഷണങ്ങളെല്ലാം ചേരും. 1979 ജൂലായ് 16ന് ഇറാഖിന്റെ പ്രസിഡന്റ് പദത്തിലെത്തിയ സദ്ദാം 24 വർഷം ആ രാജ്യത്തിന്റെ സർവാധികാരിയായി വാണു. ആ കാലയളവിൽ അദ്ദേഹം ചെയ്തുകൂട്ടിയ നിഷ്ഠുരതകൾ നിരവധിയാണ്. രാഷ്ട്രീയ പ്രതിയോഗികളെ നിർദ്ദാക്ഷിണ്യം അടിച്ചൊതുക്കി; വധിക്കേണ്ടവരെന്നു തനിക്കു തോന്നിയവരെയെല്ലാം കോടതിയോ വിചാരണയോ ഒന്നുമില്ലാതെ വധിച്ചു; ഷിയാ മുസ്ലിങ്ങളെയും കുർദ് വംശജരെയും കൂട്ടക്കശാപ്പിനിരയാക്കി; അയൽരാഷ്ട്രമായ ഇറാനുമായി നീണ്ട എട്ടുവർഷം യുദ്ധം ചെയ്തു. പത്തു ലക്ഷത്തിലേറെപ്പേരാണ് ആ യുദ്ധത്തിൽ മൃതിയടഞ്ഞത്. മറ്റൊരു അയൽ ദേശമായ കുവൈത്തിനു നേരെയും ന്യായലേശമില്ലാതെ സദ്ദാം ആക്രമണം അഴിച്ചുവിട്ടു. സൗദി അറേബ്യയ്ക്കുനേരെയും ചെന്നു അദ്ദേഹത്തിന്റെ മിസൈലുകൾ. തങ്ങളുടെ ഭരണാധികാരിയുടെ അനവധാനതയ്ക്കും ദൂരക്കാഴ്ചയില്ലായ്മയ്ക്കും സ്വേച്ഛാപ്രമത്തതയ്ക്കും നിരപരാധികളായ ഇറാഖിജനതയാണ് വിലയൊടുക്കേണ്ടിവന്നത്. കുവൈത്ത് ആക്രമണത്തിലൂടെ സദ്ദാം ക്ഷണിച്ചുവരുത്തിയ ഉപരോധവും 1991-ലെ അമേരിക്കൻ ആക്രമണവും ലക്ഷക്കണക്കിന് ഇറാഖികളുടെ മരണത്തിലും ദുരിതത്തിലും കലാശിച്ചു.

സദ്ദാം ഹുസൈൻ തിന്മയുടെ മൂർത്തിമദ്ഭാവമായിരുന്നു എന്നു വിലയിരുത്താൻ മേൽസംഭവങ്ങൾ മതിയാവും. പക്ഷേ, തിന്മ മാത്രമായിരുന്നോ സദ്ദാം ഹുസൈൻ? ക്രൂരനായ സ്വേച്ഛാധിപതിയായിരിക്കെത്തന്നെ ഇറാഖിനെ ആധുനികീകരിക്കുന്നതിലും മറ്റു പല അറബ് രാഷ്ട്രങ്ങളിൽനിന്നു ഭിന്നമായി തന്റെ രാജ്യത്ത് മതനിരപേക്ഷ ദേശീയ വികാരം ഉണർത്തുന്നതിലും ഊട്ടിയുറപ്പിക്കുന്നതിലും അദ്ദേഹം പ്രദർശിപ്പിച്ച താത്പര്യം കാണാതിരുന്നുകൂടാ. ഈജിപ്തിലെ ജമാൽ അബ്ദുൽ നാസർ കഴിഞ്ഞാൽ പശ്ചിമേഷ്യൻ

മേഖലയിൽ മതമൗലിക പ്രവണതകൾക്കെതിരെ മതനിരപേക്ഷ ദേശീയത പരിപോഷിപ്പിക്കുന്നതിൽ ശ്രദ്ധ പതിപ്പിച്ച ഭരണകർത്താക്കളിൽ പ്രമുഖനായിരുന്നു സദ്ദാം. വംശീയകാലുഷ്യങ്ങളുടെ നാടായ ഇറാഖിന്റെ ദേശീയ അഖണ്ഡത പരിരക്ഷിക്കുന്നതിൽ അദ്ദേഹം വഹിച്ച പങ്ക് കുറച്ചു കാണാനാവില്ല. താരതമ്യേന വളരെ പിന്നണിയിൽ നിന്ന കാർഷിക രാജ്യമായിരുന്ന ഇറാഖിനെ എണ്ണയുത്പാദകരാഷ്ട്രങ്ങളുടെ മുൻനിരയിലെത്തിക്കുകയും സാമ്പത്തികാഭിവൃദ്ധിയിലേക്കു നയിക്കുകയും ചെയ്തതിന്റെ ക്രെഡിറ്റും ഹുസൈന് അവകാശപ്പെട്ടതാണ്.

എന്നുവച്ച് ഈ ഇറാഖിഭരണാധികാരി ചെയ്തുകൂട്ടിയ പാതകങ്ങളുടെ കരാളതയോ നൃശംസതയോ തെല്ലും കുറയുന്നില്ല. ദുജെയ്ൽ പട്ടണത്തിലെ 148 ഷിയാ മുസ്ലിങ്ങളുടെ വധത്തിനു മാത്രമല്ല, അൻഫൽ കൂട്ടക്കൊല ഉൾപ്പെടെ പലപ്പോഴായി നടത്തപ്പെട്ട മറ്റു നരമേധങ്ങൾക്കും സദ്ദാം ശിക്ഷയർഹിക്കുന്നുണ്ട്. പക്ഷേ, ഈ കുറ്റകൃത്യങ്ങൾക്കെല്ലാം അദ്ദേഹത്തെ വിചാരണചെയ്യേണ്ടതും ശിക്ഷിക്കേണ്ടതും ആരാണ്? ഇറാഖ് എന്ന പരമാധികാര രാഷ്ട്രം നിലനില്ക്കുകയും ആ രാഷ്ട്രത്തിലെ സ്വതന്ത്ര നീതിന്യായ സംവിധാനം ഹുസൈനെ വിചാരണയ്ക്കു വിധേയനാക്കുകയും ഉചിതശിക്ഷ വിധിക്കുകയുമാണ് ചെയ്യുന്നതെങ്കിൽ ലോകജനതയാകമാനം അതിനെ സ്വാഗതം ചെയ്യുമായിരുന്നു. എന്നാൽ ഇറാഖിൽ ഇപ്പോൾ സംഭവിച്ചത് അധിനിവേശക്കാരുടെ ചൊല്പടിയിലുള്ള പാവസർക്കാറിനു കീഴിൽ പ്രവർത്തിക്കുന്ന കോടതി നടത്തിയ വിചാരണയും വിധിപ്രഖ്യാപനവുമാണ്.

തികച്ചും അന്യായമായി ഒരു രാജ്യത്തെ ആക്രമിച്ചു കീഴടക്കി ആ രാജ്യത്തിന്റെ ഭരണാധികാരിയെ 'യുദ്ധ' ജേതാക്കളായ വിദേശികൾ വിചാരണ ചെയ്യുന്നു എന്നത് ഒരു നിലയ്ക്കും ന്യായീകരണമർഹിക്കുന്നില്ല. രണ്ടാം ലോകയുദ്ധാനന്തരം ന്യൂറംബർഗിലും ടോക്കിയോവിലും യുദ്ധവിജയികൾ നടത്തിയ വിചാരണകളോടാണ് ഇതിനു സാമ്യം. ഹിറ്റ്ലറും ടോജോയും അവരുടെ കൂട്ടാളികളും കൊടുംകുറ്റവാളികളായിരുന്നു എന്നതു ശരിതന്നെ. പക്ഷേ, ഹിരോഷിമയിലെയും നാഗസാക്കിയിലെയും ആറ്റംബോംബ് പ്രയോഗം ഉൾപ്പെടെ അനേകം വൻപാതകങ്ങൾ സ്വയം നടത്തിയ ജേതാക്കൾ സംഘടിപ്പിക്കുന്ന കുറ്റവിചാരണയിലെയും വിധിപ്രഖ്യാപനങ്ങളിലെയും പരിഹാസ്യത മറച്ചുവയ്ക്കാനാവാത്തവിധം പ്രകടമാണ്. പരാജിതരുടെ മേൽ വിധികല്പിക്കാനുള്ള ജേതാക്കളുടെ അവകാശത്തെ ടോക്കിയോ ട്രിബ്യൂണലിൽ ഉൾപ്പെട്ട ഏക ഇന്ത്യൻ ന്യായാധിപനായിരുന്ന രാധാ ബിനോദ് പാൽ ഒരു വിയോജനക്കുറിപ്പിലൂടെ അന്ന് ചോദ്യം ചെയ്തിരുന്നു എന്നത് ഇവിടെ ഓർക്കാം.

ന്യൂറംബർഗ്-ടോക്കിയോ മോഡൽ വിചാരണയാണ് ബാഗ്ദാദിൽ ഇപ്പോൾ നടന്നത്. ഇറാഖിനെ ആക്രമിക്കുകയും ആ രാജ്യത്ത് ആറര

ലക്ഷത്തിലേറെപ്പേരെ കൊന്നൊടുക്കുകയും ചെയ്യുക എന്ന മഹാപരാധം നടത്തി 'വിജയശ്രീലാളിത'നായ ജോർജ്ജ് ബുഷാണ് പരാജിതനായ സദ്ദാമിന്റെ വിചാരണയ്ക്കു പിന്നിൽ പ്രവർത്തിച്ചത്. ഇറാഖിൽ മാത്രമല്ല, കൊറിയയും വിയറ്റ്നാമും ലാറ്റിനമേരിക്കൻ രാഷ്ട്രങ്ങളും അഫ്ഗാനിസ്താനും ഉൾപ്പെടെ ലോകത്തിന്റെ വിവിധഭാഗങ്ങളിൽ മനുഷ്യവേട്ടയെന്ന മഹാപാതകം സ്വയം ചെയ്തവർക്കു മറ്റുള്ള പാതകികളെ വിചാരണചെയ്യാൻ ധാർമികമായി യാതൊരവകാശവുമില്ല. തന്നെയുമല്ല, ജേതാക്കൾ നടത്തുന്ന കോടതികളിൽ നിന്നു പരാജിതർക്കു നീതി ലഭിക്കാൻ സാധ്യതയൊട്ടില്ലതാനും. അന്താരാഷ്ട്ര മനുഷ്യാവകാശ സംഘടനകളായ ആംനെസ്റ്റി ഇന്റർനാഷണലും ഹ്യൂമൺ റൈറ്റ്സ് വാച്ചും ഇക്കാര്യം നേരത്തെ ചൂണ്ടിക്കാണിച്ചിരുന്നതാണ്. മൂന്നു പ്രതിഭാഗം അഭിഭാഷകർ കൊല്ലപ്പെട്ടതും കേസിലെ ആദ്യത്തെ മുഖ്യ ന്യായാധിപൻ മുഹമ്മദ് അമീന് സമ്മർദ്ദങ്ങൾ കാരണം രാജിവച്ചൊഴിയേണ്ടിവന്നതും നിയമനടപടികൾ ഒട്ടും നിഷ്പക്ഷമായിരുന്നില്ല എന്നാണ് കാണിക്കുന്നത്. 'വർക്കിങ് ഗ്രൂപ്പ് ഓൺ ആർബിട്രറി ഡീറ്റെൻഷൻ' എന്ന യു.എൻ. ഏജൻസി സദ്ദാം ഹുസൈന്റെ വിചാരണ ഒരന്താരാഷ്ട്ര ട്രിബ്യൂണലിനു കൈമാറണമെന്നു കഴിഞ്ഞ സെപ്തംബർ ഒന്നിന് ആവശ്യപ്പെടാനിടയായതും ഈ പക്ഷപാതിത്വം മൂലമാണ്.

അധിനിവേശ ശക്തികൾക്കു കീഴിൽ പ്രവർത്തിക്കുന്ന ട്രിബ്യൂണലല്ല, സ്വതന്ത്രമായ ഒരന്താരാഷ്ട്ര ട്രിബ്യൂണലായിരുന്നു സദ്ദാമിനെ വിചാരണ ചെയ്യേണ്ടത്. അതു പക്ഷേ, അമേരിക്കൻ ഭരണാധികാരികളുടെ താത്പര്യങ്ങൾക്ക് അനുഗുണമാവില്ല. സദ്ദാം വിധിയിലെ രാഷ്ട്രീയം അവിടെ തുടങ്ങുന്നു. ഒരിക്കലും നടക്കാൻ പാടില്ലാതിരുന്ന ഒരു യുദ്ധത്തെ (ആക്രമണത്തെ) നീതിമത്കരിക്കുക എന്ന രാഷ്ട്രീയ ലക്ഷ്യത്തോടെയാണു ബുഷ് ഭരണകൂടവും അവരുടെ ഇറാഖി കൂട്ടാളികളും ചേർന്ന് സദ്ദാമിന്റെ വിചാരണയ്ക്കു 'സുപ്രീം ഇറാഖി ക്രിമിനൽ ട്രിബ്യൂണൽ' എന്ന പേരിൽ പ്രത്യേക കോടതിയുണ്ടാക്കിയത്. ആ കോടതിയുടെ നടപടിക്രമങ്ങളും ചിട്ടവട്ടങ്ങളും പ്രോസിക്യൂഷന് അനുകൂലമായി വക്രീകരിക്കപ്പെട്ടിരുന്നു. ഇല്ലാത്ത സർവനശീകരണായുധങ്ങളുടെ പേരുപറഞ്ഞ് അമേരിക്ക തുടങ്ങിയ യുദ്ധത്തിനു ന്യായീകരണം ലഭിക്കണമെങ്കിൽ 'മാനവരാശിക്കെതിരെ മഹാപാതകങ്ങൾ നടത്തിയ' സദ്ദാം ഹുസൈൻ കുറ്റക്കാരനാണെന്നു തെളിയുകയും ശിക്ഷിക്കപ്പെടുകയും വേണം. ആ ശിക്ഷാവിധി യു.എസ്. ഇടക്കാല തിരഞ്ഞെടുപ്പിനു തൊട്ടുമുമ്പ് വരത്തക്കവിധം കാര്യങ്ങൾ ക്രമീകരിച്ചതിനു പിന്നിലും ബുഷിന്റെയും അദ്ദേഹത്തിന്റെ റിപ്പബ്ലിക്കൻ പാർട്ടിയുടെയും താത്പര്യങ്ങളാണ് പ്രവർത്തിച്ചത് (അമേരിക്കൻ ജനത റിപ്പബ്ലിക്കന്മാരുടെ കെണിയിൽ വീണില്ലെന്നത്രെ ഡെമോക്രാറ്റുകൾക്കനുകൂലമായ തിരഞ്ഞെടുപ്പുഫലം വ്യക്തമാക്കുന്നത്)

മുൻ ഇറാഖ് പ്രസിഡന്റിന്റെ വധശിക്ഷ ഇന്ത്യയിലും രാഷ്ട്രീയവത്കരണത്തിനും മതവത്കരണത്തിനും വിധേയമായി. ജുഡീഷ്യറിയെ കൊല ചെയ്താണ് അമേരിക്കനനുകൂല ഇറാഖി ഭരണകൂടം സദ്ദാമിനെ കൊലമരത്തിനു മുമ്പിൽ ഹാജരാക്കുന്നതെന്നു ചില ഇടതുപക്ഷ പാർട്ടികൾ അഭിപ്രായപ്പെട്ടപ്പോൾ സദ്ദാംവിധിയെ ചിലർ മുസ്ലിം പ്രീണനത്തിന് ഉപയോഗപ്പെടുത്തുന്നു എന്ന ആരോപണമാണ് വലതുപക്ഷത്തുനിന്ന് ഉയർന്നത്. അമേരിക്കയുടെ അഫ്ഗാൻ-ഇറാഖ് ആക്രമണങ്ങൾ ചൂടേറിയ തിരഞ്ഞെടുപ്പു വിഷയമാവാറുള്ള നമ്മുടെ നാട്ടിൽ സദ്ദാം ഹുസൈന്റെ വധശിക്ഷ ഇടതു- വലതു പാർട്ടികൾക്ക് തലങ്ങും വിലങ്ങും ഉപയോഗിക്കാനുള്ള ഇന്ധനമായി ഭവിക്കുന്നതിൽ അത്ഭുതമില്ല. മുസ്ലിം സംഘടനകളിൽ പലതും ഈ ശിക്ഷാവിധിയെ മതവത്കരിച്ച (സമുദായവത്കരിച്ച) അനുഭവവുമുണ്ടായി. സദ്ദാമിന്റെ 'മുസ്ലിമത്വ'വും ബുഷിന്റെ 'ക്രൈസ്തവത്വ'വും മനസ്സിലിട്ടു നടക്കുന്ന അവർ ഒരു മതം മറ്റൊരു മതത്തിനുനേരെ നടത്തിയ കയ്യേറ്റമായാണ് വിധിയെ വായിച്ചെടുക്കുന്നത് എന്നുവേണം പറയാൻ.

ഇന്ത്യയിൽ സദ്ദാംവിധി ഒരു സവിശേഷരീതിയിൽ രാഷ്ട്രീയവത്കരിക്കപ്പെടുകയോ മതവത്കരിക്കപ്പെടുകയോ ചെയ്യുമ്പോഴും പരദേശങ്ങളിലെ പ്രതികരണം എവ്വിധമാണെന്നു നോക്കുന്നത് കൗതുകകരമായിരിക്കും. ഇറാഖിലെ കമ്യൂണിസ്റ്റ് പാർട്ടി വിധിയെ സ്വാഗതം ചെയ്തിരിക്കയാണ്. ഇറാഖി കമ്യൂണിസ്റ്റുകളെ വേട്ടയാടിയ സദ്ദാമെന്ന സ്വേച്ഛാധിപതി അർഹിക്കുന്നതു വധമാണെന്ന കാര്യത്തിൽ അവർക്കു സംശയമേതുമില്ല. ഇറാഖിലെത്തന്നെ സുന്നിയേതര മുസ്ലിങ്ങൾ–ഷിയാക്കളും കുർദുകളും–വിധിയെ പൊതുവിൽ, സന്തോഷപൂർവമാണ് സ്വീകരിച്ചത്. മധ്യപൗരസ്ത്യരാജ്യങ്ങളിൽ പലതിന്റെയും പ്രതികരണം ഏറക്കുറെ ഇതേ രീതിയിലാണ്. അമേരിക്കൻ സാമ്രാജ്യത്വത്തെയും ബുഷ് ഭരണകൂടത്തെയും അതിശക്തമായി എതിർത്തുപോരുന്ന ഇറാനിലെ ഇസ്ലാമിക മൗലികവാദത്തിന്റെ പ്രതിരൂപമായ അഹമ്മദി നെജാദിന്റെ ഭരണകൂടവും വിധിയെ സ്വാഗതം ചെയ്തിരിക്കുന്നു.

ഇന്ത്യയിലും പുറത്തും ചില ഇടതുപക്ഷ പ്രസ്ഥാനങ്ങളും ഒരു വലിയ വിഭാഗം മുസ്ലിം സംഘടനകളും സദ്ദാമിന്റെ വധശിക്ഷയെ എതിർക്കുകയും ഇറാഖിലെ കമ്യൂണിസ്റ്റ് പാർട്ടിയും അവിടത്തെ സുന്നിയേതര മുസ്ലിങ്ങളും പശ്ചിമേഷ്യൻ മുസ്ലിങ്ങളിൽ ഒരു വലിയ വിഭാഗവും ആ വിധിയെ അനുകൂലിക്കുകയും ചെയ്യുമ്പോൾ ഒരു വസ്തുത വെളിപ്പെടുന്നു- സദ്ദാംവിധി ലോക മനസ്സാക്ഷിക്കു മുമ്പിൽ ഒരു ഹാംലെറ്റിയൻ ശങ്ക വിതയ്ക്കുന്നുണ്ട്: വിധിയെ അനുകൂലിക്കണോ വേണ്ടയോ? പ്രസ്തുത ശങ്കയുടെ പ്രകാശനമാണ്

ഇറാഖിലെ കുർദ് വംശജനും ഇർബിൽ നഗരവാസിയുമായ ബറവാൻ ശബാൻ എന്ന യുവ ഭിഷഗ്വരന്റെ ഈ വാക്കുകളിൽ തുടിച്ചു നിൽക്കുന്നത്; 'നിരവധി ഇറാഖികളെ ദ്രോഹിച്ച മനുഷ്യന് വധശിക്ഷ നൽകുന്ന വിധിയിൽ ഞങ്ങൾ സന്തുഷ്ടരാണ്; അതേസമയം ഈ വിധി അമേരിക്കയുടെതാണ് എന്നത് ഞങ്ങളെ ദുഃഖിപ്പിക്കുന്നു. '

(2006)

www.ingramcontent.com/pod-product-compliance
Lightning Source LLC
LaVergne TN
LVHW092048060526
838201LV00047B/1285
* 9 7 9 8 1 8 4 2 3 0 6 1 0 *